TEKEREZA UKIRE

"Think and Grow Rich"
mu
Kinyarwanda

INNOCENT HITIMANA

Igitabo cyatangajwe n'Inzu Itangaza Ibitabo ya *Random House Publishing Group.*

Iki gitabo cyatangarijwe muri Leta Zunze Ubumwe z'Amerika, bikozwe na *Random House Publishing Group*, Ishami rya *Random House Inc.*, New York; mu gihe kimwe muri Canada bikorwa na *Random House of Canada* y'i Toronto.

Fawcett ni Ikigo cyihariye cyemewe n'amategeko, na ho ikimenyetso cya *Fawcett*
kikaba umwihariko wa *Random House, Inc.*
www.ballantinebooks.com
Library of Congress Control Number: 96-96-737
ISBN: 978-0-449-91146-4
Iki gitabo cyakorewe muri Leta Zunze Ubumwe z'Amerika.

Icapisha rya 1 rya *Fawcett*: Nyakanga 1960.
Icapisha rya 1 rya *Ballantine Books Mass Market*: Mut. 1983. Icapisha rya 1 rya *Ballantine Books Trade Editon*: Kanama 1996.

29 28 27 25 24 23

ISBN: 978-99977-0-307-1

ISBN: 979-8-9938743-2-6

Library of Congress Control Number: 2026900237

Hari nimero za ISBN zitandukanye bitewe n'Inzu zikwirakwiza "*Tekereza Ukire.*"

Iki gitabo ni inyunganizi mu cyerekezo cy'ibitekerezo nyunguranama. Nubwo bwose gitanga ibitekerezo bifatika byakungura inama umuntu kandi bikaba bishamikiye ku ngero nyakuri z'amateka y'abantu babayeho ku isi hamwe n'ingamba zitagoye kwifashishwa zafasha abasomyi kwiyubakamo icyizere mu buryo bakoresha *impano* n'*ubutunzi* byabo, nta na hamwe cyasimbura amasomo yo mu *mashuri asanzwe* mu bijyanye n'imari n'icungamutungo, ubujyanama bw'umuryango n'imbonezamubano, ubujyanama bw'abaganga n'abavuzi, ubujyanama bw'abahanga bihariye cyangwa se ubundi buryo bwose bw' ubujyanama bwa kinyamwuga.

IBIKUBIYE MURI IKI GITABO

IRIBURIRO RY'INZU YATANGAJE "TEKEREZA UKIRE"

IGITABO "*Think and Grow Rich*," gifite amateka yihariye. Iki gitabo kiganisha ugisomye ku guhindura ubuzima bwe, maze yaba yari mu bibazo, akava ibuzimu akajya ibuntu; yaba yari mu munezero, akanogerwa, kandi akaryoherwa byisumbuyeho.

Iki gitabo cyatangajwe mu rurimi rw'umwimerere rw'Icyongereza, hanyuma gihabwa umutwe wa *Tekereza Ukire* mu Kinyarwanda mu icapisha rya mbere twagikoreye ryo mu mwaka wa 2021.

Inzira njyabukire zikubiye muri "*Tekereza Ukire*" ziracyafite umumaro mu minsi ya none nubwo bwose zimaze imyaka ikabakaba 90 zitangajwe na Napoleon Hill.

Ubukire buvugwa muri *Tekereza Ukire* buri mu byiciro bitandukanye kandi ntabwo ari ubukire bw'amafaranga gusa ahubwo ni n'ubukire bw'umutima, buganisha ku bushuti buramba, ku mutuzo n'ubwuzuzanye mu ngo, ku bwumvikane muri bizinesi hamwe n'ubwuzuzanye hagati y'umubiri na roho butera amahoro y'umutima, bukera indangagaciro zayo. Uzaburonka usesengura ingufu karemano zitera ugushikama, zishishikaza ubushake bwo kwitegeka, iteganyamigambi, ukwitongera, isangirangendo, ububasha bw'ugushushanya mu bwenge, n'ibindi; kandi nawe wikorera ubusesenguzi, bityo ukaronka imico n'imyifatire izakugeza ku buzima bushyashya *nugera igihe witeguye kuyakira*.

Ngaho rero itegure ubwo bukire bwose nutangira gushyira mu bikorwa amahame avugwa muri iki gitabo hamwe no gukurikira inzira njyabukire zigikubiyemo.

Deepest Books (2026).

IRIBURIRO RY'UMWANDITSI NAPOLEON HILL

MURI BURI MUTWE w'iki gitabo, hagenda hagaruka ibanga ryo kugera ku bukire ryifashishijwe n'abarenga 500 b'abaherwe. Nanjye nkaba naramaze igihe k'imyaka myinshi niga, ngenzura neza iyo nzira banyuzemo.

Iri banga narisangijwe na Andrew Carnegie,[2] mu myaka irenga 25 ishize. Uwo musaza w'umuhanga kandi w'igikundiro ukomoka muri Scotland,[3] iryo banga yaryinjije mu mutwe wanjye ubwo nari nkiri umusore. Nuko yiyicariye mu ntebe ye, andebana amaso ye yuje ibyishimo, maze aranyitegerezaaa agira ngo arebe niba mfite ubwenge bwamfasha gusobanukirwa ibyo yari amaze kumbwira.

Abonye nasobanukiwe, ni ko kumbaza niba nemeye kumara imyaka 20 cyangwa irenga nitegura kumenyesha isi yose iryo banga, nkarimenyesha abagabo n'abagore, bashobora kuzatsindwa urugamba rw'ubuzima bwabo mu gihe byaba bibayeho ko batamenyeshwa iri banga. Nuko ndamusubiza, nti: "Ndabyemeye." None rero, mbifashijwemo na Bwana Carnegie, nujuje inshingano nahawe kandi niyemeje.

Iki gitabo kigaruka inshuro nyinshi kuri iryo banga ryakoreshejwe n'ibihumbi by'abantu, mu byiciro bitandukanye by'ubuzima. Igitekerezo cya Bwana Carnegie, cyari uko inzira y'agatangaza we yari yaranyuzemo ashaka ubutunzi kandi ikamugeza ku bukire butangaje, yakwerekwa abantu badafite igihe cyo kubanza kwiga uko abantu bagera ku butunzi bw'ifaranga. Carnegie yansabye gukora isuzuma n'igerageza ry'iyo nzira no kugaragaza ukuntu yizewe kandi itanyuranya; ibi nkabikora nifashishije inzira zanyuzwemo n'abagabo n'abagore bageze ku butunzi mu nzego zitandukanye. Carnegie yumvaga iyo nzira yakabaye yigishwa mu mashuri yo hasi na Kaminuza zose za Leta, kandi ko biramutse bikozwe uko bikwiye byafasha mu guteza imbere uburezi, ku buryo byagabanya ho nka kimwe cya kabiri k'igihe abanyeshuri bamara ku ntebe y'ishuri.

Mu mutwe uvuga ku "Kwizera," urahabona inkuru itangaje ivuga uko Ikigo "US Steel Corporation"[4] cyabayeho, ku gitekerezo n'ishyirwa mu ngiro ryacyo bikozwe n'umwe mu basore bari biringiye uko Bwana Carnegie yabagaragarije ko iyo nzira n'amahame ayigenga, bigeza ku musaruro ukenewe ku *witeguye kuyikoresha wese.* Umusore witwa Charles Schwab[5] yakoresheje iri hame inshuro imwe gusa, rimugeza ku butunzi bwinshi mu by'amafaranga n'andi mahirwe. Tugenekereje, gukoresha iri hame, byagize agaciro ka *miriyoni 600.*

Ibi rero — kandi bizwi na buri wese wamenye Bwana Carnegie — biraguha igitekerezo nyacyo ku gaciro uzakura mu gusoma iki gitabo; ariko *urasabwa kuba uzi icyo ukeneye.*

Iri hame, abo ryagezeho kandi bakaryifashisha mu nyungu zabo ni ibihumbi n'ibihumbi by'abagabo n'abagore, barikoresheje nk'uko Bwana

Carnegie yari yarabigennye. Bamwe baronse ubutunzi baryifashishije. Abandi baronse intsinzi mu kurikoresha bazana icyerekezo, ubwuzuzanye n'ituze mu ngo zabo. Hari umunyedini warikoresheje uko bikwiye maze rimubyarira umutungo urenze amadorari 75,000 buri mwaka.

Naho Arthur Nash[6], umudozi w'imyenda wo mu mugi wa Cincinnati,[7] amaze kubona ko yari hafi kugwa mu gihombo muri bizinesi ye, yarikoresheje "bigezo," asa n'ukora ubushakashatsi ngiro. Bizinesi yarazanzamutse, nuko izanira ubutunzi ba nyirayo. Uyu munsi, iyo bizinesi iracyahagaze neza nubwo bwose Bwana Nash yigendeye! Iyi mikorere yagaragaje ubudasa ku buryo ibitangazamakuru byayigeneye agaciro k'arenga miriyoni y'amadorari yaturutse mu iyamamaza.

Iri banga ryahishuriwe uwitwa Stuart Austin Wier[8] w'i Dallas[9] muri Texas.[10] Yari ageze igihe cyo kurisobanukirwa, nuko ararisobanukirwa bihagije, ku buryo yahagaritse akazi yakoraga, akajya kwiga Amategeko. Yaba yarageze ku ntego? Iyo nkuru na yo iragarukwaho muri iki gitabo.

Mu gihe nakoraga nk'Ushinzwe Kwamamaza mu Ishami rya Kaminuza ya La-Salle,[11] Kaminuza yasaga n'isigaye ku izina gusa, nagize umugisha wo kubona J.G. Chapline,[12] Umuyobozi Mukuru wa Kaminuza, yifashisha mu buryo bukwiye iryo hame; maze yagura ishuri rya La-Salle arihindura rimwe mu mashuri manini mu gihugu.

Iryo banga mvuga rigarukwaho inshuro zitari munsi y'ijana muri iki gitabo. Nyamara ntabwo rivugwa mu izina kuko mu byagaragaye, rigira agaciro cyane iyo rigaragajwe kandi rigashyirwa ahabona, ku buryo abiteguye kandi barishakisha bashobora kurisamira hejuru. Ni na yo mpamvu Bwana Carnegie yaritereye mu mutima wanjye atuje, atampaye izina ryihariye ryaryo.

Niba witeguye kurikoresha, urarisanga muri iki gitabo nibura inshuro imwe muri buri Mutwe. Nashimishwa no kugira umugisha wo kukubwira ukuntu uzamenya niba witeguye kuryakira, nyamara ibi byakubuza igice kinini cy'umunezero uzagira mu gihe uzaba uryivumburiye wowe ubwawe.

Koko rero, niba warigeze ugera aho ucika intege, niba warigeze ugira ibibazo ugomba gukemura bikaguca intege zose, niba warigeze ugerageza ntugere ku ntego, niba warigeze uterwa ubumuga n'indwara cyangwa ukagira ubumuga bw'ingingo, iyi nkuru y'uko umuhungu wanjye yavumbuye kandi agakoresha ibanga rya Carnegie, yakubera "Inyenyeri waba warimo ushakisha mu Mwijima wo Kwiheba."

Iri banga ryakoreshejwe inshuro nyinshi na Perezida Woodrow Wilson[13] mu Ntambara ya Mbere y'Isi. Ryahabwaga buri musirikare, rinyujijwe mu mahugurwa yahabwaga mbere yo kujya ku rugamba. Perezida Wilson yambwiye ko ryagize uruhare rukomeye mu bukangurambaga bwo gukusanya amafaranga yakenerwaga ku bijyanye n'urugamba.

Umwihariko kuri iri banga, ni uko abo ryahishuriwe kandi bakarikoresha, boroherwa no kugera ku ntsinzi! Niba ushidikanya kuri ibi, fata umwanya usesengure abarikoresheje aho bavugwa hose hamwe n'ibyo bagezeho, uremera.

Utigomwe ntacyo ageraho!

Iri banga mvuga nta wurihabwa atagize icyo yigomwa, atagize ikiguzi atanga; nubwo bwose ikiguzi kiri munsi cyane y'agaciro karyo. Nta warironka ku giciro icyo ari cyo cyose, ku barishakisha badashyizeho akabo. Nta wariha undi. Nta warigura amafaranga, kuko urishakisha arironka mu bice bibiri. Igice kimwe kiba gifitwe n'abiteguye kuryakira.

Iryo banga rifasha ku buryo bumwe kandi bukwiye abiteguye kuryakira bose. Kwiga amashuri asanzwe ntaho bihuriye na ryo. Kera ntaravuka, iryo hame ryifashishijwe na Thomas A. Edison; maze arikoresha uko bikwiye mu buryo bw'abahanga, nuko rimugeza ku kuvumbura ibintu byinshi ku isi, nubwo bwose yari yaramaze mu ishuri risanzwe amezi atatu gusa.

Iryo banga kandi ryahishuriwe Edwin C. Barnes[14] wakoranaga na Bwana Edson. Yarikoresheje uko bikwiye, rimugeza ku butunzi bwinshi, mu gihe mbere yinjizaga gusa ibihumbi 12 by'amadorari ku mwaka. Ubwo butunzi, bwatumye ahagarika imirimo ye yose hakiri kare, atangira ikiruhuko akiri muto cyane. Amateka ye arasobanuye mu ntangiriro y'Umutwe wa Mbere w'iki gitabo. Ibi rero, byakabaye bikwereka ko ubutunzi budaciye ukubiri nawe. Bikakwereka ko ushobora kuba uwo wifuza. Bikakwereka ko kugira amafaranga, kumenyekana, kwizerwa, kugira ibyishimo, bishobora kugerwaho n'abiteguye kandi baharanira kuronka iyi migisha.

Hagati aho wabaza uti: "Ni gute namenya ibyo bintu?" Urabona igisubizo mbere y'uko ugera ku musozo w'iki gitabo. Nyamara, ushobora no kubona icyo gisubizo mu Mutwe wa Mbere cyangwa se ku rupapuro rwa nyuma rw'iki gitabo.

Mu myaka 20 namaze, mu gihe narimo nkora imirimo y'ubu bushakashatsi nk'uko nari nabisabwe na Bwana Carnegie, nasesenguye imikorere y'amagana y'abantu bakomeye bazwi. Abenshi muri bo bemeje ko ubutunzi butagereranywa bwabo, babukesha kuba baramenye ibanga rya Carnegie. Muri abo navuga:

HENRY FORD[15]
WILLIAM WRIGLEY JR.[16]
JOHN WANAMAKER[17]
JAMES J. HILL[18]
GEORGE S. PARKER[19]
E. M. STATLER[20]
HENRY L. DOHERTY[21]
CYRUS H. K. CURTIS[22]
GEORGE EASTMAN[23]
THEODORE ROOSEVELT[24]
JOHN W. DAVIS[25]
ELBERT HUBBARD[26]
WILBUR WRIGHT[27]
WILLIAM JENNINGS BRYAN[28]
DR. DMTIS STARR JORDAN[29]
J. ODGEN ARMOUR[30]
CHARLES M. SCHWAB[31]
HARRIS F. WILLIAMS[32]
DR. FRANK GUNSAULUS[33]
D. WILLIARD[34]
KING GILLETTE[35]
RALPH A. WEEKS[36]
JUDGE D. T. WRIGHT[37]
JOHN D. ROCKEFELLER[38]
THOMAS A. EDISON[39]
FRANK A. VANDERLIP[40]

F. W. WOOLWORTH[41]
COL. R. A. DOLLAR[42]
EDWARD A. FILENE[43]
EDWIN C. BARNES[44]
ARTHUR BRISBANE[45]
WOODROW WILSON[46]
WM. HOWARD TAFT[47]
LUTHER BURBANK[48]
EDWARD W. BOK[49]
FRANK A. MUNSEY[50]
ELBERT H. GARY[51]
DR. A. GRAHAM BELL[52]
JOHN H. PATTERSON[53]
JULIUS ROSENWALD[54]
STUART AUSTIN WIER[55]
DR. FRANK CRANE[56]
GEORGE M. ALEXANDER[57]
J. G. CHAPPLINE[58]
HON. JENNINGS RANDOLPH[59]
ARTHUR NASH[60]
CLARENCE DARROW[61]

Aba bantu, ni umubare muto cyane mu Banyamerika benshi bazwi, bafite ibyo bagezeho haba mu butunzi bw'amafaranga cyangwa ubundi butunzi, werekana ko abifashisha ibanga rya Carnegie, bagera ku ntera yo hejuru mu buzima bwabo. Nta muntu n'umwe nzi, wavumbuye kandi agakoresha iri banga, utarageze ku ntsinzi itagereranywa mu byo yahisemo kurigeragerezamo. Nta muntu n'umwe nzi, waba yarageze ku kwigaragaza kudasanzwe cyangwa se ngo aronke ubutunzi ubwo ari bwo bwose atigeze, atabikesheje iri banga. Ngendeye kuri izi mpamvu zombi, ndemeza ko iri hame rigenderwaho, rifite uruhare runini mu bumenyi bw'ibanze mu kwiha icyerekezo; ndetse rikaba rirenze icyo umuntu wese akura mu byo bakunze kwita "amashuri."

Mbese reka turebe muri rusange. Ariko ubundi, *ishuri* ni iki? Urasanga igisubizo kirambuye muri iki gitabo.

Ubwo uraba urimo usoma, urabona iryo banga rikwiyeretse riturutse mu mirongo y'iki gitabo, *niba witeguye kuryakira*! Niryiyerekana, urahita urimenya. Waronka ikimenyetso mu Mutwe wa Mbere cyangwa se usoza w'iki gitabo, uhagarare gato *uryakire*, uzamure ikirahuri cyawe, uti : "Nishimiye iri yerekwa;" kubera ko uwo mwanya ari bwo uzaba ufashe icyerekezo gihebuje cy'ubuzima bwawe.

Uko usoma igitabo kandi uzirikane ko kivuga ku bigaragarira amaso, aho kubara inkuru z'impimbano; kuko intego yacyo ari ukumenyekanisha ukuri guhebuje mu isi kugaragaza ko uwo ari we wese *witeguye*, ashobora gusobanukirwa *icyo agomba gukora* n'*uko gikorwa,* kandi bikamuha ingufu zituma atangira urwo rugendo.

Mu gusoza iri riburiro, mbere y'uko utangira gusoma Umutwe wa 1, ndagira ngo ntange icyitegererezo kigufasha kumenya ibanga rya Carnegie. Aho ubirebera ni aha: *ibyo wageraho byose, ubutunzi ubwo ari bwo bwose wabona, byose bitangirira ku gitekerezo!*

Niba witeguye kwakira iryo banga, bisobanuye ko ufite kimwe cya kabiri cyaryo. Naho ikindi gice urakibona ubwo kiraba kimaze kwinjira mu mutima wawe.

NAPOLEON HILL (1937).

UBUKUNGU NTABWO ARI AMAFARANGA GUSA,

AHUBWO BY'UMWIHARIKO NI

AMAHURIRO Y'ABAHANGA AFITE

IMIKORERE N'ICYEREKEZO BIBONEYE

KU RWEGO RWO HEJURU, AKABA ARI YO ASHYIRAHO

GAHUNDA IBONEYE YO GUKORESHA AMAFARANGA

KU BURYO BUFITIYE UMUMARO IMBAGA KANDI

BUKAYIZANIRA INYUNGU.

IRIBURIRO RY'UMWANDITSI INNOCENT HITIMANA

MU MWAKA WA 2017, nari umukorerabushake mu Gihugu cya Repubulika ya Centrafrique.[62] Umunsi umwe naraye nje mu kiruhuko nkibyuka, mbona igitabo kirambitse ku kameza kari ahagana ku musego w'igitanda. Ndakibatura, ndeba umutwe wacyo, ngenekereje mu Kinyarwanda, uwo mutwe wari mu magambo asobanuye ngo "*Intsinzi iturutse ku Mitekerereze Iboneye,*" cyanditswe na Napoleon Hill afatanyije na W. Clement Stone.[63] Ndagifungura. Ngitangira kugisoma ku rupapuro rwa 13, mbona umutwe wa mbere ugira, uti: "Sobanukirwa ikiremwa-nyabuzima gitangaje." Numva ngize amatsiko menshi, nibaza icyo kiremwa icyo ari cyo. Icyo gitabo cyari mu Gifaransa, uwo twashakanye yari yaragihaweho impano n'umuvandimwe we. Nuko aho atahiye nimugoroba, ndakimutira ngo nzagisome cyose kandi ntuje bihagije ubwo nzaba ndi mu rugendo nsubira mu kazi. Arakintiza.

Nabanje rero gusoma igitabo cyanditswe na Napoleon Hill afatanyije na W. Clement Stone; cyari cyarahinduwe mu Gifaransa. Maze kugisoma, nibwo nafashe icyemezo cyo kugura ikiri mu rurimi rw'Icyongereza, kuko numvaga nanjye nshaka gutunga icyo gitabo; bityo, mpitamo kukigira mu rurimi rw'umwimerere cyanditswemo.

Ubwo rero, nibwo kandi natangiye gukora ubushakashatsi kuri murandasi, nshakisha amakuru ajyanye n'ikindi gitabo nari nasanze kivugwa cyane mu cyo narimo nsoma. Icyo gitabo kindi cyavugwaga ni THINK AND GROW RICH, cyanditswe na Napoleon Hill mu mwaka wa 1937. Ubwo nasomaga kuri murandasi, nahawe inama ko biboneye gusoma ibi bitabo byombi, kuko bifite injyana ku bashaka kumenya uko abantu baguka mu bitekerezo maze bakagera ku ntsinzi n'ubutunzi bashaka.

Nuko ngura ibi bitabo byombi. Mbanza gusoma "*Intsinzi iturutse ku Mitekerereze Iboneye,*" iri mu rurimi rw'umwimerere rw'Icyongereza. Mu gihe nari ntangiye gusoma iki gitabo, icapisha ryo mu mwaka wa 1987, natangajwe no kwinjirira ahanditse ngo "Ibanga rihebuje ryo kugera ku ntsinzi: nta ryo."

Mbese nawe usomye ibyo watangara? ...!

Maze gusoma "SUCCESS THROUGH A POSITIVE MENTAL ATTITUDE," nahise nkomereza kuri "*Tekereza Ukire.*" Iki nagisomye inshuro ebyiri, ngahora nibaza, nti "ibanga ryo gukira, ryo kongera ubutunzi, ryo kugera ku ntera n'intego umuntu ashaka, ni irihe?" Ntaryo nshobora kukubwira, ariko rirahari, uraribona muri iki gitabo; ubwo uraba ugeze igihe witeguye kuryakira.

Muri ubwo buzima bwo gushakashaka no gusobanukirwa ibanga ryo kugera ku butunzi, naje kuzirikana inama umwanditsi Robert Heinlein[64] yagiriye abantu; ati: "*Iyo umuntu yigisha, hasobanukirwa babiri.*" Nguko uko kuva ku ya 19 Mata 2019, nafashe icyemezo cyo gushyira THINK AND

GROW RICH mu Kinyarwanda, ngira ngo nshobore kwiga byimbitse iki gitabo, no "kugisangiza" abakoresha ururimi rw'Ikinyarwanda cyonyine mu gusoma no kwiga, baba bafite inyota n'inzozi byo gusobanukirwa no gukurikira inzira njyabukire.

Ndashimira *Napoleon Hill Foundation* yanyemereye gucapisha no gutangaza "*Think and Grow Rich* mu Kinyarwanda."

Ndashimira abamfashije kunoza imyandikire bose.

Mu gusoza iri jambo, ndamenyesha ko iri capisha rya kabiri ry'igitabo *Think and Grow Rich* mu Kinyarwanda, rishobora kuba atari ryo bamwe mu banozamvugo b'uru rurimi baba bategereje n'ubwo bwose hari imvugo nyinshi zagiye zinozwa ugereranyije n'icapisha ryo mu mwaka wa 2021. Uko biri kose, sinshidikanya ko hagikenewe inama, ibitekerezo n'ubundi bufasha kugira ngo iki gitabo kizakorerwe irindi capisha mu Kinyarwanda mu buryo bunoze kurushaho.

Ndashimira abagize ubwitange mu buryo ubwo ari bwo bwose kugira ngo iri capisha rikorwe.

Ndabashimira cyane mwe mwese abasoma "Tekereza Ukire," maze mugatangira gukurikira ibitekerezo bikubiyemo cyangwa mugakomeza izo nzira, mukabihuza na gahunda mwifitiye ubwanyu n'izo mufitiye umuryango mugari w'Abanyarwanda muri uru rugendo rw'iterambere muntu arimo.

Ibitekerezo ni ubutunzi.

INNOCENT HITIMANA
Icapisha rya Kabiri
2026.

UMUTWE WA 1: IBITEKEREZO NI UBUTUNZI

UMUGABO "WATEKEREJE" INZIRA YO KUBA UMUFATANYABIKORWA WA THOMAS A. EDISON

BURYA KOKO "ibitekerezo ni ubutunzi," bikaba bifite ingufu nyinshi iyo bihujwe n'icyerekezo kiboneye, bigahuzwa n'ubudacogora hamwe n'ugushaka guhebuje ko kubihindura bikavamo ubutunzi cyangwa ibindi bintu bifatika.

Mu myaka ishize, uwitwa Edwin C. Barnes[65] yashoboye kwivumburira ukuri kose kujyanye n'uko abantu batekereza bagakira. Icyo yavumbuye ntabwo cyamwigaragarije cyose ku nshuro ya mbere. Cyagiye cyuzura buhoro buhoro, uhereye ku bushake budacogora bwo kuba umufatanyabikorwa w'ikirangirire Thomas A. Edison.

Kimwe mu by'ingenzi byarangaga ugushaka kwa Barnes ni uko kwari *kuboneye*. Yashakaga kuba *umufatanyabikorwa* wa Edison. Ntiyashakaga kuba *umukozi* we. Ngaho rero, kurikira ubyitayeho inzira yakoresheje kugira ngo ugushaka kwe gushyirwe mu ngiro, bityo biragufasha gusobanukirwa amahame agenga inzira njyabukire.

Ubwo yagiraga mu mutima we uku *gushaka* cyangwa iki gitekerezo, ntabwo yari afite uburyo bwo kugira icyo agikoraho ako kanya. Imbere ye hari imbogamizi ebyiri. Iya mbere: ntiyari azi Bwana Edison. Iya kabiri: nta mafaranga ahagije yari afite ku buryo yakwiyishyurira tike ya gari ya moshi yari kuzamugeza ahitwa Orange[66] muri New Jersey.[67]

Izi mbogamizi zombi zajyaga kuba zihagije, kugira ngo acike intege nkuko abenshi byabagendekera bikaba byababuza kugerageza kugera ku *gushaka* kwabo. Nyamara ugushaka kwa Barnes ntikwari gusanzwe!

Umuhanzi n'umuhashyi.

Akigera kuri raboratwari ya Bwana Edison, yahise amenyesha ko aje kuba umufatanyabikorwa w'uwo muhanga wahanze ibintu byinshi. Ubwo Bwana Edison yavugaga uko yabonanye ku nshuro ya mbere na Barnes; yaragize, ati:

"Yahagaze imbere yanjye asa n'umuhashyi usanzwe, *ariko wamureba mu maso ukabonamo ubutumwa bukubwira ko yari yiyemeje kugera ku cyo yaje gushaka.* Nanjye rero mu bunararibonye mfite ku mibereho y'abantu, nasanze iyo umuntu *ashaka* ikintu, akaba *agishaka* ku buryo yiteguye gutanga ubuzima bwe bwose kugeza akibonye, burya aba yiteguye kukigeraho. Nahise mwemerera icyo yashakaga, kuko *nabonaga yaramaze kwitegura mu mutwe we gukomeza ugushaka kwe kugera ageze ku ntsinzi.* Ibyakurikiyeho byagaragaje ko nta kwibeshya kwabayeho."

Nyamara, ntabwo uko uwo musore yagaragaraga ari byo byaba byaramuhesheje gukorera mu Biro bya Edison, kuko uko yasaga ntibyari bihuye n'akazi yabonye; ahubwo icy'agaciro ni imitekerereze ye yagendeweho. Barnes ntiyashoboye kuba umufatanyabikorwa wa

Edison nyuma y'ibiganiro bagiranye ku ikubitiro, ahubwo yahawe umwanya wo gukora mu Biro bya Edison, ahembwa umushahara muto udahinduka.

Amezi n'amezi yarashize, nyamara ukabona mu by'ukuri nta gishya kigaragaza ko Barnes agera ku gushaka kwe, ugushaka yari yarateye mu mutima we ari *intego ye iboneye kandi isumba izindi.* Cyakora hari ikintu cy'agaciro cyarimo kiba mu mutima wa Barnes. Yahoraga buri gihe yubaka *ugushaka* kwe ko kuba umufatanyabikorwa wa Edison.

Abahanga mu kumenya imitekerereze n'imyitwarire ya Muntu babivuze ukuri koko; ngo "Iyo umuntu yiteguye neza ikintu, kiramwigaragariza."

Barnes yari yiteguye kuba umufatanyabikorwa wa Edison, ikindi kandi, yari yiteguye gutegereza kugeza aronse icyo ashaka.

Ntabwo Barnes yibwiye, ati: "Ibi na byo! Bimaze iki? Ndabona ngomba guhindura imitekerereze yanjye, hanyuma ngasaba akazi ko gucururiza Bwana Edison." Ahubwo yitongeraga akomeje, ati: "Naje hano kuba umufatanyabikorwa wa Edison, kandi nzabigeraho; kabone n'ubwo byamfata igihe cyose cy'ubuzima nsigaranye." *Yari asobanukiwe ibyo*! Ubundi se, ni iki kindi abantu bavuga uretse kwiha intego iboneye, kandi bakayikomeraho kugeza igihe ibaye ndakumirwa!

Byashoboka ko muri icyo gihe umusore Barnes yari atarasobanukirwa neza ibi, nyamara uko kwiyemeza kwe kutajegajega, uko kudacika intege kwe kuyobowe n'ugushaka gusa, byari bihagije kugira ngo bimufashe gukuraho imbogamizi zose, hanyuma bimwereke inzira yashakishaga.

Amahirwe yihisha mu rucantege.

Igihe Barnes yari bugufi kugera ku cyo yashakaga, iyo nzira yamwigaragarije mu ishusho atamenyereye, ndetse itangiriye aho atari yiteze. Iryo ni rimwe mu mayobera atangirana n'amahirwe. Amahirwe agira akageso ko kwinjirira mu gikari, hanyuma akaba yitwikiriye igisa n'akaga cyangwa se ugutsindwa by'igihe gito. Wasanga ari na yo mpamvu ituma abantu benshi batagira umugisha wo gusobanukirwa ko amahirwe ahagaze imbere yabo.

Muri icyo gihe, Bwana Edison yari amaze gukora indi mashini nshya ikoreshwa muri ofisi, yitwaga, "Imashini Isomera Abantu Yakozwe na Edison." Abagurishaga ibicuruzwa bya Edison, ntibari bashishikajwe n'iyo mashini. Ntibemeranyaga ko kuyigurisha byakorwa ku buryo bworoheye ubikora. Nuko Barnes aba abonye amahirwe ye. Ayo mahirwe yaraje buhoro buhoro yihisha mu mashini idasanzwe, yari ishishikaje gusa Barnes hamwe n'uwayikoze.

Barnes yari azi ko ashobora kugurisha iyo mashini. Nibwo yabisobanuriye Edison, nuko ahita agirirwa icyizere. Kandi koko yarayigurishije pe! Yayigurishije uko bikwiye ku rugero rwo hejuru, ku buryo Edison yagiranye amasezerano y'ubufatanyabikorwa na we yo kuyikwirakwiza no kuyigurisha hose mu gihugu. Uku kwihuza muri bizinesi kwatumye Barnes agera ku butunzi bw'ifaranga, kandi yageze ku kintu cy'agaciro ntagereranywa: yagaragaje ko umuntu ashobora koko "Gutekereza Agakira."

Mbese mu by'ukuri ni akahe gaciro-faranga kahwana n'uko *gushaka* kwa Barnes? Ntaho nahera mbimenya. Wasanga kwaramuzaniye miriyoni 2 cyangwa 3. Uko ayo mafaranga yaba angana kose, aragaragara ko ari make nituyagereranya n'ibyo yaronse, aho Barnes yashoboye gusobanukirwa byuzuye, ko *ingufu ntabonwa zibyara igitekerezo umuntu yiyumvisemo, zishobora guhindurwamo ikintu bihwanye gifatika* hakoreshejwe amahame azwi.

Barnes *yatekereje* neza neza ari umufatanyabikorwa w'ikirangirire Edison. Yatekereje afite ubutunzi. Nta kindi yari afite cyo guheraho uretse ubushobozi bwo kumenya icyo yashakaga hamwe n'ubudacogora bwo gukomeza ugushaka kwe kugeza ageze ku ntsinzi.

Intambwe 3 mbere yo kugera kuri zahabu.

Kimwe mu bihora bitera gutsindwa ni akamenyero ko guhagarika icyo umuntu yari yiyemeje, iyo ahuye n'ugutsindwa kw'igihe gito. Buri muntu yicuza iri kosa mu buzima.

Nyirarume w'uwitwa R. U. Darby[68] yafashwe n' "indwara yo gukunda zahabu" muri ya minsi abantu birukiraga zahabu, nuko bakajya mu Burengerazuba "gucukura" kugira ngo bagere ku bukire. Uyu we ntiyari yarigeze ata mu gutwi imvugo y'uko zahabu "zicukurwa" mu bwonko bw'abantu zirusha ubwinshi iziva mu butaka. Nuko ariyemeza, ajya gucukuza ipiki n'igitiyo.

Nyuma y'ibyumweru n'ibyumweru acukura, aba ahingutse ku kirombe cya zahabu. Atangira gukenera imashini kugira ngo azashobore kuzamura "iryo buye," maze arigeze hejuru ku butaka. Nuko agira atya apfuka neza cya kirombe, asubira iwabo muri Williamsburg[69] muri Leta ya Maryland,[70] maze ateranya abavandimwe be n'abaturanyi bake ababwira ibyo "yavumbuye." Bose hamwe bakusanya amafaranga yo kugura imashini zari zikenewe, nuko zose zoherezwa ku kirombe. Darby na nyirarume bagaruka mu kazi ku kirombe.

Ikamyo ya mbere ipakiye ubutaka burimo zahabu yagurishijwe ku "ruganda rucura ibyuma." Inyungu yavuyemo yagaragazaga ko bari bavumbuye kimwe mu birombe bifite ubukungu bwinshi muri Colorado![71] Izindi kamyo nkeya zajyaga kwishyura umwenda wose. Hanyuma hagakurikiraho kuronka inyungu nyinshi cyane.

Uko bakomezaga gucukura bagana hasi ni na ko icyizere cya Darby na nyirarume cyiyongeraga! Nuko haba hadutse kidobya! Ibuye ryavagamo zahabu rirabura. Bari bamaze kugera ku musozo w'uruziga kandi rwa rutare bakurikiranaga ntirwari rukigaragara. Nuko baracukura, baracukura n'imashini bifuza kongera kugera ku rutare rufite zahabu ariko baraheba!

Kera kabaye biyemeza kuvirira!

Bagurisha n'*umudeyi* imashini zose ku dufaranga duke, burira gari ya moshi barataha. Wa "mudeyi" agira atya, aba ahamagaje umwenjenyeri uzobereye mu by'ibirombe bicukurwamo amabuye y'agaciro, amusaba "kureba" icyo kirombe, hanyuma akamukorera imibare. Umwenjenyeri yanzura ko umushinga wahombye, kubera ko ba nyirawo batari bafite ubunararibonye no gusobanukirwa ibyerekeye "imirongo igaragaza itandukaniro ry'uburemere mu rutare." Imibare yakoze, yagaragazaga ko zahabu ziri mu ntambwe eshatu uvuye aho bene Darby bahagarikiye. Ni aho nyine bazisanze!

Wa "mudeyi" yakuye muri icyo kirombe amamiriyoni y'amadorari kubera ko yamenye gushaka inama y'abafite ubumenyi bwihariye mbere yo kuvirira.

"Sinzigera mpagarikwa na 'Oya' y'abantu."

Nyuma y'igihe kirekire, Bwana Darby yongera kwisubiza ibyo yari yarahombye *amaze kuvumbura ko* ugushaka gushobora guhindurwamo zahabu. Ibyo yabivumbuye ubwo yari yinjiye muri bizinesi yo gucuruza ubwishingizi bw'ubuzima.

Uko yibukaga ukuntu yahombye ubutunzi bwinshi kubera ko yagarukiye mu ntambwe eshatu hafi ya zahabu, byamuhaye ubunararibonye mu murimo mushya yari yiyemeje; maze agakoresha uburyo bwo kujya yitongera, ati: "Nagarukiye mu ntambwe eshatu hafi ya zahabu, nyamara sinzigera mpagarikwa na *'OYA' y'abantu* mu gihe nzaba mbagurishaho ubwishingizi."

Darby ni umwe mu bagize itsinda rito ry'abantu bacuruza arenze miriyoni imwe y'amadorari buri mwaka, bayakuye mu bwishingizi bw'ubuzima. Uko "gushikama" kwe, yagukuye ku isomo yakuye mu "kuvirira" kwe, mu gihe yari mu mirimo yo gucukura zahabu.

Mbere y'uko intsinzi igera mu buzima bwa buri muntu wese, abanza gucika intege by'akanya gato ndetse rimwe na rimwe bikaba byasa nk'aho atsinzwe. Kandi burya iyo umuntu abaye nk'utsinzwe, icya mbere cyoroshye akora, rimwe na rimwe kinumvikana ni uguhagarika ibyo yakoraga. Ibi ni byo abantu benshi bakora.

Abarenze 500 mu bageze ku ntego zabo mu bantu iki gihugu cyagize, babwiye umwanditsi ko intsinzi yabo idasanzwe bayigezeho nyuma y'ugutsindwa kw'igihe gito mu byo bakoraga. Ugutsindwa rero ni nk'inyaryenge iryegana uburyarya. Yinezeza mu gisa no guhagarika umuntu mu gihe aba abona intsinzi yayikozaho imitwe y'intoki.

Gusaba amasenti 50: Isomo ryo gutitiriza.

Amaze gushyika ku bunararibonye buhagije akuye mu miruho y'ubuzima no kwiyemeza kubakira ku byo yigiye mu murimo w'ubucukuzi bw'amabuye y'agaciro, Bwana Darby yagize amahirwe yo kubona ikintu cyamugaragarije ko "oya" idasobanura buri gihe "oya."

Umunsi umwe, hari nyuma ya saa sita, arimo afasha nyirarume gutunganya ingano aho bazisekuraga mu "mashini" ishaje. Nyirarume yari ashinzwe imirimo y'ifamu nini cyane yari ituwemo n'abahinzi-borozi benshi batari abazungu. Nuko buhoro buhoro urugi rurakinguka, maze umwana muto w'umukobwa w'umwe mu batuye mu ifamu aba arinjiye, ahagarara hafi y'urugi.

Marume yubura amaso, akibona uwo mwana, aramukankamira, ati: "Urashaka iki?" Umwana amusubizanya umutuzo, ati: "Mama arambwiye ngo mwoherereze amasenti 50."

Marume aramwuhura, ati: "Ntabyo nkora. Ngaho subira mu rugo vuba."

Umwana aramusubiza, ati: "Yego Nyakubahwa." *Ariko ntiyava aho ahagaze.*

Marume yikomereza akazi karamutwara ku buryo atigeze amenya ko wa mukobwa yari akiri aho. Yongeye kubura amaso abona agihari, nuko arongera aramukankamira, ati: "Nakubwiye ngo ujye mu rugo! Ngaho genda cyangwa nze ngushishure."

Wa mukobwa arasubiza, ati: "Yego Nyakubahwa." *Ariko ntiyanyeganyeza ikirenge.*

Marume aterera hasi umufuka w'ingano yari agiye gushyira mu cyuma, atora igisate cy'urubaho, nuko atera intambwe agana aho wa mwana yari ahagaze ariko agaragara nk'udatuje mu maso.

Nuko Darby ananirwa guhumeka. Yumvaga amaso ye asa n'agiye kubona ishyano ry'urugomo. Yari azi ko nyirarume agira kamere-nyamaswa.

Nuko nyirarume ageze hafi y'aho wa mwana yari ahagaze, na we atera intambwe imwe agana imbere, yubura amaso aramureba, maze umwana ararangurura n'ijwi rirangira cyane, kati: "*Mama agomba kubona ayo masenti 50*!"

Marume arahagarara, amara nk'umunota amureba, nuko yitonze ashyira hasi cya kibaho, akora mu mufuka, akuramo amasenti 50 ayahereza wa mukobwa.

Umwana yakira ya mafaranga. Agenda asubira inyuma buhoro buhoro agihanze *amaso wa mugabo yari amaze kuganza.*

Uwo mwana amaze kugenda, marume yicara ku gisanduku cyari aho, maze ahanga amaso hanze arebera mu idirishya mu gihe kirenze iminota 10. Yarimo azirikana "inkoni" yari amaze gukubitwa.

Bwana Darby na we ku ruhande rwe yarimo atekereza. Kuva yabaho nibwo bwa mbere yari abonye umwana "w'abatuye ifamu" yigarurira umuntu mukuru w'umuzungu. Mbese ni gute uriya mwana yabigenje? Ni iki cyatumye marume atakaza kamere-nyamaswa ye agatuza nk'umwana w'intama? Ni izihe mbaraga zitamenyerewe uyu mwana yakoresheje zatumye ari we uganza mu byabaye? Ibi bibazo n'ibindi bisa na byo byari byinshi mu mutwe wa Darby. Cyakora yabiboneye igisubizo hashize igihe ubwo yambwiraga iyi nkuru.

Igitangaje ni uko iyi nkuru idasanzwe yabwiwe umwanditsi muri rwa ruganda rutunganya ingano aho n'ubundi nyirarume wa Darby "yakubitiwe."

Ububasha budasanzwe bw'umwana.

Duhagaze aho muri urwo ruganda rushaje, Bwana Darby yasubiyemo iyo nkuru yerekeye ukuganzwa kudasanzwe, nuko asoza abaza, ati: "Mbese ni iki mwe mukuyemo? Ni ubuhe bubasha butamenyerewe uriya mwana yakoresheje bwatsinsuye marume?"

Igisubizo kuri iki kibazo kiragaragara mu mahame asobanurwa muri iki gitabo. Ni igisubizo cyuzuye neza. Kigaragaramo ibisobanuro n'amabwiriza yuzuye yafasha uwo ari we wese gusobanukirwa no kwifashisha imbaraga uriya mwana "yasitayeho" atabizi.

Fungura umutima wawe ntuhuge, uraza kubona neza neza imbaraga zitamenyerewe zaje kurengera uriya mwana, uraza kuzicakira mu Mutwe ukurikiyeho. Hari ahantu mu gitabo uraza guhura n'igitekerezo kiza kwihutisha "ububasha bwawe bwo kwakira," ari na bwo bukugeza aho ushobora gukoresha izo mbaraga ndakumirwa mu nyungu zawe. Kumenya ko ufite ubu bubasha bishobora kukugaragarira mu Mutwe wa Mbere, cyangwa se mu mitwe ikurikiraho. Ubwo bubasha bushobora no kukwigaragariza nk'igitekerezo cyonyine. Bushobora kandi kukwigaragariza nka gahunda cyangwa intego y'ibyo ushaka gukora. Nabwo kandi bushobora kukwigaragariza bugarura ishusho y'ibyakubayeho mu gihe cyashize aho wacitse intege cyangwa watsinzwe, maze uyu munsi ukabona amasomo wabikuyemo, bityo ukaba wakongera kwisubiza ibyo wahombye byose muri icyo gihe wakubiswe inshuro.

Maze gusobanurira Bwana Darby imbaraga uriya mwana yakoresheje atanabizi, yahise "yireba" mu myaka 30 amaze acuruza ubwishingizi bw'ubuzima. Yanyemereye rwose ko intsinzi yagize muri uru rwego ifite aho ihuriye n'isomo yigishijwe n'uwo mwana.

Nuko Bwana Darby, yungamo, ati: "Buri gihe iyo umukiriya yampakaniraga ko adashaka kugura, nahitaga mbona wa mwana ahagaze harya muri rwa ruganda rutonora ingano, amaso ye manini acanye, ni bwo nahitaga nibwira ngo 'Ngomba kugurisha ubu bwishingizi.' Ubwinshi mu bwinshingizi nagurishije, nabugurishaga umukiriya yari yabanje kumpakanira, ati: 'OYA' singura."

Yibuka nanone ikosa yakoze ubwo yagarukiraga mu ntambwe 3 yenda kugera kuri zahabu. Nuko aravuga, ati: "Cyakora kuriya gutsindwa hariya kwambereye urumuri rutagaragaraga." Nigiyemo gukomeza gutera intambwe ntitaye ku buryo bigoye; iri rikaba ari isomo nari nkeneye gutsinda mbere y'uko ngira ikindi kintu icyo ari cyo cyose nagiramo intsinzi."

Sinshidikanya ko iyi nkuru ya Bwana Darby na nyirarume, inkuru y'umwana w'umwe mu batuye mu ifamu, hamwe n'iyi nkuru y'ikirombe cya zahabu zizasomwa n'amagana y'abantu batunzwe no gucuruza ubwishingizi bw'ubuzima. Umwanditsi arifuza gusaba aba bose na bo gushyira mu buzima bwabo ubu bunararibonye, nk'uko bwafashije Darby kwinjiza arenga miriyoni y'amadorari buri mwaka, ayakuye mu kugurisha ubwishingizi bw'ubuzima.

Ibyo Bwana Darby yanyuzemo kiriya gihe byari ibintu bisanzwe kandi byoroheje, ariko kubera ko byamubereye umuyoboro w'icyerekezo cye cy'ubuzima, byamuzaniye agaciro kari ku ntera imwe n'ubuzima bwe. Yagize amahirwe yo kugira isomo yigira muri biriya bintu 2 yabonye kuko yabisesenguye, nuko agasobanukirwa isomo ririmo. Ku rundi ruhande se, ni iki twavuga ku muntu utagira igihe n'umwanya wo gusesengura aho yatsindiwe kugira ngo akuremo ubumenyi bwamufasha kugera ku ntsinzi? Ni he cyangwa se ni gute umuntu nk'uwo azamenya gufata inshuro yakubiswe akayikoramo ikiraro kimuyobora ku ntsinzi?

Iki gitabo cyaranditswe kugira ngo gisubize ibibazo nk'ibyo.

Igitekerezo kimwe "kiboneye" ni cyo ukeneye.

Mu gushaka no kugaragaza igisubizo kuri ibyo bibazo hasobanuwe amahame 13. Ariko mu gihe uraba urimo usoma iki gitabo *ushakisha* igisubizo ku bibazo byatumye ubona ubuzima butangaje, uzirikane ko ushobora gusanga icyo gisubizo *mu mutima wawe* binyuze mu isoko[72] y'igitekerezo, ya gahunda cyangwa se y'indi ntego ishobora kwisuka mu mutima wawe, ubwo uraba usoma iki gitabo.

Igitekerezo "kiboneye" cyonyine ni cyo ukeneye kugira ngo ugere ku ntsinzi. Amahame agarukwaho muri iki gitabo arasobanura neza uburyo bunoze kandi bworoshye gushyira mu ngiro bwo kuronka ibitekerezo by'ingirakamaro.

Mbere y'uko dukomeza gusobanura aya mahame, turatekereza ko wemerewe guhabwa ingingo ikurikira: Iyo ubutunzi butangiye gusanga umuntu, buza bwihuta kandi ari bwinshi, ku buryo yibaza aho bwari bwihishe muri ya myaka yose y'amapfa.

Iyi ni imvugo itangaje, cyane cyane dukomeje kuyirebera mu myemerere y'abantu bakeka ko ubutunzi buhira gusa abakora cyane kandi igihe kirekire.

Nutangira gutekereza ugakira, uzasanga ubutunzi buza buhereye mu buryo umutima wawe ubwiteguye, hamwe no kuba uzi neza icyo ugamije, rimwe na rimwe bigusabye imbaraga nke, ariko nta mvune ijemo. Ari wowe ndetse n'undi muntu wese mukeneye kumenya uko umuntu aronka umutima ukurura kandi witeguye kwakira ubutunzi. Namaze imyaka 25 nkurikirana, nkora ubushakashatsi kubera ko nanjye nashakaga kumenya "uko abafite ubutunzi babugeraho."

Uko uzagenda ucengerwa n'aya mahame agenga ubu buryo bw'imibereho, ugatangira gukurikiza amabwiriza yifashishwa mu kuyashyira mu ngiro, ubukire bwawe buzatangira kwaguka. Ikintu icyo ari cyo cyose ukozeho kizatangira kukubyarira inyungu. Ntibishoboka? Birashoboka rwose. Imwe mu ntege nke za muntu zigaragara ni imitekerereze iciriritse isabikwa n'ijambo "ntibishoboka." Bene uwo muntu utekereza atyo aba aziritse buri gihe ku mahame agaragaza "ibidashoboka." Aba azi ibintu byose "bidashobora gukorwa." Iki gitabo cyandikiwe abantu bose bashakisha amahame yatumye abandi bagera ku ntsinzi, kandi aba bayashakisha, bakaba biteguye *kuyakurikiza uko yakabaye.*

Intsinzi yisangira ba bandi bafite umutima uhugukira intsinzi!

Nta gushidikanya, ugutsindwa na ko kwisangira ba bandi bemerera umutima wabo kuguhugukira!

Intego y'iki gitabo ni ugufasha abo bose bashaka kwiga ubuhanga bwo guhindura umutima wabo ukava mu guhugukira iby'ugutsindwa ukajya mu guharanira intsinzi.

Indi ngeso igaragara mu bantu benshi ni akamenyero ko guha agaciro abantu bose n'ibintu byose, bahereye ku *byo bo ubwabo* bibwira cyangwa batekereza. Bene abo mu bazasoma iki gitabo bibwira ko nta muntu watekereza agakira kuko ibitekerezo bahorana byakwamiye mu bukene, mu kwifuza, mu butindi, mu kutagera ku ntego n'ugutsindwa.

Aba "banyagwa" banyibutsa Umushinwa w'ikirangirire wigeze kuza kwiga muri Amerika kugira ngo na we ahabwe uburezi bwa "kinyamerika." Yari muri Kaminuza ya Chicago. Umunsi umwe Perezida Harper[73] ahura na we ku ishuri maze arahagarara, amuganiriza iminota mike amubaza icyo yabonye kidasanzwe kiranga Abanyamerika.

Undi ariyamirira, ati: "Mvuge iki se!" "Navuga ko amaso yanyu afite ishusho idasanzwe!"

Ni iki tuvuga ku Bashinwa?

Duhakana kwemera ibyo tudasobanukiwe. Twemera tudashishoje ko ibitadushobokera ari rwo rugero rukwiye rwo kugereranya ibidashoboka. None rero, ngo amaso y'uriya muvandimwe afite "ishusho idasanzwe" kubera ko atameze nk'ayacu!

Moteri Ford V-8 "idashoboka."

Ubwo Henry Ford[74] yari yiyemeje gukora moteri y'agatangaza ya V-8,[75] yahisemo gukora moteri iteye ku buryo vitesi zose uko ari 8 zizaba zifungiye muri buroke-moteri[76] imwe. Yagize gutya aha amabwiriza abenjenyeri be abasaba gukora igishushanyo cyayo. Na bo bagishushanya ku rupapuro. Ariko basobanura ko *bidashoboka* ko bakora moteri ya vitesi 8 zose zifungiye muri buroke imwe.

Nuko Ford arababwira, ati: "Uko biri kose nimuyikore." Baramusubiza, bati: "Nyamara ntibishoboka."

Nuko Ford arabategeka, ati: "Nimukomeze, mukomeze kugeza igihe muzayikorera, mutitaye ku gihe bizabatwara."

Abenjenyeri barakomeza. Nta kindi bari gukora igihe cyose bari bakiri abakozi ba Ford. Amezi 6 ashira nta kintu barageraho. Andi 6 na yo arashira, nabwo nta kintu barageraho. Abenjenyeri bagoragoza ibishushanyo byose bishoboka mu gushyira mu bikorwa amabwiriza ya Ford, ariko bikomeza kugaragara ko "*bidashoboka.*"

Nyuma y'umwaka, Ford abajije abenjenyeri be, n'ubundi bamubwira ko basanze nta bushobozi bafite bwo gushyira mu bikorwa amabwiriza ye.

Nuko Ford arababwira, ati: "Mukomeze, iyo moteri ndayishaka kandi nzayibona."

Barakomeza barashakisha. Nuko umunsi umwe, biba nk'igitangaza, ibanga baba bararivumbuye!

Ugushikama kwa Ford kuba kurongeye kuratsinze!

Iyi nkuru nta wavuga ko ifite aho yari yanditse uko yakabaye, ariko ushyize hamwe ibiyigize, urabona ukuri kwayo. Wowe ushaka "gutekereza ugakira," ukaba kandi ushoboye kubyumva, iyi nkuru urayikuramo ibanga ry'aho Ford yakuye amamiriyoni. Ntabwo ukeneye kurebera kure.

Henry Ford yagize intsinzi kubera ko yasobanukiwe kandi *agakoresha* amahame ageza ku ntsinzi. Rimwe muri aya mahame ni *ugushaka*: kumenya icyo ushaka. Ubwo uzaba usoma iki gitabo, ujye uhora uzirikana iyi nkuru ya Ford kandi unazirikana imirongo y'iki gitabo aho iyo ntsinzi itagereranywa isobanurwa. Nushobora gukora ibi, kandi ugashobora guhitamo amahame yihariye Ford yakoresheje kugira ngo agere ku bukire, nawe ushobora kuronka intsinzi nk'iye mu ruhande urwo ari rwo rwose rwaba rubereye imirimo ukora.

Impamvu ari wowe "Uyoboye Ibizakubaho."

Ubwo umusizi Henley[77] yandikaga iyi mikarago, agira, ati: "Ndi Umuyobozi w'Ibizambaho. Ni njye nyoboye ubwato bw'Umutima Wanjye," yakabaye yaratubwiye ko *impamvu turi* abayobozi b'ibizatubaho, ari natwe tuyoboye ubwato bw'imitima yacu, *ari uko* dufite ububasha bwo kuyobora ibitekerezo byacu.

Yakabaye yaratubwiye ko ubwonko bwacu buterwa rukuruzi n'ibitekerezo bihora mu mitima yacu; hanyuma binyuze mu buryo twebwe abantu tudahugukiwe, izo "rukuruzi" zidukururira imbaraga, abantu ndetse n'ibitubaho mu buzima bihuza n'imiterere *y'ibyigaruriye* ibitekerezo byacu.

Yakabaye yaratubwiye ko mbere y'uko tugwiza ubutunzi bwinshi, tugomba kwagura imitima yacu igatera rukuruzi *ugushaka kwinshi* kuganisha ku butunzi, kugeza ubwo uko *gushaka* amafaranga gusigara ari ko kuyoboye ibyo dukora byose, bityo kukatuyobora mu nzira ituma dushyiraho gahunda ziboneye zo kubona ayo mafaranga.

Cyakora kubera ko Henley yari umusizi gusa, atari umufirozofe, yanejejwe no kutubwira gusa ukuri kose uko kwakabaye mu mvugo y'abasizi; hanyuma arekera abamukurikira uruhare rwo gukura igisobanuro muri iyo mirongo y'ubuhanga.

Buhoro buhoro, uko kuri kwagiye kwigaragaza kugeza ubwo uyu munsi, bigaragara ko amahame asobanuye muri iki gitabo, abumbatiye ibanga ryo guha ubuzima bwacu icyerekezo cy'ubukungu.

Amahame ashobora kuguhindurira ubuzima.

Noneho ubu rero tugeze igihe cyo gusesengura mu buryo bwimbitse iribanza muri ya mahame. Urasabwa kugira umutima uhugutse kandi ufungutse, kandi mu gihe uraba urimo usoma, uzirikane ko nta muntu n'umwe wahanze ayo mahame. Nyamara kandi yatanze umusaruro ku bantu benshi. Nawe rero ushobora kuyashyira mu bikorwa hanyuma nawe akakuzanira inyungu.

Urasanga kubikora byoroshye, nta kigoye kirimo.

Mu myaka mike ishize, navuze imbwirwaruhame y'umunsi mukuru wo gusoza amasomo ku banyeshuri ba Kaminuza ya Salem[78] muri West Virginia.[79] Muri uwo muhango, nagarutse cyane ku ihame rivugwa mu Mutwe ukurikiyeho, ndarisobanura mu buryo bwimbitse, maze umwe mu banyeshuri barimo basoza Kaminuza "ararihugukirwa" ryose, nuko arigira igice kimwe mu biyoboye inyurabwenge y'ubuzima bwe. Uwo musore, ubu ni umwe mu bagize Inteko Ishinga Amategeko ya Leta Zunze Ubumwe z'Amerika, akaba n'umwe mu bakomeye bagize ubuyobozi bwa Franklin D. Roosevelt. Yanyandikiye ibaruwa, aho agaragaza mu buryo bwumvikana igitekerezo cye ku ihame rivugwa muri uriya Mutwe, ku buryo nahisemo kuyitangaza nk'intangiriro yawo.

Iyo baruwa iraguha igitekerezo ku bihembo bigutegereje.

"Nshuti yanjye Napoleon:

Ngendeye ku murimo nkora mu Nteko Ishinga Amategeko, umurimo wampaye ubunararibonye bwo gusobanukirwa ibibazo abagabo n'abagore bahura na byo, nkwandikiye ngira ngo nkugezeho igitekerezo nkeka ko cyazafasha ibihumbi by'abantu b'inyangamugayo.

Mu mwaka wa 1922, nakurikiye imbwirwaruhame yawe yari "igenewe abasoza amasomo" muri Kaminuza ya Salem, ubwo nari umwe muri bo. Mu iryo jambo, wateye mu mutima wanjye igitekerezo cyambereye intangiriro y'amahirwe mfite uyu munsi yo guhagararira Leta yanjye mu Nteko; kandi kikazakomeza kugira uruhare runini mu ntsinzi zose nzagira mu gihe kizaza.

Ndabyibuka nk'ibyabaye ejo uko wasobanuye binyuze uburyo Henry Ford yifashishije, akazamuka mu ntera nyamara yari yarize amashuri make, nta faranga yari afite, nta n'inshuti zamukorera ubuvugizi. Icyo gihe utaranasoza ijambo, nahise mfata icyemezo mu mutima wanjye ko ngomba kugira icyo nzigezaho ntitaye ku bwinshi bw'inkomyi ngomba kuzarenga.

Ibihumbi by'urubyiruko bizasoza amashuri uyu mwaka ndetse no mu yindi myaka iri imbere. Buri wese muri bo azaba ashakisha ijambo ryo kumushishikaza mu buryo bufatika, ijambo nka ririya ryawe ryamfashije. Bazaba bakeneye aho bagana n'icyo bakora mu gutangira ubuzima. Wowe ushobora kubabwira icyo gukora kuko wafashije mu gukemura ibibazo by'abantu benshi.

Hari ibihumbi n'ibihumbi by'abantu muri Amerika bakeneye kumenya uko ibitekerezo babihinduramo amafaranga, abantu bagomba kongera gutangirira ku busa, badafite amafaranga kugira ngo bagarure ibyo bahombye. Nta wundi wabafasha uretse wowe.

Nuramuka wanditse igitabo, ndifuza gutunga kopi yacyo ya mbere izasohoka mu icapiro iriho umukono wawe.

Amahirwe masa; izere!

Inshuti yawe,

JENNINGS RANDOLPH.

Nyuma y'imyaka 35 uhereye igihe natanze iriya mbwirwaruhame, nashimishijwe no gusubira kuri Kaminuza ya Salem mu mwaka wa 1957, hanyuma ngatanga indi disikuru ku basoje amasomo y'icyiciro cya 1. Uwo munsi kandi ni bwo nahawe Umudari w'Ishimwe w'Urwego rwa Dogiteri mu Buvanganzo utangwa na Kaminuza ya Salem.

Kuva icyo gihe mu mwaka wa 1922, nabonye Jennings Randolph agenda azamuka mu ntera, aba umwe mu bayobozi bakuru ba kampani y'indege imwe mu zikomeye mu gihugu, aba umutumirwa mukuru mu mbwirwaruhame nyunguranama; ndetse aba n'Umusenateri uhagarariye West Virginia mu Nteko Ishinga Amategeko ya Leta Zunze Ubumwe z'Amerika.

INTSINZI
NTIGOMBA IBISOBANURO.

UGUTSINDWA
NTIKUGIRA IMPAMVU.

UMUTWE WA 2: UGUSHAKA

INTANGIRIRO Y'IBIGERWAHO BYOSE

Intambwe Njyabukire ya Mbere

MU MYAKA IRENZE 50, ubwo Edwin C. Barnes[80] yururukaga muri gari ya moshi itwara imizigo mu ntara ya Orange,[81] muri New Jersey,[82] yakabaye yari kugaragara nk'inzererezi, nyamara *ibitekerezo* bye byari nk'iby'umwami!

Ubwo yarimo agana kuri ofisi ya Thomas A. Edison, umutwe we warimo utekereza cyane. Yibonaga *ahagaze imbere ya Edison.* Yiyumvaga asaba Edison umwanya wo kugera ku gushaka kwe kw'ibihe byose, ugushaka guhebuje ko kuba umufatanyabikorwa w'uwo muhanga wahanze ibintu byinshi.

Ugushaka kwa Barnes ntabwo kwari icyizere! Ntabwo kwari *ukwifuza*! Kwari "ugushaka" gukomeye kwari kurenze ibindi byose. Kwari "kuzuye."

Nyuma y'imyaka mike, Edwin C. Barnes yongeye guhagarara muri ya ofisi aho yari yarahuriye bwa mbere n'uwo muhanga. Icyo gihe "ugushaka" kwe kwari kwaramaze kujya mu bikorwa. *Yari asigaye ari umufatanyabikorwa wa Edison.* Yari yarakabije inzozi ze z'ibihe byose!

Barnes yatsinze kubera ko yahisemo intego iboneye, hanyuma agashyira ingufu ze zose, ububasha bwo kwitegeka bwe bwose, imbaraga ze zose n'ibintu bye byose mu kuyigeraho.

Umugabo wafashe icyemezo ndakuka.

Imyaka itanu yarashize mbere y'uko aronka umwanya yahoraga acunze. Abandi bose uretse we wenyine, bamubonaga nk'umukozi usanzwe ukora uturimo dufasha buke mu gutuma bizinesi ya Edison ikomeza, nyamara we mu mutwe we yari umufatanyabikorwa wa Edison buri munota, uhereye ku munsi wa mbere yagiye gukorayo.

Iki ni ikimenyetso cy'ububasha bw'*ugushaka kuzuye.* Barnes yaratsinze agera ku ntego ye kubera ko yashakaga kuba umufatanyabikorwa wa Bwana Edison kuruta ikindi kintu icyo ari cyo cyose. Yashyizeho mu buzima bwe gahunda izamufasha kugera kuri iyo ntego. Nta nzira n'imwe yari yifunguriye izasubira inyuma kuri iyo ngingo. Yashinze ibirindiro kuri uku *gushaka* kwe kugeza kubaye indanga-buzima ye, nuko nyuma y'aho, kuba impamo.

Ubwo yajyaga mu Ntara ya Orange guhura na Edison ntabwo yibwiraga, ati: "Nzagerageza kumvisha Edison ko yampa akazi ako ari ko kose." We yaribwiye, ati: "Ngiye kureba Edison kandi ndamumenyesha ko nje kumubera umufatanyabikorwa."

Ntabwo yavuze, ati: "Nzakomeza nshakishe ndebe ko nabona ikindi kintu cyo gukora ahandi, mu gihe naba ndashoboye kubona icyo nifuza mu Kigo cya Edison." Ahubwo yaravuze, ati: "Hari ikintu *kimwe* nshaka kugeraho muri iyi si, ni ukuba umufatanyabikorwa wa Bwana Thomas A.

Edison. Sinzasubira inyuma kuri iyi ntego, kandi nteguye ahazaza hanjye hose kugeza ngeze ku cyo nshaka."

Nta mwanya na muto yisigiye wo kuba yasubira inyuma. Yagombaga gutsinda cyangwa gupfa!

Ngibyo rero iby'inkuru y'intsinzi ya Barnes!

Ugushishikaza kuyobora ku bukire.

Mu myaka myinshi ishize, umwe mu barwanyi bakomeye yafashe icyemezo cyatumye agera ku ntsinzi ku rugamba. Yagombaga kohereza ingabo ze kurwanya umwanzi umurusha imbaraga cyane, ndetse umurusha n'umubare w'abarwanyi. Nuko ashyira ingabo ze mu mato, baragenda mu gihugu cy'uwo mwanzi. Bamaze kuva mu mato no gukuramo ibikoresho, ategeka ko bayatwika. Maze mu ijambo rye ryo gutangiza urugamba rwa mbere, abwira ingabo ze, ati: "Murabona ko amato ahindutse umwotsi; ni ukuvuga ko nta bundi buryo dufite bwatuma tuva kuri iki kirwa turi bazima, uretse gutsinda uru rugamba. Dufite rero amahitamo "amwe" gusa: *tugomba intsinzi cyangwa urupfu!*"

Bararutsinze!

Buri muntu wese utsinda urugamba urwo ari rwo rwose, agomba kuba yiteguye "gutwika amato" ye yose, kandi ntagire na hamwe asigarana hatuma asubira inyuma. Mu migirire nk'iyo, ni ho honyine uwo muntu akomeza kugira igihe cyose wa mutima w'*ugushaka kuzuye ko kugera ku ntsinzi*, ari na ko gusabwa buri gihe ushaka kuyigeraho.

Umunsi umwe mu gitondo, haraye habayeho inkongi y'umuriro i Chicago,[83] abacuruzi bateraniye kuri State Street,[84] nuko barawitarura ari na ko bareba ibisigazwa by'ububiko bw'ibicuruzwa byabo bumarwa n'iyo nkongi y'umuriro. Nyuma y'ibyo bajya mu nama, bagira ngo barebe niba bazongera kubaka cyangwa niba bazajya gushaka ahandi mu gihugu bakubaka hatanga icyizere. Bose uretse umwe bemeranya kwimuka bakava i Chicago.

Umucuruzi umwe wiyemeje kuhaguma akongera kubaka, yarebye ibisigazwa by'ububiko bw'ibicuruzwa bye, maze ahatunga urutoki; agira, ati: "Bagabo, kuri kariya gakingo gasigaye, nzahubaka ububiko bwa mbere ku isi ntitaye ku nshuro zose buzatwikwa n'inkongi y'umuriro."

Ibyo byabaye mu myaka isaga ijana ishize. Ubwo bubiko bwarubatswe. Uyu munsi, buracyagaragara hariya. Bukaba ari ikimenyetso cy'ububasha bw'iriya mitekerereze yitwa *ugushaka kuzuye.* Icyari cyoroshye kuri Marshall Field[85] kwari ugukora nka bagenzi be. Mu gihe inzira zitari nyabagendwa kandi nta n'icyizere cy'ahazaza, *barikuye* bajya aho ubuzima bwari bworoshye.

Reba neza ubu budasa hagati ya Marshall Field n'abandi bacuruzi kuko ni na ryo tandukaniro rigaragara neza neza hagati y'abatsinda n'abatsindwa.

Umuntu wese ufite ubukure bumufasha gusobanukirwa akamaro k'ifaranga araryifuza. Nyamara *kwifuza* ntabwo bizazana ubutunzi. Ahubwo *gushaka* ubutunzi umuntu afite umutima urangamiye kububona, hanyuma agategura uburyo buboneye kandi bwuzuye n'ubushobozi bwo kugera kuri ubwo butunzi; izo gahunda akazijyanisha n'ugushikama, kwa kundi *kutemera gutsindwa*, ni byo bizazana ubutunzi.

Intera 6 ugushaka guhindurwamo zahabu.

Hari intera 6 ziboneye zifashishwa mu guhindura *ugushaka* kwawe ukakubyazamo ubutunzi bufatika mu by'amafaranga:

1. Tegura mu mutima wawe umubare *nyawo* w'amafaranga ushaka. Ntabwo bihagije gusa kuvuga, ngo: "Ndashaka amafaranga menshi." Ugomba kugira umubare nyawo w'ingano yayo. (Hari impamvu ijyanye n'imitekerereze ya Muntu izagarukwaho muri iki gitabo isobanura agaciro k'umubare nyawo w'ingano, ikazasobanurwa muri umwe mu mitwe izakurikiraho).
2. Sobanura neza nawe icyo *uzatanga* nk'ingurane yo kubona ayo mafaranga. (Ntibibaho ko "*wahabwa ku busa*" wowe ntacyo wigomwe).
3. Tegura itariki ushaka kuba *wabonye* ayo mafaranga.
4. Tegura gahunda yuzuye y'uburyo uzashyira mu ngiro ugushaka kwawe; kandi, *hita utangira* kuyishyira mu *bikorwa*, kabone n'ubwo waba ubona utarayinoza bihagije.
5. Andika ku rupapuro interuro ngufi, kandi yumvikana ivuga ku mubare w'amafaranga ushaka. Shyiraho itariki ntarengwa yo kuba wayabonye. Vuga icyo uzatanga nk'ingurane y'ayo mafaranga kandi usobanure mu buryo bwimbitse gahunda uzifashisha mu kurundarunda ubwo butunzi.
6. Soma ibyo wanditse n'ijwi riranguruye, inshuro ebyiri buri munsi, rimwe ku mugoroba ugiye kuryama n'irindi mu gitondo ukibyuka. Mu gihe urimo ubisoma, mera nk'aho uruzi ifaranga, urikirigita kandi wemere ko urifite.

Ni iby'agaciro kenshi gukurikiza aya mabwiriza muri izi nzira uko ari 6. Bifite umumaro n'umwihariko gukurikiza inzira ya 6. Hari ubwo watangira kwijujuta ngo ntiwashobora "kubona ufite amafaranga" utarayagira mu buryo bufatika. Aha rero ni ho kwa "*gushaka gushashagirana*" kuzaza kugufasha. Niba koko *ushaka* amafaranga ku buryo uko gushaka kwawe kwacengeye mu migirire yawe yose, ntibizakugora kwaguka mu bitekerezo kugeza wiyemeje ko ayo mafaranga uzayabona. Intego ni ugushaka amafaranga no kwiyemeza kuyabona ku buryo *usobanukirwa neza wowe ubwawe* ko uzayabona.

Mbese ushobora kwiyumvisha watunze miriyoni?

Bamwe batigeze bigishwa imikorere y'umutima wa Muntu bashobora kumva bidashoboka gushyira mu ngiro aya mabwiriza. Byafasha abananirwa gusobanukirwa agaciro k'izi ntera 6, kumenya ko aya makuru bahabwa hano yaturutse kuri Andrew Carnegie, watangiye ari umukozi usanzwe mu ruganda rukora ibyuma, nyamara agashobora kwifashisha aya mahame maze akamubyarira ubutunzi bufite agaciro k'arenze miriyoni 100 z'amadorari.

Byafasha kandi kumenya ko izi ntera uko ari 6 zagenzuwe byimbitse na nyakwigendera Thomas A. Edison, waziteyeho "kashe ye yemeza" ko ari ingenzi mu kongera ubutunzi ndetse no kugera ku yindi ntego iyo ari yo yose.

Izi ntera "ntizivunanye" kandi ntizisaba ibitambo. Kandi ntizitera uzikoresha kumwara cyangwa se guseba. Mu kuzikurikiza ntibisaba kuba warize amashuri menshi. Cyakora kuzikoresha mu buryo bukwiye, bisaba cyane kugira *ubuvumbuzi* buhagije muri wowe, bugufasha kubona no gusobanukirwa ko kongera ubutunzi bitaza gutyo gusa; bukugwiririye, mbese buturutse ku mugisha cyangwa ku mahirwe. Umuntu agomba gusobanukirwa ko abagwije ubutunzi bose, babanje kugira igipimo kinini k'indoto n'ukwifuza, hanyuma *ugushaka*; ndetse na *gahunda* mbere y'uko baronka ifaranga.

Ugomba kumenya kandi ko udashobora kuronka ubutunzi bwinshi *keretse* ushoboye guca mu nkekwe y*'ugushaka* guhangarije ifaranga, kandi *ukemera* bidasubirwaho ko uzaronka.

Ingufu z'inzozi zihebuje.

Twe rero turi muri iri rushanwa ryo kongera ubutunzi, twakabaye dushishikajwe no kumenya ko iyi "si ivuguruye" dutuye, ishaka ibitekerezo bishyashya, ishaka uburyo bushyashya bwo gukora ibyo dukora, ishaka abayobozi bashyashya, ibihangano bishyashya, uburyo bushyashya bwo kwigisha, uburyo bushyashya bwo kwamamaza, ibitabo bishyashya, ubuvanganzo bushyashya, ibiganiro bya tereviziyo bishyashya n'ibitekerezo bishyashya muri sinema. Kuri ibi bintu bishyashya kandi byisumbuyeho mu bwiza bikenewe, hari indangagaciro imwe buri wese agomba kugira, kugira ngo ashobora kugera ku ntsinzi. Iyo nta yindi uretse *kugira intego yuzuye;* gusobanukirwa icyo umuntu ashaka kandi akaba afite *ugushaka gushashagirana* ko kukironka.

Twebwe rero dushaka[86] kugwiza ubutunzi, tugomba kuzirikana buri gihe ko abayobozi nyabo b'iyi si bamwe[87] ari abantu bashoboye[88] gufata no kwifashisha imbaraga bigoye gusobanura kandi zitagaragara z'amahirwe abandi baba bataravumbura. Bashoboye guhindura izo ngufu cyangwa se izo mbaraga z'ibitekerezo bazibyazamo amagorofa, imigi, inganda, indege, imodoka n'ibindi bintu byose bikenewe bituma ubuzima buryoha.

Mu gihe uraba urimo utegura kwakira umugabane wawe w'ubutunzi, ntutume hari n'umwe mu bantu watuma "usebya" umunyenzozi. Kugira ngo uzashobore kuronka umugabane munini muri iyi si nshyashya, ugomba kugira umutima nk'uw'abavumbuzi bo mu bihe bya kera. Indoto zabo ni zo zahaye amateka icyo afite cy'agaciro, ari na cyo mutima utuma amaraso akomeza gutembera mu muryango mugari w'igihugu — bityo njye nawe, tugashobora kuronka icyerekezo gituma twongera[89] kandi tukabyaza umusaruro ubuhanga bwacu.

Niba icyo wifuza gukora ari ikintu kiboneye, kandi *ukaba ari uko ubyemera*, gikore! Shyira inzozi zawe mu ngiro. Kandi ntiwite ku byo "bo" bavuga nuramuka uhuye n'ugutsindwa kw'igihe gito, kuko wasanga "bo" batazi ko *ugutsindwa uko ari ko kose kuzana n'imbuto z'intsinzi bingana.*

Thomas A. Edison yagize inzozi z'itara ricanwa n'amashanyarazi, ni uko atangira ako kanya gushyira mu ngiro inzozi ze. Nubwo bwose *yatsinzwe inshuro zirenze ibihumbi 10*, yarakomeje arageragéza kugeza abigezeho. Abanyenzozi nyabo *ntibahagarika ibikorwa by'inzozi zabo*!

Whelan[90] yagize inzozi zo kubaka ububiko bw'itabi. Nuko ashyira inzozi ze mu ngiro. Uyu munsi, "United Cigar Stores"[91] uyisanga mu mpande zose muri Amerika.

Abavandimwe bavuka kuri Wright[92] bagize inzozi z'imashini ishobora kuguruka mu kirere. Uyu munsi, buri wese arabona ibimenyetso by'uko bagize inzozi zikomeye.

Marconi[93] yagize inzozi z'uburyo bwo gufata no guha icyerekezo ingufu zitagaragara z'isanzure.[94] Ikimenyetso cy'uko ataroteye ubusa kigaragara mu isi muri buri gikoresho nziramugozi na radiyo. Hari ubwo waba ukeneye kumenya ko Marconi yigeze gushyirwa mu kato n'*inshuti* ze, ndetse zijya kumusuzumisha kwa muganga w'abafite ibibazo byo mu mutwe, ubwo yari ababwiye ko yavumbuye ihame mu mikorere, rimufasha kohereza ubutumwa cyangwa ijwi mu kirere adakoresheje insinga cyangwa ubundi buryo bwo gutumanaho bukoresha *umugozi*. Abanyenzozi ba none bo bafite amahirwe cyane.

Iyi si yuzuyemo amahirwe atabarika abanyenzozi babayeho kera batigeze bamenya.

Uko waha icyerekezo inzozi zawe.

Ugushaka guhebuje ko kuzaba umuntu runaka cyangwa se gukora ikintu runaka ni ho umunyenzozi ahagurukira. Indoto ntizishibuka ku kutitakubintu, uburangare no kutagira ishyaka ryo kugera ku kintu.

Zirikana kandi ko ba bandi batsinda urugamba rw'ubuzima, bahagurukira ahakomeye, bakanyura mu nzira zirimo imitego y'urucantege mbere y'uko "bashyika." Icyerekezo mpindura-buzima cy'abatsinda, akenshi cyigaragaza mu bihe bisa n'akaga, ari na bwo bajya basogongera ku kumenya "uwundi muntu ubarimo."

Uwitwa John Bunyan[95] wanditse igitabo kitwa *The Pilgrim's Progress*[96] kiri mu bya mbere bivuga ku Buvanganzo bwo mu rurimi rw'Icyongereza, yabikoze mu gihe yari afunze, ahanwa birenze, azira ibitekerezo bijyanye n'iyobokamana.

O. Henry[97] yatahuye ubuhanga bwari mu bwenge bwe mu gihe yahuye n'akaga, ubwo yari mu nzu y'imbohe i Columbus[98] muri Leta ya Ohio.[99]

"Abifashijwemo" n'ubuzima bubi yarimo, yashoboye kubona undi "muntu wari muri we," ashobora no gukoresha imitekerereze ishushanya mu bwenge ibidasanzweho, maze atahura ko yari umwanditsi uhebuje aho kuba umwicanyi ruvumwa.

Charles Dickens[100] yatangiye yomeka "uturango" ku nzabya zirimo umuti w'inkweto w'umukara. Akaga yahuye na ko mu rukundo rwe "rwa mbere" kamwinjiye mu mutima, nuko kamuhindura umwe mu bahanzi b'abasizi nyabo bo kuri iyi si. Ako kaga "kavutsemo" mbere na mbere *David Copperfield*,[101] nyuma haza gukurikira ibindi bihangano byatumye iyi si irushaho kwigisha no kunogera abasoma ibitabo bye.

Helen Keller[102] yahuye n'ubumuga bwo kutumva, kutavuga no kutabona nyuma y'igihe gito akivuka. Tutitaye kuri ako kaga yahuye na ko, yanditse izina rye mu buryo buhoraho mu gitabo cy'amateka y'abantu babaye indashyikirwa. Ubuzima bwe bwose ni icyitegererezo ko *nta muntu n'umwe utsindwa keretse iyo yemeye ko byamubayeho.*

Robert Burns[103] yari umuhungu utazi gusoma, avuka mu cyaro. Ubukene bwari bwaramugize ikivume maze akura ari umusinzi. Nyamara isi yagizwe nziza no kubaho kwe, kubera ibitekerezo bye binyuze abantu, yanyujije mu bisigo; bityo "ahari ihwa rihanda ararihakura, ahatera iroza."

Amazina ya Beethoven[104] wari ufite ubumuga bwo kutumva, na Milton[105] wari ufite ubumuga bwo kutabona, azabaho ibihe byose, kubera ko beneyo bagize inzozi; hanyuma bakazishyira mu ngiro bifashishije ibitekerezo bitondetse mu buryo nyabwo.

Hariho itandukaniro hagati yo *kwifuza* ikintu no kuba *witeguye* kucyakira. Umuntu uwo ari we wese aba *yiteguye* ikintu mu gihe *yemera* ko ashobora kukironka. Imiterere y'umutima wawe igomba kuba *ukwemera,* aho kuba ugutegereza gusa gusanzwe cyangwa ukwifuza. Kuba ufite mu mutwe hafungutse mu mitekerereze ni ingenzi mu kwemera. Imitima ifunze ntabwo itera ukwizera, ubutwari cyangwa se ukwemera.

Zirikana ko nta mbaraga zindi bisaba mu kwiha intego zisumbuyeho mu buzima, mu gusaba ubutunzi n'uburumbuke, zarenga izisabwa mu kwihanganira ubutindi n'ubukene. Umusizi w'umuhanga yavuze uku kuri kw'isi yose muri iyi mikarago:

"Ninsaba ubuzima igiceri,
Ubuzima ntibuzakirenza!
Nyamara ku mugoroba ninginze,
Ubwo nabaraga ikigega cyanjye kitampagije.

Kuko ubuzima ni umukoresha utabogama,
Buguha icyo ubusabye!
Niba rero umushahara mwawumvikanyeho,
Kuki wumva akazi ari umutwaro!

Nemeye akazi gasaba ubuhanga buke,

Kugira ngo nige, mbabaye,
Menye ko umushahara wose nari kwaka ubuzima,
Ubuzima bwari kuwumpemba."

Ugushaka gutsinda imiterere bavukanwa.

Mu gusoza uyu mutwe, ndifuza kukubwira umwe mu bantu badasanzwe namenye kugeza ubu. Namubonye amaze iminota mike avutse. Yavutse nta bice by'amatwi bigaragara inyuma afite. Nuko muganga abajijwe icyo abivugaho, atubwira ko uwo mwana atari kuzigera yumva cyangwa ngo avuge mu buzima bwe.

Ariko sinemeranya n'ibyo muganga yari avuze. Nari mfite uburenganzira bwo kwitwara gutyo kuko uwo nabigiriraga yari umwana wanjye. Nanjye nageze ku mwanzuro maze ntanga igitekerezo cyanjye; cyakora icyo gitekerezo nacyibwiye bucece, kiba ibanga riri mu mutima wanjye.

Mu mutima wanjye nizeraga ko umwana wanjye azumva kandi akavuga. Mu zihe nzira? Numvaga uko biri kose, hari inzira kandi iyo nzira nzayibona. Nahise ntekereza amagambo y'umuhanga w'ibihe byose Emmerson,[106] wagize, ati: "Uko ibintu byose tubona bigenda bimera, bibereyeho kutwongerera ukwizera. Turasabwa gusa gukurikiza amabwiriza. Buri wese muri twe abwirwa inzira, iyo rero dukurikiye ijwi rituje, dushobora kumva *ijambo rikwiye.*"

Ijambo rikwiye? *Ugushaka*! Nta kindi nashakaga uretse ko umwana wanjye atazagira ubumuga bwo kutumva no kutavuga. Uko gushaka kwanjye ntikwigeze kugabanuka mu gihe na gito, habe n'isegonda.

Ni iki rero njye najyaga kubikoraho? Uko byari kose, nagombaga kubona uburyo bwo kwinjiza mu mutima w'uwo mwana ugushaka kwanjye "kutacogoye gushashagirana," maze nkabona inzira n'uburyo nakohereza amajwi mu bwonko bwe, kabone n'ubwo bwose nta matwi yari afite nakwifashisha.

Nateguye ko mu gihe azaba ageze igihe cyo kuba yanyumvira ankurikira mu byo nkoze, nzakora ku buryo nshyira mu mutwe we ugushaka guhebuje ko kumva, hanyuma Rurema akoresheje ububasha bwe, akazaguhinduramo ikintu kigaragarira buri wese.

Ibi bitekerezo byose byabereye mu mutima wanjye, kandi nta muntu n'umwe nigeze mbibwira. Buri munsi nazirikanaga "isezerano ryanjye nagiranye nanjye ubwanjye" ry'uko umuhungu wanjye agomba kumva kandi akavuga.

Uko agenda akura, agenda abona ibintu bimukikije, twaje kubona ko afite ubushobozi buke bwo kuba yakumva. Ubwo yari ageze igihe abana batangira kuvuga, ntiyagaragaje ikimenyetso na kimwe cy'uko ashobora kuzavuga. Cyakora turebye ibyo yakoraga twabonaga ko ashobora kumva amajwi buke cyane. Ibyo ni byo byonyine nari nkeneye kumenya. Nemeraga ko niba ashobora kumva, kabone n'ubwo byaba ari buke cyane, byarashobokaga kongera ubwo bushobozi. Nuko umunsi umwe haba ikintu cyampaye icyizere. Icyo kintu cyaje rwose ku buryo ntari niteguye.

"Impanuka" yahinduye ubuzima.

Twaguze "radiyo-kaseti." Umwana yumvise umuziki bwa mbere, aratwarwa, nuko radiyo "arayigundira." Umunsi umwe, acuranga indirimbo imwe arayikunda, akomeza ayisubizamo hafi igihe cy'amasaha abiri; uko ayumva *afatishije amenyo ye ku mpande z'iyo radiyo-kaseti.* Ntitwigeze tubona igisobanuro k'iyo myifatire yari yihangiye, kereka nyuma y'imyaka myinshi, kuko twari tutaramenya icyo gihe ihame ryo "kohereza ijwi mu bwonko rinyujijwe mu magufwa y'umubiri."

Nyuma y'aho atangiriye kumva iyo kaseti inshuro nyinshi, nabonye yaratangiye gusa n'unyumva bihagije igihe cyose navugaga mugaragariza uko iminwa inyeganyega, kandi mufashe igufwa ry'aho ugutwi gutereye. Maze kuvumbura ko yashoboraga kumva neza ijwi ryanjye, nahise ntangira kohereza mu mutima we *ugushaka* ko kumva no kuvuga. Nuko maze kuvumbura ko umwana yakundaga inkuru namubwiraga mbere yo kuryama, nihaye akazi ko kumukorera inkuru zizamufasha kuzamura muri we ukwiyizera, ubushobozi bw'ugushushanya mu bwenge ibitari bizwi hamwe *n'ugushaka gukomeye ko kumva hamwe no kuba nk'abandi bantu basanzwe.*

By'umwihariko, hari inkuru imwe nakundaga kugarukaho, ngahora nyitaka nyihinduraho utuntu uko nayimubwiraga. Iyo nkuru yari igamije kumugaragariza ko ibyo bibazo yarimo bitari ibyo kumubuza amahirwe ye, ahubwo yajyaga kuzabyifashisha nk'ikintu cy'agaciro katagereranywa.

Nubwo bwose firozofiya zose nari narashoboye kugenzura, zahuzaga n'ukuri kuvuga ko "*buri kaga kazana muri ko imbuto y'amahirwe ingana na ko*, rwose mbamenyeshe ko nta gitekerezo na gito nari mfite *cy'uko* ako kaga kajyaga kuzavamo ikintu cy'agaciro.

Yegukanye isi nshya yifashishije amasenti 6.

Uyu munsi, iyo nsubiyemo nkareba uko byagenze, nsanga *ukwizera umwana wanjye yari afite muri njye,* kwaragize uruhare runini mu kugera ku ntego zihamye. Ntiyigeze ashidikanya ku byo namubwiraga. Namubwiraga ko yari afite *amahirwe* yihariye kurusha mukuru we, kandi ko ibi bizigaragaza ku buryo butandukanye. Dufashe nk'urugero ku ishuri; abarimu babonaga nta matwi afite, bamwitagaho kurusha abandi ndetse bakamugaragariza umutima mwiza bidasanzwe. Barabikoze cyane pe! Umwana namumenyesheje kandi ko naba mukuru agatangira gucuruza ibinyamakuru, (nk'uko mukuru we yabikoraga), azagira amahirwe amurenze kuko abantu bazajya bamwishyura amafaranga y'inyongera ku binyamakuru; biturutse ko bazaba babona we ari umwana w'umuhanga, ari umuhungu uzi gushakisha nubwo bwose azaba adafite amatwi.

Ubwo yari ageze ku myaka irindwi, yagaragaje ibimenyetso by'uko uburyo bwacu bwo gufasha umutima we, bwarimo bugera ku ntego. Yari amaze amezi menshi asaba ko yahabwa uruhushya na we akajya gucuruza ibinyamakuru ariko "mama" we ntabyemere.

Nuko haciye igihe, umuhungu yifatira icyemezo. Umunsi umwe, ari nyuma ya saa sita, yasigaranye n'abakozi bo mu rugo wenyine, yurira mu idirishya ryo mu gikoni, asimbukira mu muhanda, arigendera. Ajya kuguza amasenti 6 umudozi w'inkweto wakoreraga hafi aho, arangura ibinyamakuru, arabigurisha, arongera ararangura, arakomeza gutyooo kugeza ku mugoroba bwije. Amaze kureba amafaranga afite no kwishyura uwamuhaye inguzanyo, asanga afite inyungu ingana n'amasenti 42. Tugeze mu rugo iryo joro, twasanze yaryamye asinziriye afite mu gipfunsi ya mafaranga.

Nuko nyina afungura ikiganza, maze akuramo ya mafaranga, ariyamirira, ati: "Ibi ni ibiki!" Kwiyamirira ku ntsinzi ya mbere y'umwana we ntibyari bikwiye. Njye ntibyantangaje. Ahubwo narishimye mu mutima wanjye, kuko nabonye ko ibyo nakomeje kugerageza byo gushyira mu mutima w'umwana imyitwarire yo kwizera ubushobozi bwe, byashyizwe mu ngiro.

Naho uko gutangira bizinesi k'umwana, nyina yakubonyemo imigirire y'akana gafite ubumuga bwo kutavuga kishoye mu muhanda, hanyuma gashyira ubuzima bwako mu bibazo ngo karimo gushaka amafaranga! Ku rundi ruhande, njye nabonaga umwana muto w'umucuruzi, w'indashyikirwa, wifitiye icyizere, washoboye kongera igishoro cye kugeza ku 100%, kuko yagiye mu bucuruzi ku cyemezo yifatiye kandi akaba yaronse intsinzi. Ibyo yari yakoze byaranshimishije cyane, kubera ko navumbuye ko hari uburyo bwo kwishakamo ibisubizo yari amaze kugaragaza ko afite, kandi nkaba nari niringiye ko buzakomezanya na we ubuzima bwe bwose.

Umwana w'umuhungu utarumvaga yashoboye kumva.

Uwo muhungu ufite ubumuga bwo kutumva, yarakomeje arazamuka mu mashuri. Umwana yiga "Ayisumbuye," akomeza na Kaminuza adashobora kumva abarimu; keretse iyo bavugaga mu ijwi riranguruye kandi bamwegereye. Ntabwo yigeze ajya kwiga mu kigo cy'abafite ubumuga bwo kutumva. Ntitwamwemereye kwiga ururimi rw'ibimenyetso. Twari twariyemeje ko azabaho ubuzima busanzwe, kandi akabana n'abandi bana badafite ubumuga. Twahagaze kuri iki cyemezo nubwo bwose cyaduteje impagarara nyinshi mu biganiro n'abayobozi b'ishuri.

Ubwo yari mu mashuri yisumbuye, yagerageje akuma kagombaga kumufasha kumva neza, ariko ntibyagira umusaruro bitanga.

Mu cyumweru cya nyuma cya Kaminuza, habaye ikintu kidasanzwe mu buzima bwe, cyahinduye amateka ye. Icyo kintu cyaje nk'amahirwe gusa, ni iki: Yari yohererejwe akandi kuma k'inyunganirangingo, ngo akagerageze. Ariko ntikari kamushishikaje cyane, kubera ko yari yaraciwe intege n'akandi gasa n'ako mu gihe cyashize. Nuko aragaterura, atabyitayeho cyane, akambara mu mutwe, ashyiraho bateri yako. Nuko, agiye kumva ngo "Ba!" Nk'aho akoreweho ubufindo, *ugushaka kwe kw'ibihe byose ko kumva bisanzwe kuba kubaye impamo*! Ku nshuro ya mbere mu buzima bwe ashobora kumva nk'uko bisanzwe ku muntu uwo ari we wese!

Mu byishimo byinshi by'uko "isi" ye yari imaze guhinduka biturutse kuri ako kuma, yahise asimbukira kuri terefoni, ahamagara "mama" we, maze ashobora kumva ijwi rye neza neza! Ku munsi ukurikiyeho, yashoboye kumva neza neza amajwi y'abarimu be bwa mbere kuva yabaho. Bwa mbere mu buzima, yashoboye kuganira bitamugoye n'abandi, batagombye kuvuga barangurura ijwi. Mu by'ukuri, yari yamaze kugera mu isi nshya.

Ugushaka kwe kwari kwatangiye kwera imbuto, ariko intsinzi yari itaragerwaho yose. Uyu muhungu yari agifite urugendo, ari rwo rwo kugera aho azashobora guhindura akaga yahuye na ko kakavamo *ikindi kintu binganya agaciro.*

Igitekerezo cyabyaye igitangaza.

Amaze gusobanukirwa ibyari bimaze kumugiririrwaho, ariko kandi acyuzuye ibyishimo by'isi nshya y'*abumva* yari amaze kuvumbura, yandikiye ibaruwa ikigo cyakoraga twa twuma twifashishwa mu kongera ubushobozi bwo kumva, nuko abasobanurira mu magambo arambuye uko byamugendekeye. Hari ikintu mu ibaruwa ye cyatumye icyo kigo kimuha ubutumire bwo kuza i New York.[107] Ahageze, atemberezwa uruganda rwose. Ubwo yarimo aganira n'Umwenjenyeri ukuriye abandi, amubwira ibijyanye n'isi nshya "ye" we yarimo, nuko aba agize mu mutima we, iyerekwa, igitekerezo cyangwa se ibonekerwa (wabyita uko ushaka). Ni iki *gitekerezo* cyahinduye akaga yagize maze kabyara agaciro mu by'amafaranga, ndetse n'ibyishimo kuri benshi babayeho mu bihe byakurikiyeho.

Icyo gitekerezo cyari giteye gitya: Yahise abona ko ashobora kuzagirira akamaro amamiriyoni y'abantu bafite ubumuga bwo kutumva, abantu benshi badafite ubushobozi bwo kubona inyunganirangingo zibafasha kumva; nuko atekereza ko abonye uburyo bwo kubabwira ibyamubayeho byaba iby'agaciro kuri bene abo bantu. Nuko mu gihe cy'ukwezi, akora ubushakashatsi bwimbitse. Agenzura neza uburyo bwo kwamamaza bw'urwo ruganda, maze ahanga uburyo bwo guhana amakuru n'abafite ubumuga bwo kutumva mu isi yose, agamije kubasangiza isi nshya ye yari yavumbuye. Ibi bimaze gukorwa, ashyira mu nyandiko gahunda y'imyaka 2 azashyira mu bikorwa agendeye ku myanzuro yari yakuye mu bushakashatsi bwe. Agejeje gahunda ye kuri iyo kampani, yahise imuha akazi kugira ngo imufashe kugera ku mushinga we.

Uko inzozi ze zari ntoya, ni na ko atangira gukora ako kazi atari azi ko zizazanira icyizere no koroherwa abantu benshi bafite ubumuga bwo kutumva; bakaba baramutse batabonye ubu bufasha, bazibasirwa ubuziraherezo n'ubumuga bwo kutumva no kutavuga.

Sinshidikanya mu mutima wanjye ko Blair yari kuzagira ubumuga bwo kutavuga atanumva mu buzima bwe bwose, iyo twebwe ababyeyi tuba tutarashoboye guha inzira y'imitekerereze umutima we nk'uko twabikoze.

Ubwo nateraga mu mutima we *ugushaka* kuzamugeza ku bushobozi bwo kumva no kuvuga kandi akabaho nk'umuntu usanzwe, aho ni ho icyo gitekerezo *cyakuruye* impinduka zidasanzwe, zatumye Rurema yubaka ikiraro cyambukiranije inyanja y'umutuzo hagati y'ubwonko bwe n'isi y'inyuma.

Sinshidikanya ko *ugushaka kuzuye gushashagirana* gufite imikorere ya kinyaryenge, igufasha kwihinduramo ikindi kintu gifatika bihwanyije agaciro. Blair *yashakaga* kumva mu buryo busanzwe, none yarabironse! Yari yaravukanye ubumuga bwajyaga kuba bwatuma umeze nka we yibera ku muhanda, asabiriza, aramutse afite *ugushaka* guke kandi kutaboneye!

Byigaragaje ko ari ukuri ko "udukuru two kumubeshyabeshya" nateye mu mutima we ubwo yari akiri umwana, twatumye *yiringira* ko akaga yari arimo kazamuviramo ikintu cy'agaciro. Ukuri, ni uko nta kintu na kimwe, cyaba gikwiye cyangwa kitaboneye, kidashoboka iyo *ukwemera* hamwe n'*ugushaka guhebuje* bihurijwe hamwe. Ubu buryo bw'imitekerereze bugirwa na buri wese mu bantu.

"Ubuvuzi" bubereye mu mutima bukora ibitangaza.

Ibitangazamakuru byanditse igika kigufi kivuga ku ntsinzi idasanzwe Madamu Schuman-Heink[108] yagize nk'umuririmbyi. Ndagiterura nk'uko cyanditswe kubera ko ibivugwamo ntaho bitandukaniye n'*ugushaka.*

Agitangira umwuga we, Madamu Schuman-Heink yagiye kureba umuyobozi wa Vienna Court Opera[109]kugira ngo amusuzumire uko ijwi rye rihagaze. Uyu muyobozi amaze kwitegereza uwo mukobwa wari wambaye bidakwiye kandi bya gikene, nuko aratangara, ati: "Urebye uko usa, nta kiranga imiterere yawe na gito, ni gute wumva wagera ku ntsinzi mu muziki? Mwana wanjye, ibyo bivemo. Igurire imashini yo kudoda hanyuma wigire ku murimo. *Nta gihe uzaba umuririmbyi.*"

"Nta gihe ni imburagihe!" Umuyobozi wa Vienna Court Opera yari afite ubumenyi bwinshi mu bijyanye no kuririmba. Nyamara yari afite ubumenyi buke ku bijyanye n'ingufu z'ugushaka, mu gihe ziba ziri ku gipimo gisendereye. Iyo aza kuba azi byinshi kuri izo ngufu, ntiyakabaye yarakoze ikosa ryo "gucira urubanza" umuhanga atamuhaye amahirwe.

Mu myaka myinshi ishize, umwe mu bo twakoranaga yararwaye. Akomeza kuremba. Nuko biba ngombwa ko ajyanwa kwa muganga ngo abagwe. Hagati aho, Dogiteri yaranteguje, ambwira ko hariho amahirwe make cyangwa se nta na yo y'uko nzongera kubona uwo muntu ari muzima. Nyamara icyo cyari igitekerezo cya Dogiteri wenyine. Ntabwo cyari igitekerezo cy'umurwayi. Mu gihe bari bamutwaye aryamye ku gitanda cy'imbagwa, mu ntege nke ze yaranyongoreye, ati: "Ntuhangayike Shefu, hano ndaba nsohotsemo mu minsi mike." Nuko umuforomo wamukurikiranaga andebana impuhwe. Nyamara umurwayi yashoboye gusohokamo ari muzima. Nyuma y'ibyabaye byose, Muganga yaratubwiye, ati: "Nta kindi cyamurengeye, uretse ugushaka kwe ko kubaho. Ntiyari kuhivana iyo aza kuba ataranze kwemera ko ashobora gupfa."

Nemera ububasha bw'*ugushaka,* iyo butewe ingabo mu bitugu n'*ukwizera,* kuko nagize amahirwe yo kububona bukura abantu mu busabusa bukabageza aho bafite ubutegetsi n'ubutunzi. Nashoboye kubona aho ubu bubasha bwambura imva abo imva zari zaragize ingwate; nashoboye kubona abantu babwifashisha, bakongera kugaragara ku ngazi z'intsinzi, nyuma yo gutsindwa mu buryo butandukanye inshuro amagana; nabonye buha umwana wanjye ubuzima busanzwe bwiza, mu gihe nyamara yari yaravutse nta matwi agira.

Mbese ni gute umuntu ashobora kugira no gukoresha ububasha bw'*ugushaka?* Iki kibazo cyasubijwe muri uyu mutwe ndetse no mu yindi ikurikiraho.

Binyuze mu mahame adasanzwe Rurema atatangaje, kandi afite ingufu zo "guhuriza hamwe ibintu mu mutwe," Rurema *arimbisha* ugushaka gukomeye "iyo migirire," itemera ijambo "ntibishoboka" hamwe n'impamo y' "ugutsindwa."

UMUTWE WA 3: UKWIZERA

KURANGAMIRA NO KWEMERA INGIRO Y'UGUSHAKA

Intambwe Njyabukire ya Kabiri

UKWIZERA ni ko "muganga mukuru" w'umutima. Iyo ukwizera guhujwe n'igitekerezo, icyo gihe "uruhande ndotero rw'umutima wa muntu" rufata izo mvubura *zibyawe n'uwo muhuro* rukazihinduramo ikindi kintu bingana mu buryo bwa roho,[110] maze rukacyohereza ku rwego rw'Ubumenyi Butagira Iherezo,[111] nk'uko bigenda mu isengesho.

Ukwizera, urukundo n'igitsina ni byo bifite ububasha bwinshi mu marangamutima y'ingenzi yubaka. Iyo ahurijwe hamwe uko ari atatu, abyara uburyo bwo "kurimbisha" igitekerezo, ku buryo "uwo mutako" ugitera guhita kigera kuri rwa "ruhande ndotero rw'umutima," aho gihindurwamo ikindi kintu bingana mu buryo "bwa roho," iyi ikaba ari yo shusho yonyine ishobora gutera urwego rw'Ubumenyi Butagira Iherezo gutanga igisubizo.

Uko wakongera ukwizera kwawe.

Ubu hakurikiyeho interuro igufasha gusobanukirwa mu buryo bwimbitse, akamaro ihame ry'ukwitongera[112] rifite mu gutuma *ugushaka* kwihinduramo ikindi kintu binganya agaciro mu buryo bufatika cyangwa bw'amafaranga. *Ukwizera* rero, ni imiterere y'umutima igerwaho cyangwa ihangwa, binyuze mu kwemeza cyangwa mu mabwiriza asubirwamo kenshi bihabwa "uruhande ndotero rw'umutima," bigakorwa hifashishijwe amahame y'ukwitongera.

Reka dufate urugero rw'impamvu waba urimo usoma iki gitabo. Muri rusange, impamvu urimo usoma iki gitabo, ni ukugira ngo uzashobore guhindura igitekerezo cyawe n'ingufu zacyo z'ugushaka, maze bizakuviremo ikindi kintu bihwanye mu gaciro-faranga. Mu gukurikiza amabwiriza atangwa mu mitwe ivuga ku *Kwitongera* hamwe no ku mikorere *y'Uruhande ndotero rw'umutima;* nk'uko bivugwa mu nshamake mu Mutwe w'Ukwitongera, ushobora *kwemeza* "uruhande ndotero rw'umutima" wawe ko *wemera* ko uzaronka ibyo ushaka. Urwo "ruhande ndotero rw'umutima" na rwo ruzifashisha uko kwemera kwawe, maze rukugusubize ruguhinduyemo "*ukwizera*," kandi gukurikiwe na gahunda iboneye y'uko uzagera ku cyo *ushaka.*

Ukwizera, ni imiterere y'umutima uzashobora kongera uko ubishatse, numara kugira ubumenyi bwimbitse bw'amahame 13 avugwa muri iki gitabo; kubera ko ari imiterere y'umutima igerwaho ku bushake ishingiye ku gushyira mu ngiro ayo mahame.

Kwisubiriramo inshuro nyinshi ibyo ushaka mu mabwiriza uha rwa "ruhande ndotero rw'umutima" wawe, ni bwo buryo bwonyine buzwi kugeza uyu munsi bukoreshwa mu kuzamura ku bushake amarangamutima y'ukwizera.

Mu gusobanura bihagije, reka turebe uru rugero rw'uko abantu "bisanga" ari abanyabyaha ruharwa. Umwe mu bahanga mu gukurikirana abanyabyaha, yatangaje ibi: "Iyo abantu bakubitanye n'icyaha, barakinenga. Iyo bagumye aho bakomeza guhura n'icyo cyaha, barakimenyera, bakacyihanganira. Iyo bakomeje guhura na cyo igihe kirekire, na bo bacyishoramo, maze kikabagiraho ingaruka."

Ibi rero, bihwanye no kuvuga ngo ingufu z'igitekerezo zoherejwe inshuro nyinshi ku "ruhande ndotero rw'umutima" wa muntu, zigeraho zikakirwa; ndetse urwo ruhande rukagira icyo ruzikoraho, rukazikuramo ikindi kintu binganya agaciro; ibi, rwo rukabikora rwifashishije uburyo bufatika ubwo ari bwo bwose buri hafi.

Ugendeye kuri ibi bivuzwe haruguru, zirikana iyi mvugo igira, iti: "*ibitekerezo byose byuzujwe amarangamutima,* (byahawe ibyiyumvo), *kandi byahujwe n'ukwizera,* bihita bitangira ako kanya kwihinduramo ibindi bintu binganya agaciro cyangwa ibisa na byo.

Amarangamutima cyangwa se "agace k'ibyiyumvo ko mu bitekerezo," ni yo atuma ibitekerezo bigira ibakwe, ubuzima n'ingiro. Iyo amarangamutima y'ukwizera, ay'urukundo n'ayobora ku gitsina ahujwe n'ingufu z'igitekerezo, agiha imbaraga nyinshi zirenze izatangwa n'irangamutima rimwe ryonyine.

Si ingufu z'ibitekerezo zahujwe n'*ukwizera* zonyine zishobora kugera no guhindura ibibera ku "ruhande ndotero rw'umutima;" ni na ko bigenda ku ngufu zose z'ibitekerezo zahujwe n'amarangamutima yubaka cyangwa se asenya ayo ari yo yose.

Nta muntu n'umwe wahanzweho n'umwaku.

Uhereye kuri iyi mvugo rero, urasobanukirwa ko "uruhande ndotero rw'umutima" ruzahindura ingufu z'ibitekerezo zisenya zikavamo ikintu kingana na zo, nk'uko rubigenza ku bitekerezo biboneye cyangwa byubaka. Ibitaboneye ni byo bikunze kwitirirwa cya kintu amamiriyoni y'abantu yita "umwaku" cyangwa "ibyago."

Amamiriyoni y'abantu yemera ko "yahanzweho" n'ubukene n'ugutsindwa kubera zimwe mu mbaraga "bibwira" ko badashobora kugenga. Ni bo biremera "ibyago" byabo kubera imyemerere yabo isenya, ari na yo rwa "ruhande ndotero rw'umutima" rufata rukayihinduramo ikindi kintu gifatika kinganya agaciro n'iyo myemerere.

Uyu rero, ni wo mwanya nyawo wo kongera kukubwira ko uzabikuramo inyungu "kohereza" ugushaka kwawe ku "ruhande ndotero rw'umutima wawe;" ugushaka uko ari ko kose wifuza ko kwahindurwamo ikindi kintu gifatika cyangwa amafaranga bihwanyije agaciro. Ibyo ukabikora mu buryo burangamiye cyangwa bwizera ko uko gushaka kuzahindurwamo icyo wifuza. Ukwemera cyangwa ukwizera byawe ni byo biha icyerekezo ingiro ituruka kuri rwa "ruhande ndotero rw'umutima"113 wawe. Nta kintu na kimwe cyakubuza "guca intege" urwo ruhande rw'umutima wawe nk'uko nabikoze ku muhungu wanjye ubwo namuhaga umurongo-ngenderwaho nkoresheje inzira yo "kumutongera."

Kugira ngo uku "guca intege" kube ingiro, itware nk'uko wakabaye witwara waramaze kugera ku cyo ushaka mu gihe uzaba urimo "utabaza" uruhande ndotero rw'umutima wawe.

"Uruhande ndotero rw'umutima" wa muntu, ruzafata amabwiriza yose ruhawe mu buryo bw'ukwemera cyangwa ukwizera, ruyahinduremo ikindi kintu bihwanyije agaciro; rukoresheje uburyo bwose bwa hafi rufite.

Mu by'ukuri, hamaze kuvugwa uburyo buhagije bwagufasha gutera intambwe ya mbere, wifashishije ubunararibonye n'ibikorwa byagarutsweho, maze nawe ugashobora kuronka uburyo bwo guhuza ukwizera n'ikindi kintu cyose wasaba "uruhande ndotero rw'umutima" wawe. Kunoza ibyo ukora bizanwa no gushyira mu ngiro ibyo wize. *Ntabwo* byazanwa no *gusoma* amabwiriza y'uko bikorwa gusa.

Ni ngombwa cyane gusigasira *amarangamutima aboneye* akaba ari yo aganza mu "ruhande ndotero rw'umutima" wawe; hanyuma kandi ukarwanya ndetse *ugatsinsura* amarangamutima asenya.

Umutima wuje amarangamutima yubaka uhinduka "urugo" nyarwo rutuwe n'impumeko yitwa *ukwizera.* Umutima rero wuje iyo miterere, ushobora guha ku bushake amabwiriza rwa "ruhande ndotero" rwawo, na rwo rugahita ruyakira kandi rukayashyira mu ngiro ako kanya.

Ukwizera ni impumeko y'umutima ushobora kwiyubakamo wifashishije "Ukwitongera."

Mu myaka myinshi ya kera, abayobozi mu by'amadini bagiye bihanangiriza abantu bari mu kaga bababwira ko bagomba "kugira ukwizera," bakizera ibi n'ibi mu by'amadini; nyamara ntibashoboye kubabwira *uko* abantu bagira ukwizera. Ntibigeze bababwira ko "ukwizera ari impumeko y'umutima ishobora kwongerwa binyuze mu kwitongera."

Mu rurimi buri muntu usanzwe yakumva, turasobanura ubumenyi buzwi kugeza uyu munsi ku bijyanye n'amahame agenderwaho mu kongera *ukwizera* aho kutari kuri.

Gira ukwizera muri wowe, gira ukwizera mu "*Utagira Iherezo.*" Mbere y'uko dutangira, tukwibutse ibi bikurikira:

Ukwizera ni "umuhamuro w'ibihe byose" uha igishashi cy'igitekerezo ubuzima, ububasha n'ingiro!

Birakwiye ko iyi nteruro yo hejuru isomwa bwa kabiri, bwa gatatu ndetse n'ubwa kane. Birakwiye ko isomwa mu ijwi riranguruye! Ukwizera ni intangiriro yo kurundarunda ubukire bwose!

Ukwizera ni intangiriro y'ibitangaza byose, n'ibirenze imyumvire yose, bidashobora gusobanurwa n'amahame ya sayansi.

Ukwizera ni wo muti wonyine "ugombora" ugutsindwa!

Ukwizera, ni akaremangingo, ni "akanyabutabire" iyo gahujwe n'isengesho, gaha icyerekezo ihanabutumwa n'urwego rw'Ubumenyi Butagira Iherezo.

Ukwizera ni akaremangingo gahindura *umuvumba* usanzwe

w'igitekerezo wabeshejweho n'imitekerereze isanzwe y'umutwe w'umuntu, ugahindukamo ikindi kintu bingana mu buryo *bwa roho.*

Ni mu "kwizera" umuntu afata kandi agakoresha ingufu zisabagiye mu isi z'urwego rw'Ubumenyi Butagira Iherezo.

Ibitangaza by'ukwitongera.

Biroroshye kugaragaza gihamya yabyo. Iyo gihamya iraganje mu ihame ry'Ukwitongera. Reka noneho rero twibande ku bijyanye n'ukwitongera, kugira ngo tugusobanure kandi tunagaragaze ibyo kwageza ku muntu.

Ni ibintu bizwi ko umuntu yemera icyo ari cyo cyose akomeza kwisubiriramo, *cyaba ukuri cyangwa ikinyoma.* Iyo umuntu akomeje kwibwira ikinyoma inshuro zitandukanye, byashoboka ko azageraho akemera icyo kinyoma nk'ukuri. Buri muntu wese ni uwo ari we biturutse ku bitekerezo bihoraho yemerera kuzura umutima we. Ibitekerezo umuntu ashyira mu mutima we ku bushake, akabishishikariza gukomeza kuwubamo abikunze, hanyuma, akabihuza n'amwe cyangwa menshi mu marangamutima ayo ari yo yose, ni byo bimuha ingufu zo gukora ibyo aba arimo byose. Izi ngufu ni zo ziyoboye kandi zikagenga buri gihe uko ayega, uko akora buri kantu kose hamwe n'ibikorwa bye byose!

Ubu rero, hakurikiyeho ingingo ivugwa muri iyi nteruro y'ukuri yumvikana cyane:

Ibitekerezo bihujwe na kimwe mu byiyumvo by'amarangamutima bigize ingufu-rukuruzi, zikurura zivana mu "isanzure" ibindi bitekerezo bisa cyangwa bifitanye isano na byo.

Bityo rero, igitekerezo "cyagezweho na rukuruzi" irimo amarangamutima, cyagereranywa n'imbuto itewe mu butaka burumbuka, ya yindi ifata, igakura, hanyuma ikagaba imizi ahandi, kugeza igihe rwa rugemwe rubyara izindi zimeze nkarwo z'amamiriyoni atabarika! Umutima wa muntu uhora ukurura imvubura zisa n'iziwiganjemo. Buri gitekerezo, ikifuzo, gahunda cyangwa se intego buri muntu afite mu mutima we, ikurura izindi bifitanye isano; maze ukongera "izi ngufu z'aba bavandimwe" ku zawo, kugeza igihe zisigaye ziyoboye ibikorwa byose bishishikaza uwazibitse mu mutima we.

Noneho rero, reka dusubire aho twahereye, maze turebe uko haterwa mu mutima urubuto rw'igitekerezo, gahunda cyangwa se intego. Biravugwa mu buryo butagoranye: igitekerezo icyo ari cyo cyose, gahunda iyo ari yo yose, cyangwa se intego iyo ari yo yose ishobora kwinjizwa mu mutima w'umuntu *binyuze mu gukomeza gusubiramo igitekerezo.* Ni yo mpamvu usabwa kwandika interuro irimo gahunda yawe iruta izindi, cyangwa se, Intego Yawe Iboneye Iruta Izindi; ukayifata mu mutwe, kandi ukayisubiramo, watura amagambo, buri munsi, kugeza igihe izi mvubura z'amajwi zizaba zamaze kwakirwa n' "uruhande ndotero rw'umutima" wawe.

Fata umwanzuro wo kwirinda ibikugiraho ingaruka zihabanye n'umunezero, hanyuma ahubwo wubake ubuzima bwawe ubuha injyana nyayo. Nufata umwanya wo kureba "ubukungu n'imyenda"[114] ufite mu bijyanye n'ubuzima bw'umutima, ushobora gusanga intege nke za mbere uziterwa no kutigirira icyizere. Nyamara ubu bumuga buravurwa bugakira, maze ubwoba bugasimburwa n'ubutwari hifashishijwe ihame ry'ukwitongera. Gushyira mu bikorwa iri hame, bisaba gushyira ku murongo ibitekerezo biboneye bisanzwe, ukabishyira mu nyandiko, ukabifata mu mutwe, hanyuma ukajya ubisubiramo kugeza igihe bibaye kimwe mu bikoresho cyifashishwa n'uruhande ndotero rw'umutima mu mikorere yarwo.

Inzira yo kwiyubakamo icyizere.

1. Ndabizi ko mfite ububasha bwo kugera ku ntego yanjye Iboneye nihaye mu buzima. Kubera iyo mpamvu, "*nisabye*" *njye ubwanjye* gushikama no gutekereza ibikorwa bihoraho mu kuyigeraho; kandi niyemeje gushyira mu ngiro ibyo bikorwa.
2. Ndabona ukuri k'uko ibitekerezo byiganje mu mutima wanjye, bizagaragara nyuma y'aho ku buryo bufatika nk'ibikorwa, hanyuma bikagenda buhoro buhoro byihindura ibintu bifatika. Gutyo rero, ndajya mfata iminota 30 buri munsi, nshyire mu bitekerezo byanjye umuntu nifuza kuba we, bityo nshyire mu mutima wanjye ishusho iboneye y'uwo muntu.
3. Nzi ko binyuze mu ihame ry' ukwitongera, ugushaka uko ari ko kose nkomeza kugira mu mutima wanjye, kuzashaka inzira kwigaragarizamo mu buryo bufatika bwo kugera ku cyo mfite mu bitekerezo. Kubera iyo mpamvu, nzajya mfata buri munsi iminota icumi yo "gusaba njye ubwanjye" ko ngira ugukuza muri njye imigirire yo *kwigirira icyizere.*
4. Namaze kwandika ku rupapuro ku buryo busobanutse *intego yanjye iruta izindi* mu buzima. Sinzigera mpagarika ibikorwa biyiyoboraho kugeza nyishyize mu ngiro.
5. Ndabizi ko nta butunzi cyangwa se umurimo byamara igihe bitubakiye ku kuri n'ubutabera. Kubera iyo mpamvu, sinzigera nishora mu bikorwa bidafitiye akamaro abo bigeraho bose. Nzagera ku ntsinzi yo gukurura ingufu zose nifuza gukoresha, hamwe n'ubufasha bw'abandi bantu. Nzatera abandi kumfasha, biturutse ku bushake bwanjye bwo gufasha abandi. Nzatsinsura mu mutima wanjye urwango, kwifuza iby'abandi, ishyari, kwikunda no gukwena abandi; maze nshishe mu rukundo nkunda abantu bose, kuko nzi ko imyifatire-mvabitekerezo mibi yibasiye abandi, idashobora kunzanira intsinzi. Nzatera abandi kunyizera, kuko nanjye nzabizera kandi nanjye nkiyizera. Nzashyira umukono wanjye kuri iri hame, ndifate mu mutwe, kandi njye ndisubiramo mu ijwi riranguruye buri munsi, mfite ukwizera guhamye ko rizagenda rihindura buhoro buhoro ibitekerezo n'ibikorwa byanjye, ku buryo nzahita mba umuntu wiyizeye kandi ugera ku ntsinzi.

Uko iri hame rikoreshwa, ni itegeko rya Rurema kugera uyu munsi ritarabona urisobanura. Izina turyita si ryo rifite agaciro kenshi. Agaciro kanini k'iri hame, ni uko RIKORA mu guha ikuzo n'intsinzi inyokomuntu, IYO rikoreshejwe mu buryo bwubaka. Ku rundi ruhande kandi, iyo rikoreshejwe mu buryo busenya, ni byo rikora. Mu nteruro ikurikiyeho harimo ukuri gusesuye: bene ba bandi bagezwayo mu gutsindwa, hanyuma bagashiduka ubuzima bwabo bwageze mu bukene, ubutindi n'ukwiheba, bibagwirira kubera gushyira mu ngiro mu buryo budakwiye ihame ry'ukwitongera. Ikibitera, gishobora kuba gifite imizi mu kuba *ibitekerezo byose, bikunze kugira icyerekezo kigana ku kwigaragaza mu kindi kintu gifatika bingana.*

Akaga ko kugira ibitekerezo bitaboneye.

"Uruhande ndotero rw'umutima" ntiruzi gutandukanya ingufu z'ibitekerezo byubaka n'iz'ibisenya. Rwifashisha ibikoresho turuha tubinyujije mu ngufu z'ibitekerezo byacu. "Uruhande ndotero rw'umutima" ruhindura igitekerezo gifitanye isano n'ubwoba kikavamo ikintu gifatika kandi kigaragarira amaso; kandi nabwo, ni uko rubigenza ku gitekerezo gishingiye ku butwari cyangwa ukwizera.

Uko rero amashanyarazi agira ingufu zituma "imashini" z'uruganda zikaraga, maze zigatanga serivisi ikenewe iyo akoreshejwe uko bikwiye, cyangwa agahitana ubuzima iyo akoreshejwe mu buryo butari bwo, ni na ko ihame ry'ukwitongera rizakugeza ku mahoro n'uburumbuke; cyangwa rikakumanura mu kibaya cy'ubutindi, ugutsindwa n'urupfu, hagendewe ku rugero rw'imyumvire yawe y'ukwitongera n'uburyo ugushyira mu ngiro.

Nuramuka wujuje mu mutima wawe ubwoba, gushidikanya no kutiyizera mu bijyanye no gukorana no gukoresha ingufu z'urwego rw'Ubumenyi Butagira Iherezo, ihame ry'ukwitongera rizafata iyo miterere yawe yo kutizera, hanyuma riyikoreshe nk'ingenashusho "uruhande ndotero rw'umutima" ruzahinduramo ikindi kintu gifatika bihwanye.

Nk'uko umuyaga umwe utwara ubwato ubuganisha mu Burasirazuba, uwundi ukabuganisha mu Burengerazuba, iri hame ry'ukwitongera rizakuzamura cyangwa rikurohamishe, rigendeye ku buryo wateguye ingashya z'*ibitekerezo* byawe.

Ihame ry'ukwitongera, ari na ryo buri muntu yakwifashisha mu kuzamuka ingazi y'intsinzi ya yindi isendereye imitekerereze y'ibyo umuntu atigeze abona, rirasobanurwa mu mikarago ikurikira:

Nutekereza ko watsinzwe, kaba kabaye;
Nutekereza ko utatinyuka, ni uko biri;
Nukunda gutsinda ariko *ugatekereza* ko utabishobora,
Birasa n'ukuri ko utazabishobora.

Nutekereza ko utazatsinda, ubwo waratsinzwe.
Kuko uko tubibona mu isi,
Intsinzi itangirana n'ubushake bw'umuntu —
Byose bizanwa n'uko umutima ubyiteguye.

Niba utekereza ko uri indashyikirwa, ni ko biri;
Usabwa "kureba" *hejuru* kugira ngo weguke.
Usabwa mbere na mbere kuba *wiyizeye wowe ubwawe,*
Kugira ngo wegukane intsinzi.

Ingamba zo mu buzima ntabwo akenshi zegukanwa,
N'ukomeye cyangwa se uwihuta cyane;
Nyamara ugera ku ntsinzi uko biri kose,
Ni wa wundi UTEKEREZA KO ABISHOBOYE!

Itegereze amagambo yibanzweho, hanyuma urasobanukirwa icyo uyu musizi yatekerezaga mu mutima we.

Ni ubuhe buhanga buhebuje businziriye mu bwonko bwawe?

Muri wowe uko waremwe *hasinziriyemo* imbuto y'intsinzi. Iyo ikanguwe igashyirwa ku murimo, yakugeza ku ntera ihebuje utari kuzigera utekereza kugeraho.

Nk'uko umuyobozi w'abacuranzi ashobora kuzamura ijwi rihebuje mu bwiza maze akagusunikira injyana ivuye mu mirya y'inanga, ni nako nawe ushobora kubyutsa ubuhanga buhebuje businziriye muri wowe, maze bukakuzamura werekeza ku ntego iyo ari yo yose wifuza kugeraho.

Abraham Lincoln[115] yatsinzwe ibyo yageragezaga byose kugeza arengeje imyaka 40. Yafatwaga, nka "Bwana Ngirwamuntu kandi Utagira Ivuko," kugeza igihe mu buzima bwe "anyuze mu bintu bitangaje," bikangura ubuhanga bwari businziriye mu mutima no mu bwonko bye; nuko biha isi umwe mu bantu bayo nyabo batangaje. Ubwo "buzima" bwari bugizwe n'amarangamutima y'agahinda hamwe n'ay'urukundo. Bwamugaragariye bunyuze muri Anne Rutledge,[116] umugore umwe rukumbi yakunze urukundo nyarwo.

Birazwi kandi ko amarangamutima y'urukundo, afitanye isano ya hafi cyane n'imiterere y'umutima izwi nk'ukwizera; ibi bigaterwa n'uko urukundo ruza hafi cyane mu gufasha ingufu z'ibitekerezo by'umuntu zigahindukamo ikindi kintu bihwanye mu buryo bwa roho. Mu gihe yakoraga ubushakashatsi, kandi yifashishije ubusesenguzi yakoze ku mirimo n'ibyagezweho n'amagana y'abagabo bageze ku ntsinzi zo ku rwego ruhanitse, umwanditsi w'iki gitabo yavumbuye ko urukundo rw'umugore rwagiye iteka rutera impinduka mu mikorere ya buri wese muri abo.

Niba ushaka kubona gihamya y'ububasha bw'ukwizera, uzasesengure ibyagezweho n'abagabo n'abagore bagukoresheje. Ku rutonde rw'abo habanza "Umunyanazareti." Inkingi-mwamba y'Ubukirisitu ni ukwizera, hatitawe ku buryo abantu benshi bagiye batana cyangwa se bibeshya ku gisobanuro cy'izi ngufu zitangaje.

"Icyegeranyo" cy'inyigisho n'ibikorwa bya Kirisitu, *byakabaye byarabonwe* nk' "ibitangaza," ntaho bitaniye n'ukwizera. Niba hari ibibaho byitwa "ibitangaza," bigaragarira mu miterere y'umutima izwi nk'ukwizera.

Reka turebe ububasha bw'ukwizera, nk'uko bwagaragajwe n'umuntu uzwi cyane mu mateka y'isi yose, ari we Mahatma Gandhi[117] wo mu Buhinde. Uyu mugabo ni rumwe mu ngero zihariye isi yagize zigaragaza ukwizera. Gandhi yagaragaje ububasha butigeze bugirwa n'undi muntu uwo ari we wese mu gihe ke; nubwo bwose atari afite na kimwe mu bikoresho by'ubutegetsi bimenyerewe nk'amafaranga, amato y'intambara, abasirikare hamwe n'ibikoresho by'intambara. Gandhi nta faranga yagiraga. Nta ho gutaha yagiraga. Habe n'ikoti ryo kwambara nta ryo yagiraga, ariko yari afite ububasha bwinshi. Ubwo bubasha yabukuye he?

Yarabuhanze biturutse mu gusobanukirwa amahame agenga ukwizera, hamwe n'ubushobozi bwe bwo kwinjiza uko kwizera mu mitima y'abantu miriyoni 200.

Gandhi yageze ku ntsinzi ihebuje yo kwemeza imitima y'abantu miriyoni 200, akayihuriza hamwe maze igatera intambwe yunze ubumwe, nkaho ari umutima umwe.

Uretse ukwizera, ni izihe mbaraga zindi hano ku isi zakora nk'ibyo?

Uko igitekerezo kimwe cyabyaye ubukire.

Kubera ko hakenewe ukwizera n'ubufatanye mu gutunganya bizinesi n'inganda, birashimishije kandi bifite inyungu gusesengura ikintu cyabayeho gifasha gusobanukirwa mu buryo bunoze cyane uko abanyenganda n'abandi bayobozi bakusanya ubutunzi bwinshi, banyuze mu nzira zo *gutanga* mbere yo kugerageza *kwakira.*

Urugero rwatanzwe mu gusobanura ibivuzwe mu nteruro ibanza, rujyanye n'ibyabaye mu mwaka wa 1900, ubwo hashingwaga "US Steel Corporation."[118] Ubwo uraba usoma iyo nkuru, ukomeze kuzirikana ibyo bintu by'ingenzi bivugwamo, bityo urashobora gusobanukirwa uko *ibitekerezo* byagiye bihindurwamo ubutunzi bwinshi.

Niba nawe uri umwe muri benshi bagiye bibaza uko abantu bagera ku butunzi bwinshi, iyi nkuru y'uko ikigo "US Steel Corporation" cyashinzwe, irakubera *urugero rukumurikira.* Niba ukijijinganya ko abantu bashobora gutekereza bagakira, iyi nkuru yagombye kwirukana icyo kintu, kuko urayibonamo ishyirwa mu ngiro ry'ihame ry'ingenzi mu mahame asobanurwa muri iki gitabo.

Uwitwa John Lowell,[119] watwemereye gutangaza ibivugwa mu mirongo ikurikira, akaba yarakoreraga ikinyamakuru cya *New York World-Telegraph*, yanditse iyi nkuru yihariye ku bijyanye n'ububasha bw'*igitekerezo.*

HARI KU MUGOROBA tariki ya 12 Ukuboza 1900, ubwo abasaga 80 mu baherwe igihugu cyari gifite, bahuriraga ku meza muri "University Club,"[120] ku Muhanda wa 5, bishimira umusore waturukaga mu Burengerazuba; nyamara abatageze kuri 6 ni bo bashoboye kubona ko hari hatangiye andi mateka mu bijyanye n'inganda muri Amerika.

Nuko rero J. Edward Simmons[121] na Charles Stewart Smith,[122] mu mutima wuje gushimira uko bari barakiriwe mu buryo bw'agatangaza na Charles M. Schwab mu rugendo bari baherutse kugirira i Pittsburgh,[123] na bo bategura kumwakira ku meza ku mugoroba. Bakaba bagiraga ngo bahe umwanya uwo musore w'imyaka 38 wakoraga mu ruganda rukora ibyuma; maze na we amenyane n'abanyamabanki bo mu Burasirazuba bw'igihugu. Cyakora ntibari biteze ko aza "gutanisha" ikiganiro. Bari babanje kumukebura, bamugira inama ko imigirire y' "abanya-New York" bari biteguye gusangira ku meza, itajyaga kumuha umwanya wo gutanga disikuru ndende; bongeraho ko niba atarashakaga kurambirana imbere ya Stilimans,[124] Harrimans[125] na Vanderbilts,[126] yagombaga gufata nibura iminota hagati ya 15 na 20 yo kubasogongeza mu kinyabupfura ku byo yashakaga kubamenyesha, hanyuma akaba ahagarikiye aho.

Ndetse na John Pierpont Morgan[127] wari wicaye iburyo bwa Schwab, mu rwego rwe rw' "ubusirimu" buganza bose, yifuzaga kugaragara muri ibyo birori igihe gito. Ku bijyanye n'ibitangazamakuru byandikira rubanda, icyo gikorwa cyafatwaga nk'ikiza gufata umwanya muto cyane, ku buryo bukeye bwaho nta nkuru n'imwe ikivugaho yasohotse.

Nuko abatumiye bombi n'abatumirwa babo bariyakira mu byiciro 7 cyangwa 8 nk'uko bisanzwe. Hariho ibiganiro bikeya kandi bavugaga buhoro. Bake mu banyamabanki n'ababahuza n'abakiriya babo ni bo bari barahuye na Schwab. Imikorere ye yari izwi n'amabanki yo muri Monongohela[128] ariko nta bari bamuzi bihagije. Cyakora mbere y'uko uwo mugoroba urangira, abo twavuze, hamwe n'umunyamafaranga wabo Morgan, bagombaga gutungurwa cyane no kubona ko "*umwana* ufite agaciro ka miriyari y'amadorari yari agiye gusamwa!"

Nta kundi twabigenza! Kubera amateka y'iterambere ry'icyo gihe, ntabwo hashoboye kubikwa ijambo ryavuzwe na Charlie Schwab ubwo basangiraga. Nyamara ariko, byashoboka ko ryari ijambo "risanzwe," ryasaga n'iryumvikanamo kudakurikiza ikibonezamvugo, (kuko Schwab ntiyitaga na gato ku byo gukosora imivugire), gusa rikaba ryari ririmo ingingo z'ubwenge kandi hose ryuje ubuhanga. Uretse ibyo kandi, ni ijambo ryari rifite imbaraga zitera ibakwe, kandi ryagize ingaruka ku butunzi bufite agaciro ka miriyari 5 z'amadorari bwari busaranganyije hagati y'abari bitabiriye uko gusangira. Nyuma y'iryo jambo, no mu gihe abatumirwa bose bari bagitangajwe n'ibyo bari bamaze kumva, nubwo bwose Schwab yari amaze isaha n'igice avuga, nuko Morgan aramutumira berekeza hirya hafi y'idirishya, bicara ku ntebe ndende, amaguru yabo adakora hasi, intebe rwose itarabahaga umutuzo, nuko bamara indi saha bavugana.

Ubudasa mu mikorere ya Schwab bwari bumaze gukanguka mu mbaraga zabwo zose; cyakora icyari icy'agaciro kuruta ibindi kandi kizamara igihe kinini, ni gahunda yuzuye kandi iboneye yatangaje igaragaza uko kwagura ikorwa ry'ibyuma byari kuzashyirwa mu ngiro. Abantu benshi bari baragerageje gushishikaza Morgan ngo bahurize hamwe imbaraga mu gukora ishyirahamwe rinini rikora ibyuma nyuma y'irikora ibisuguti, insinga, ibyuma by'inziga, isukari, purasitiki, wisiki, amavuta na bombo. John W. Gates,[129] "ukina imikino y'amahirwe," yari yarabishyizemo imbaraga ariko Morgan ntiyamugirira icyizere. Abahungu ba Moore,[130] ari bo Bill[131] na Jim,[132] bacuruzaga imari ku isoko ry'imigabane i Chicago, bari barihambiriye ngo bakore ishyirahamwe nk'iryo ariko birabananira. Elbert H. Gary,[133] umwavoka ku rwego rw'igihugu "wahoraga yigaragaza nk'ukiranuka kurusha abandi bantu bose," na we yari yarashatse kuzamura icyo gikorwa nyamara ntiyagira imbaraga zihagije ku buryo hagira icyo agaragariza abantu. Kugeza mbere y'uko ijambo rya Schwab "rikura J. P. Morgan mu bye," rikamushyira ahirengeye aho yashoboraga kubona imbuto zizewe zizava muri icyo gikorwa gihanitse cy'ubutwari mu by'ubukungu kitigeze kibaho mbere, uwo mushinga wafatwaga nk'inzozi zitakabywa z' "abasazi" barota kubona ifaranga bitabagoye.

Ugushyira hamwe mu by'ubukungu, kwatangiye mu gisekuru gishize gukurura amashyirahamwe mato rimwe na rimwe atari ayobowe neza, kukayabumbira mu mahuriro manini kandi adahanganye mu mikorere; kwari gusanzweho muri gahunda zo gukora ibyuma, mu bikorwa byari byarashyigikiwe n'urya "munyamunezero rushimusi wa bizinesi," ari we John

W. Gates. Gates rero yari yarashinze "American Steel and Wire Company,"[134] abumbiye hamwe udusosiyete duto. Afatanyije na Morgan bari barashinze kandi "Federal Steel Company."[135]

Urebye ishyirahamwe rigari rya Andrew Carnegie ryari rifite abafatanyabikorwa 53, ayo mashyirahamwe yandi yari mato cyane. Uko yashoboraga kwihuza kose gushoboka, yose hamwe ntiyashoboraga "kurya urwara" ishyirahamwe rya Carnegie, kandi na Morgan yari abizi.

Ibi kandi, uwo musaza w'imyitwarire idasanzwe ukomoka muri Scotland, na we yari abizi. Aho yari yibereye mu ngoro ye iteye amabengeza ya Skibo Castle,[136] yabanje gutangazwa n'ukuntu udusosiyete twa Morgan twageragezaga kurogoya bizinesi ye. Nyuma y'aho biza no kumubabaza. Imigenzereze yabo ikomeje kugaragaza ugutwaza kurenze, imyitwarire ya Carnegie yabaye uburakari no kwihorera. Nuko afata ingamba zo gukuba kabiri buri ruganda rufitwe n'abamurwanyaga. Kugeza icyo gihe, yari atarinjira muri bizinesi y'insinga, ibyuma by'imiyoboro, indobo z'ibyuma cyangwa amabati. Ahubwo we, yari yarakomeje kujya agurisha n'izo sosiyete ibyuma bidatunganije kugeza ku rwego rwa nyuma, hanyuma zo zikabyihera ishusho bitewe n'ibyo zifuzaga gukora. Ako kanya, afatanyije na

Schwab, iya mbere mu ntore ze kandi ifite ubushobozi; ashyiraho ingamba zo gushora abamurwanyaga mu nzira ifunganye.

Ngayo nguko uko Morgan yashoboye kubona mu ijambo rya Charles M. Schwab igisubizo ku kibazo cye cyo guhuriza hamwe amasosiyete. Nyamara kandi hatekerezwaga iki kintu gikurikiyeho. Ishyirahamwe ritarimo Carnegie — kandi ari we ufite sosiyete ngari kuruta izindi — nta shyirahamwe ryaba ririmo. Nk'uko umuhanga yabyanditse, byaba ari uguteganya gutegura "deseri"[137] irimo imbuto kandi nta mbuto zihari.

Mu ijambo rya Schwab ryo mu ijoro ryo ku wa 12 Ukuboza 1900, nta gushidikanya ko ryaba ryarumvikanyemo ko byashobokaga ko sosiyete ngari ya Carnegie yashoboraga kwegukanwa na Morgan, nubwo bwose nta cyizere yari yatanze. Yari yavuze ku hazaza h'ikorwa ry'ibyuma, ku kongera kurema imikorere mishya kugira ngo hagerwe ku musaruro ugaragara, ku kugira ubumenyi bwihariye, ku guhagarika inganda ziri mu gihombo no guhuriza hamwe imbaraga mu bikorwa bifite inyungu, ku bikorwa by'ubukungu bushingiye ku icuruzwa ry'amabuye y'agaciro, ku bikorwa by'ubukungu bushingiye ku mafaranga agenda ku bakozi n'imirimo bijyanye, hamwe no ku kwiyegereza amasoko mpuzamahanga.

Nyuma y'ibyo, yabwiye kandi abo basahuzi ko muri bo harimo amakosa aturuka ku busambo bwabo. Yabaye nk'ukomoza ku kuba intego zabo zaragiye ziba gusa gushinga inganda zihariye zitagira izindi zikora nk'ibyabo, kuzamura ibiciro, hanyuma y'ibyo, bakihemba inyungu zirenze ibyo bakabaye bagenerwa. Ubu buryo bw'imikorere Schwab yarabugaye yivuye inyuma. Abwira abamwumva, yavuze ko kutareba kure kw'iyi mikorere gushingiye ku kuba ari uburyo bwo guca intege amasoko,[138] mu gihe hari hakenewe muri iyo minsi ko buri kintu kiyongera. Yababwiye ko mu kugabanya igiciro cy'ibyuma, hazavukamo irindi soko rizakomeza kwaguka, hakazabonekamo uburyo bwinshi bwo gukoresha ibyuma, maze bigire uruhare mu gice kinini cy'ubucuruzi bw'isi. Nubwo bwose atari abizi, biragaragara ko Schwab yigishaga abantu gukora ibintu byinshi bityo bikagabanya igiciro cyabyo.

Nuko gusangira kuri University Club kurasozwa. Morgan ataha iwe agiye gutekereza ku mpanuro zitanga icyizere za Schwab. Schwab na we asubira i Pittsburgh gukomeza bizinesi ya Carnegie yo gukora ibyuma, mu gihe Gary n'abandi basubiye iwabo gukurikirana bizinesi zabo z'amasoko y'imigabane, bashakisha icyo bazakora mu cyiciro kizakurikiraho.

Ntibyatinze! Byafashe Morgan nk'icyumweru kimwe gusa kugira ngo abe amaze gusesengura ihurizo Schwab yari yamuhaye. Amaze kubona ko nta ngaruka mu by'ubutunzi zizabaho, atuma kuri Schwab — nuko ahubwo asanga uwo musore atari yiyizeye bihagije. Maze Schwab aramubwira, ati: "Bwana Carnegie ntabwo yazashimishwa no kubona Umuyobozi wa Sosiyete ye yizera arimo agirana imigenderanire idasanzwe n'Umwami w'Abami wa Wall Street."[139] Kandi iyo nzira, Carnegie yari yararahiye ko atazigera ayinyura." Nuko haza igitekerezo cya John W. Gates, wari umuhuza, avuga ko niba Schwab azaba ari muri Hoteli Bellevue[140] i

Philadelphia,[141] na J. P. Morgan na we "yashobora" kuzaba ahari. Gusa ubwo Schwab yahageraga, Morgan ntiyari ahari kubera ko yari yagize uburwayi ari iwe mu rugo i New York. Nuko ku bw'ubutumire bwihuse bw'uwo musaza, Schwab atafa inzira yerekeza i New York, agezeyo yakiririwa mu isomero ry'inzu y'uwo munyamafaranga.

Kugeza ubu, hari bamwe mu bakurikirana amateka y'ubukungu, bavuga ko kuva mu ntangiriro kugeza ku musozo w'uyu "mukino," byose ari Andrew Carnegie wari wabiteguye — bakavuga ko kuriya kwakirwa mu gusangira nimugoroba, rya jambo ridasanzwe, ya nama yo ku cyumweru yahuje Schwab na wa Mwami w'Ifaranga; ngo byose byari byateguwe na wa "muhanga" wo muri Scotland. Nyamara ukuri kw'ibintu si uko. Ubwo Schwab yahamagarirwaga kwemera ayo masezerano, ntiyari azi ko "uwo *mubosi* muto" nk'uko Andrew bamwitaga, azemera kugurisha; cyane cyane, kugurisha n'itsinda ry'abantu yafataga nk'abafite imyitwarire iri hasi mu "byo gukiranuka." Cyakora Schwab yamugejejeho uko inama yose yagenze, amwandikira n'intoki raporo y'impapuro 6, kandi amugaragariza mu mutima we imibare ibumbatiye agaciro gafatika hamwe n'ubutunzi bushobora kuba buri muri buri sosiyete ikora ibyuma Schwab yafataga nk'inyenyeri y'ingenzi yamumurikira muri icyo kirere gishyashya cy'imikoreshereje y'ibyuma.

Abagabo 4 ni bo bari bararaye batekereza kuri iyi mibare ijoro ryose. Birumvikana ubayoboye yari Morgan, akaba yaremeraga cyane ko yemerewe n'Imana kugira amafaranga. Hamwe na we kandi hari umufatanyabikorwa we w'umunyabwenge kandi w'umusirimu, Robert Bacon,[142] akaba uwo mu muryango w'ibwami. Uwa gatatu yari John W. Gates, ari na we Morgan yasuzuguraga amwita "ukina imikino y'amahirwe," hanyuma akamwifashisha nk'igikoresho. Uwa kane yari Schwab, akaba yari we ufite ubumenyi kurusha irindi tsinda ry'abantu bakiriho ku isi iryo ari ryo ryose, mu bijyanye no gukora no gucuruza ibyuma. Muri iyo nama, nta kibazo na kimwe cyavutse ku mibare yatangazwaga n'uwo "munya-Pittsburgh." Iyo yagenaga agaciro ka kampani, kabaga ari ako, nta kirenzeho. Yasabye kandi ko mu byo bakora bibanda gusa ku bibazo yari yavuzeho. Yari yatekereje isosiyete ngari itazigera igira indi bahangana mu bumwe bw'ibyo bakora, kabone n'ubwo hari kuba bamwe mu nshuti bari kuba bamaranira kugabanya umutwaro wabo ngo bawegeka ku ntugu ngari za Morgan.

Ku mugoroba Morgan arahaguruka, yemye. Hari hasigaye ikibazo kimwe gusa.

Maze arabaza, ati: "Ukeka ko ushobora kwemeza Andrew Carnegie akagurisha?"

Schwab aramusubiza, ati: "Nagerageza."

Morgan yungamo, ati: "Ushoboye kumwemeza akagurisha, nanjye nakwinjira muri iyo dosiye."

Aho bigeze aha ni byiza! Nuko hibazwa n'ibindi bibazo kuri iyo dosiye. Bimwe muri byo byari ibi: "Mbese koko Carnegie azemera kugurisha? Azasaba angahe? (Schwab yagenekereje nibura miriyoni 320 z'amadorari).

Mbese azasaba kwishyurwa ate? "*Common stocks,*" ari zo mpapuro ngaragaza-mugabane z'umunyamuryango usanzwe; cyangwa se "*Preferred stocks*" ari zo mpapuro ngaragaza-mugabane zigenera umunyamuryango agahimbazamushyi n'uruhare ku mitungo itimukanwa hamwe n'ideni? Impapuro mpeshwa-mwenda (*Bonds*) se? Cyangwa se *Kashi*? Nta muntu wajyaga gukusanya kimwe cya gatatu cya miriyari y'amadorari mu buryo bwa kashi.

Habaye umukino wa golf[143] muri Mutarama mu kibaya cya Saint Andrews[144] aho gihurira na Westchester;[145] aho Andrew yari yifubitse ikoti rirerire yirinda ubukonje, naho Charlie[146] avuga ubutitsa nk'uko bisanzwe kugira ngo akomeze "kugira morale." Gusa nta jambo na rimwe rijyanye na bizinesi ryigeze riganirwa n'abo bombi kugeza ubwo bahuriye mu nzu nziza ya Carnegie yari ahiherereye hafi aho. Nuko nk'uko yabigenje akemeza abaherwe 80 ubwo yabasobanuriraga bahuriye muri University Club, imbere ya Carnegie, Schwab yatatse icyizere gikwiye k'izabukuru ziboneye kigaragara; ndetse avuga no ku mamiriyoni atabarika azafasha uwo musaza mu mishinga ye yaje itunguranye yo gufasha abantu. Carnegie aranyurwa. Afata urupapuro yandikaho umubare, aruhereza Schwab, maze aramubwira, ati: "Ni byiza! Ngaya amafaranga tuzagurisha."

Uwo mubare wakabakabaga miriyoni 400 z'amadorari, kandi wagezweho hafashwe miriyoni 320 yari yavuzwe na Schwab nk'umubare w'ifatizo; hongerwaho miriyoni 80 kugira ngo zihagarare mu gaciro k'inyongera y'imari yo mu myaka 2 yari ishize.

Nyuma y'aho, "umunya-Scotland" yaje guhura na Morgan mu bwato bugana i Burayi, maze amuganiriza yikinira asa n'uwicuza, ati: "Iyo mbimenya nkaguca izindi miriyoni 100."

Morgan na we amusubiza yikinira, ati: "Iyo uzisaba, wari kuzibona."

Birumvikana iki kintu cyavuzweho cyane. Umunyamakuru w'Umwongereza yohereje telegaramu ivuga ko urwego mpuzamahanga rukora ibyuma rwari rutewe impungenge n'ubunini bw'iryo shyirahamwe. Hadley,[147] Umuyobozi wa Kaminuza ya Yale, yavuze ko ayo mashyirahamwe adahawe umurongo, igihugu cyari kwitegura "umwami w'abami i Washington[148] mu myaka 25 yari iri imbere." Nuko Keene,[149] wa muhanga mu by'amasoko y'imigabane na we ajya mu kazi ke ko kurunda imigabane mishyashya ku bantu, ku buryo iy'inyongera yose — ifite agaciro gasaga miriyoni 600 z'amadorari — yaguzwe mu gihe nk'icyo guhumbya. Bityo Carnegie yari afite amamiriyoni ye, abakozi ba Morgan na bo bari bafite miriyoni zabo 62 z'amadorari ziva mu "mihihibikano" yabo; kandi n' "abahungu" bose guhera kuri Gates kugeza kuri Gary[150] bari bafite amamiriyoni yabo.

Schwab, wa musore w'imyaka 38, na we yari afite igihembo cye. Yagizwe Umuyobozi w'iyo sosiyete ngari nshya kugeza mu mwaka wa 1930.

Ubutunzi butangira ari igitekerezo.

Iyi nkuru ya bizinesi ngari umaze gusoma ni urugero rwuzuye rw'uburyo ugushaka gushobora kwihinduramo ikindi kintu bihwanyije agaciro!

Iyo sosiyete ngari cyane yateguriwe mu mutwe w'umuntu umwe. Gahunda y'uko iyo sosiyete yinjijwemo izindi nganda z'ibyuma bityo bikayiha kudahungabana mu by'amafaranga na yo yateguriwe mu mutwe w'uwo muntu. Ukwizera kwe, ugushaka kwe, ugushushanya mu bwenge kwe n'ugushikama kwe ni byo birungo nyabyo byakoze United States Steel. Inganda zikora ibyuma hamwe n'ibindi bikoresho bikomeye byegukanywe n'iyo sosiyete imaze kwemerwa n'amategeko byaje bitunguranye; nyamara ubusesenguzi bwimbitse bwagaragaje ko asaga miriyoni 600 z'amadorari, ari ko gaciro-mbumbe k'izo sosiyete zose, katurutse mu guhuriza ku buyobozi bumwe ibikorwa n'ibikoresho byose byazo.

Mu yandi magambo, *igitekerezo* cya Charles M. Schwab wongeyeho *ukwizera* yari afite ubwo yakigezaga kuri J. P. Morgan hamwe n'abandi, cyaguzwe ku gaciro k'amadorari miriyoni 600. Ntabwo ari amafaranga make ku gitekerezo kimwe gusa!

"United States Steel Corporation" yarakuze, iba imwe mu masosiyete afite ubukire bwinshi kandi akomeye muri Amerika, iha akazi ibihumbi by'abantu, ihanga ubundi buryo butari buzwi bwo gukoresha ibyuma, ifungura andi masoko; ibi bishimangira ko inyungu ya miriyoni 600 y'igitekerezo cya Schwab yabonetse.

Ubutunzi butangira bufite ishusho y'igitekerezo!

Ingano yabwo igenwa gusa n'umutima w'umuntu aho icyo gitekerezo gitangirira kubaho. Ukwizera kuvanaho imipaka. Zirikana ibi mu gihe uzaba usaba ubuzima icyo ari cyo cyose bukugomba nk'ikiguzi cy'uko uzaba wamaze kunyura iyi nzira.

UMUTWE WA 4: UKWITONGERA

INZIRA YO GUHA ICYEREKEZO "URUHANDE NDOTERO RW'UMUTIMA"

Intambwe Njyabukire ya Gatatu

UKWITONGERA ni ijambo rikoreshwa ku byo umuntu "yitongera" byose hamwe n'ibikanguzo byose bimuvumbukamo bishyika mu mutima we byinjiriye mu byumvisho 5. Mu bundi buryo, twavuga ko "ukwitongera" ari "ukwiyumvisha wowe ubwawe." Ni *uburyo bw'ihuriro* ribera hagati mu mutima w'umuntu aho ibitekerezo bivuye ku "ruhande nyumvisho rw'umutima," bihurira n'itumanaho rivuye ku kicaro cy' "uruhande ndotero rw'umutima."

Binyuze mu bitekerezo umuntu yemerera ko byigarurira umutima we, (uko biri kose nta ruhare rwaterwa n'uko byaba ari ibyubaka cyangwa ibisenya), icyo gihe ihame ry'ukwitongera ku bwaryo ririkoresha rikagera kuri rwa "ruhande ndotero rw'umutima," maze rigatanga icyerekezo cy'urwo ruhande hagendewe kuri bya bitekerezo.

Rurema yahanze muntu ku buryo we wenyine ashobora kugenga bidasubirwaho ibigera ku "ruhande ndotero rw'umutima" we binyuze mu byumvisho uko ari 5. Ariko ibivuzwe haruguru aha ntibigamije kwemeza ko buri gihe umuntu yifashisha ubwo *bubasha* bwe. Ahubwo inshuro nyinshi, nta bwo akoresha, ari na byo bisobanura impamvu abantu benshi babaho mu buzima bw'ubukene.

Zirikana ibyavuzwe ku "ruhande ndotero rw'umutima," bigaragaza ko rusa n'umurima urumbuka, aho ibyatsi bibi bimera bigashisha iyo udatewemo izindi mbuto nziza zikenewe. Ukwitongera ni inzira y'umuntu yo kugenga uruhande ndotero rw'umutima we, aho ashobora ku bushake bwe kurugaburira akaruhaza ibitekerezo by'ubuvumbuzi; cyangwa se, yaba atabyitayeho, agatuma ibitekerezo bisenya bishinga imizi muri ubu busitani butoshye bw'umutima.

Rora kandi wiyumvishe ukirigita ifaranga n'intoki zawe.

Ku ntera ya nyuma muri 6 zasobanuwe mu Mutwe uvuga ku *Gushaka*, wahawe amabwiriza yo gusoma, inshuro 2 buri munsi, watura mu ijwi riranguruye, inyandiko yawe aho wagaragaje ugushaka kwawe kwerekeye ifaranga, hamwe no kubona kandi ukumva ayo mafaranga wayashyikiriye! Mu gukurikiza aya mabwiriza, uba wohereza ubutumwa bw'*ugushaka* kwawe, bugashyikirizwa "uruhande ndotero rw'umutima" mu buryo bw'ukwizera-ntayegayezwa. Mu gukomeza gusubiramo iyi nzira, urarema ku bushake umuco wo gutekereza uzaha icyerekezo imbaraga ushyira mu guhindura ugushaka kwawe, kugira ngo guhinduke ikindi kintu bihwanyije agacirofaranga.

Ongera usubiremo izi ntera 6 uko zasobanuwe mu Mutwe wa 2. Ongera uzisome, utuje, mbere y'uko ukomeza gusoma iki gitabo. Hanyuma, ubwo uzagera aho bavuga ku buryo bwo "Gukora Itsinda ry'Abasangirangendo," busobanurwa mu Mutwe uvuga ku "Iteganyamigambi," uzasome uzirikana cyane amabwiriza ane y'uko bikorwa. Nureba ibi byiciro byombi by'amabwiriza ukabigereranya n'ibivugwa ku kwitongera, urasanga muri ayo mabwiriza hazamo ishyirwa mu ngiro ry'ihame ry'ukwitongera.

Bityo rero mu gihe uraba usoma ijambo ryawe ry'ugushaka, watuye mu ijwi riranguruye, (ari bwo uraba ushaka kongera "ihugukira-faranga"), zirikana ko atari ugusoma amagambo bizagira icyo bizana, keretse iyo ayo magambo ahujwe n'amarangamutima n'ibyiyumvo. "Uruhande ndotero rw'umutima" rusobanukiwe kandi rugira icyo rukora *gusa* ku bitekerezo byahujwe n'amarangamutima hamwe n'ibyiyumvo.

Ibi tuvuze haruguru bifite agaciro kanini ku buryo bisobanura impamvu bigenda bigaruka hafi muri buri Mutwe w'iki gitabo, kuko kudasobanukirwa n'ibi bigira ingaruka ku bantu benshi bagerageza gukoresha ihame ry'ukwitongera, ntibashobore kugera ku kigenderewe bashakaga.

Amagambo asanzwe, adasigasiwe n'amarangamutima ntashobora guha icyerekezo "uruhande ndotero rw'umutima." Ntabwo rero bizagushobokera kugera ku musaruro wifuza, igihe cyose uzaba utarashobora kwakura "uruhande ndotero rw'umutima" wawe, ukoresheje ibitekerezo wagize cyangwa se amagambo wavuze, ariko byabanje guhuzwa n'amarangamutima afite imizi mu kwemera.

Ntugacike intege nubona udashobora kugenga no kugenera icyerekezo amarangamutima yawe ku nshuro ya mbere uzabigerageza. Zirikana ko nta buryo bubaho bwo kuronka ikintu ku busa. Ntushobora gushyiramo uburiganya kabone n'ubwo washaka kubikora. Ikiguzi cyo gushobora guha icyerekezo "uruhande ndotero rw'umutima" wawe ni uguhozaho mu gushyira mu ngiro amahame atangwa muri iki gitabo. Ntabwo ushobora kuronka ubwo bushobozi bukenewe ku giciro cyo hasi. Wowe, nsubiremo, nti "wowe ubwawe," ugomba gufata umwanzuro wemeza niba igihembo utegereje, (ari cyo cyo kuronka "ihugukira-faranga"), kinganya agaciro n'ikiguzi usabwa gutanga kigaragarira mu mbaraga ubishyiramo.

Ububasha bwawe bwo gukoresha ihame ry'ukwitongera buzashamikira ahanini ku bushobozi bwawe bwo gutuza uzirikana ugushaka kwawe kwihariye, kugeza igihe kubaye ndakumirwa muri wowe.

Uko wazamura ububasha bwawe bwo kwiherera utuje.

Nutangira gushyira mu ngiro amahame 6 asobanuye mu Mutwe wa 2, bizagusaba kwifashisha ihame ryo gufata umwanya wo kwiherera ugatuza.

Reka hano tuguhe ingero z'uko wakoresha umwanya wo kwiherera ugatuza. Nutangira gushyira mu ngiro irya mbere mu mahame, rya rindi rigusaba "gushyira mu mutwe wawe umubare nyawo w'amafaranga ushaka," ufate umwanya utuje utekereze uwo mubare, ufunze amaso, kugeza ubwo ushobora kubona mu buryo bufatika ayo mafaranga akugaragarira. Ibi ujye ubikora nibura rimwe mu munsi. Mu gihe uzaba ukora iyi myitozo, ukurikize amabwiriza yatanzwe mu Mutwe uvuga ku Kwemera, maze wowe ubwawe "wibone" ari impamo ufite ayo mafaranga.

Icyo twemeranya kidahinduka ni iki: "uruhande ndotero rw'umutima" wawe rwakira amategeko yose ruhawe mu buryo bw'ukwizera kutajegajega, hanyuma rukayashyira mu ngiro, kabone n'ubwo akenshi ari ngombwa ko ayo mabwiriza akomeza gutangwa, *asubirwamo*, mbere y'uko urwo ruhande ruyasohoza. Tugendeye ku bivuzwe haruguru, reka dufate urugero nk'aho waba ushatse, (mu buryo bwemewe), "gukinisha" uruhande ndotero rw'umutima wawe, maze — *kuko nawe ubyemera* — na rwo ukarwemeza ko ugomba kubona amafaranga ubona mu bitekerezo byawe; ko ayo mafaranga ategereje ko ujya kuyakira, ko urwo ruhande *rugomba* kugucira inzira uronkamo ayo mafaranga yawe.

Hereza iki gitekerezo kivuzwe haruguru urwego rushushanya mu bwenge, hanyuma urebe ibyo rukora cyangwa ruzakora mu gushyiraho gahunda zifatika zizagufasha kuronka ayo mafaranga, binyuze mu nzira yo guhindura ugushaka kwawe.

Ntutegereze ko uzaba ufite gahunda yuzuye uzifashisha utanga serivisi cyangwa ibicuruzwa, kugira ngo nawe uzage waronka amafaranga urimo ubona mu iyerekwa. Ahubwo tangira "urore" ufite ayo mafaranga, ari nako usaba kandi utegereje ko "uruhande ndotero rw'umutima" wawe ruguha gahunda imwe cyangwa se nyinshi zihamye ushaka. Hora witeguye kwakira izi gahunda, kandi ukimara kuzironka, zishyire mu ngiro ako kanya. Byashoboka ko zizakwigaragariza mu mutima wawe mu ishusho y' "iyerekwa" rinyuze mu Cyumvisho cya 6. Ryakire uryubahirize kandi urishyire mu ngiro ako kanya ukiribona.

Ku ntera ya 4 muri ziriya 6, wasabwe "gushyiraho gahunda iboneye izagufasha gushyira mu ngiro ugushaka kwawe, hamwe no gutangira kuyishyira mu ngiro." Ugomba gukurikiza aya mabwiriza nk'uko yanditse mu gika kibanza. Ntugomba kwiringira "imitekerereze yawe isanzwe nk'umuntu," mu gihe uzaba urimo gushyiraho iyo gahunda yo kuronka amafaranga avuye mu guhindura ugushaka. Uburyo bwo gutekereza bwawe busanzwe bushobora kugaragaza intege nke, bityo kubwiringira bwonyine, bushobora kugutenguha. Mu gihe uzaba uri mu iyerekwa ry'amafaranga ushaka kurundarunda, (wafunze amaso), *gerageza "kurora" urimo utanga serivisi cyangwa igicuruzwa ugomba gutanga kugira ngo nawe ubone ayo mafaranga. Ibi ni iby'agaciro!*

Inshamake y'intera 6 zo "gukangura" uruhande ndotero rw'umutima.

Amabwiriza yatanzwe ku bijyanye n'intera 6 zivugwa mu Mutwe wa 2 arasubirwamo hano mu nshamake kandi ahuzwe n'andi mahame yavuzweho muri uyu Mutwe.

1. Jya ahantu hatuje, (byaba byiza uri mu gitanda nijoro), aho udashobora kurogowa cyangwa ngo uhagarikwe. Funga amaso, hanyuma usubiremo uvuga cyane, (ku buryo ushobora kumva amagambo urimo uvuga), interuro wanditse igaragaza umubare w'amafaranga ushaka, igihe ushaka kuba wayabonye kandi ukavuga mu buryo burambuye serivisi cyangwa igicuruzwa uzatanga nk'ingurane y'ayo mafaranga. Mu gihe uraba ushyira mu ngiro aya mabwiriza, "rora wowe ubwawe washyikiriye ayo mafaranga."

Dufate urugero ko wifuza kuba ufite ibihumbi 50 by'amadorari mbere y'itariki ya 1 Mutarama, mu myaka itanu uhereye none, kandi ukaba ushaka ko ikiguzi cyo kuronka ayo mafaranga ari ugutanga serivisi nk'ugurisha ibicuruzwa. Inyandiko yawe izaba iteye nk'iyi ikurikira:

"Mbere y'itariki ya mbere Mutarama muri 20..., nzaba mfite mu ntoki zanjye ibihumbi 50 by'amadorari. Ayo mafaranga azagenda angeraho mu byiciro n'ibihe bitandukanye kugeza byuzujwe.

Nk'ikiguzi cy'ayo mafaranga nzatanga serivisi inoze nshoboye, iri ku kigero cy'ubwinshi n'ireme gikwiye mu gucuruza, ... (Sobanura serivisi cyangwa se igicuruzwa ushaka kugurisha).

Niringiye ko nzabona aya mafaranga. Ukwizera kwanjye ntikujegajega ku buryo ndimo ndora aya mafaranga n'amaso yanjye. Nshobora kuyakoraho n'intoki zanjye. Ndabona igisigaye ari uko nyohererezwa mu rugero rumwe n'urwo ndibutangemo serivisi ihwanye n'ikiguzi cy'ayo mafaranga. Ntegereje gahunda y'uko nzakusanya ayo mafaranga, kandi nzayikurikiza nimara kuyihabwa."

2. Hora usubiramo iyi gahunda buri munsi na buri joro kugeza igihe uzaba ushushanya mu bwenge ibitekerezo utigeze ugira mbere, ukabona ufite ya mafaranga ushaka kuronka.
3. Fata rwa rwandiko rwanditseho ya magambo, urushyire aho ushobora kurusoma buri joro na buri gitondo. Rusome buri mugoroba mbere yo kuryama, na mu gitondo ukibyuka kugeza umaze gufata mu mutwe ibyo wanditse.

Mu gihe uzaba wubahiriza aya mabwiriza, zirikana ko urimo gushyira mu ngiro ihame ry'ukwitongera mu rwego rwo kugira ngo utange amategeko ku "ruhande ndotero rw'umutima" rwawe. Zirikana kandi ko urwo ruhande rushobora kugira icyo rukora *gusa* rugendeye ku mabwiriza rwahawe mu buryo bw'amarangamutima kandi yoherejwe asigasiwe n'ibyiyumvo. Ukwizera kuri ku mwanya wa mbere mu marangamutima afite imbaraga kandi atanga umusaruro. Kurikiza amabwiriza atangwa mu Mutwe uvuga ku Kwizera.

Mu ntangiriro, aya mabwiriza ashobora kukugaragarira nk'adafututse. Ibi ntibiguhangayikishe. Yakurikize utitaye ku buryo mu ntangiriro agaragara nk'atumvikana kandi adakoreka. Igihe kizagera ubwo ububasha bw'isi yose buzakwifungurira, *nuyubahiriza mu bwenge no mu ngiro,* nk'uko wabisabwe.

Ibanga ry'ububasha bw'ibitekerezo.

Gushidikanya gufitanye isano n'ibitekerezo bishya kuba mu biranga abantu bose. Cyakora nukurikiza amabwiriza yatanzwe, uko gushidikanya kwawe kuzaha umwanya amiringiro, hanyuma na yo yaguke ahindurwemo bidatinze ukwizera kutajegajega.

Abafirozofe benshi bakunze kuvuga ko muntu ari we ugenga icyerekezo k'ibimubaho *ku isi*, ariko benshi muri bo ntibashoboye kuvuga *impamvu* ari we ufite ubwo bushobozi. Impamvu rero muntu ashobora kugenga icyerekezo cy'uko abayeho ku isi, cyane cyane uko abayeho mu butunzi bw'ifaranga, ni yo isobanuwe ku buryo bwimbitse muri uyu Mutwe. Muntu rero ashobora kugenga ubuzima bwe ndetse n'ibimukikije, kubera ko afite ububasha bwo guha icyerekezo "uruhande ndotero rw'umutima" we.

Igikorwa cyo guhindura ugushaka kukabyara ifaranga gisaba ko hifashishwa ukwitongera, gukora nka ofisi umuntu ageramo, agashobora kuyobora "uruhande ndotero rw'umutima" we. Mu buryo bworoheje, andi mahame ni ibikoresho byifashishwa mu gushyira mu ngiro ukwitongera. Buri gihe zirikana mu mutima wawe agaciro k'iri hame ry'*ukwitongera* hamwe n'uruhare rifite mu mbaraga zawe zo kurundarunda ubukire wifashishije inzira zivugwa muri iki gitabo.

Numara gusoma iki gitabo cyose, uzasubiremo uyu Mutwe, hanyuma ukurikize, mu mutima no mu ngiro, aya mabwiriza akurikira:

Soma uyu mutwe wose inshuro imwe buri joro urangurura ijwi kugeza igihe uzumva wemeye bidasubirwaho ko ihame ry'ukwitongera rifite imbaraga, rikaba rizakugeza ku byo urisaba byose. Uko uraba usoma, uce umurongo munsi ya buri nteruro *wumva igukoze ku mutima.*

Kurikiza aya mabwiriza nk'uko yanditse, azagufungurira inzira izakugeza ku gusobanukirwa byuzuye no kuba umuhanga mu mahame ageza ku ntsinzi.

IKINTU

ICYO ARI CYO CYOSE

UMUTIMA W'UMUNTU USHOBORA GUHANGA

KANDI UKACYEMERA,

USHOBORA KUKIGERAHO.

UMUTWE WA 5: UBUMENYI BWIHARIYE

IBYO UMUNTU YANYUZEMO CYANGWA YIBONEYE

Intambwe Njyabukire ya Kane

HARIHO amoko 2 y'ubumenyi. Ubumenyi rusange n'ubumenyi bwihariye. Uko bwaba buri kose, mu bwinshi cyangwa se mu budasa, ubumenyi rusange bugira uruhare ruto mu kurundarunda ifaranga. Amashami yo muri za Kaminuza zikomeye afite umubare munini w'abafite ubumenyi rusange buzwi kugeza mu minsi ya none. *Abenshi mu barimu ba za Kaminuza bafite amafaranga make.* Bafite umwihariko wo kumenya *kwigisha* ubumenyi ariko ntibazi uko ubumenyi butunganywa by'umwihariko hanyuma *bukifashishwa.*

Ubumenyi bwonyine ntibwakurura ifaranga, keretse iyo butunganyijwe kandi bugakoreshwa mu buryo bwa gihanga, bukerekezwa ku ntego iboneye yo kurundarunda ifaranga, hifashishijwe gahunda zikoreka. Kudashobora gusobanukirwa ibi bintu byagiye bitera urujijo amamiriyoni y'abantu bibeshya, bakemera ko "ubumenyi ari ububasha." Si uko biri! Cyakora ubumenyi *bushobora* kuba ububasha. Buba ububasha gusa iyo butunganijwemo gahunda nyazo kandi ziboneye z'ibizakorwa kandi bukerekezwa ku ntego nyayo kandi *iboneye.*

Uku "kubura kw'iri huza" mu nzego zose z'uburezi zizwi kugeza magingo aya, kugaragarira mu gutsindwa kw'ibigo by'amashuri, bidashobora kwigisha abanyeshuri babyo uko bashobora gutunganya no gukoresha ubumenyi iyo bamaze kubuhabwa.

Abantu benshi bakunze kwibeshya kuri Henry Ford bishingikirije ko atatinze mu "mashuri," bakibwira ko atari "yarize." Abibeshya bagatekereza gutyo, ntibazi igisobanuro nyacyo cy'ijambo "kwigisha." Iri jambo rikomoka ku Kiratini "educo," risobanura "gusohora, gushyira hanze, guha icyerekezo ufatiye imbere."

Umuntu "wize" ntabwo agomba kuba gusa ari wa wundi ufite ubumenyi rusange cyangwa bwihariye bwinshi. Umuntu "wize," ni wa wundi washoboye kuzamura ubushobozi bw'umutima we, ku buryo ashobora kugera ku cyo ashaka cyose cyangwa icyo binganya agaciro; atabangamiye abandi mu byo bemerewe byose.

Umugabo "utarize" waronse ubukire.

Mu Ntambara ya Mbere y'Isi, ikinyamakuru cyo muri Chicago cyigeze gutangaza amakuru atandukanye yarimo aho cyavugaga ko Henry Ford yari "umunyamahoro utarize." Bwana Ford ahakana ibyo bintu byavugwaga, maze arega icyo kinyamakuru icyaha cyo kumuharabika. Bageze mu rukiko, abavoka b'ikinyamakuru bavuga ko bafite gihamya y'ibyanditswe, ndetse basaba ko Bwana Ford yabazwa ngo bibe ubuhamya bw'uko atari yarize. Nuko abavoka babaza Ford ibibazo bitandukanye, byose bigendereye ku kugaragariza abakurikiraga urubanza ko Bwana Ford muri rusange atari yarize, nubwo bwose yari afite ubumenyi bwihariye bwinshi mu bijyanye no gukora imodoka. Bwana Ford bamuhase ibibazo byinshi. Nk'urugero baramubajije, bati:

"Benedict Arnold[151] ni muntu ki?" Ni abasirikare bangahe Ubwongereza bwohereje muri Amerika mu guhosha imyivumbagatanyo y'Abarwanyaga ubutegetsi mu 1776?" Mu gusubiza iki kibazo cya nyuma, Ford yaragize, ati: "Sinzi umubare nyawo w'abasirikare Ubwongereza bwohereje, cyakora numvise ko wari umubare munini, uruta uw'abasubiyeyo."

Nuko Bwana Ford aza kurambirwa kubazwa ibibazo nk'ibyo. Agiye gusubiza ikindi kibazo cyamukomeretsaga, arunama gato, maze atunga urutoki umucamanza wari umubajije ikibazo, aramubwira, ati: "Iyo nza kuba koko nshaka gusubiza icyo kibazo cyawe giteye isoni cyangwa n'ibindi bibazo mwakomeje kumbaza, ndagira ngo mbibutse ko mfite ameza ariho ahantu hatandukanye nkanda; hanyuma bitewe n'icyo nshaka, ngakanda ahabugenewe, nkaba mbajije umwe mu bamfasha, akangezeho igisubizo ku kibazo icyo ari cyo cyose naba mfite mu bijyanye na bizinesi ngenera imbaraga zanjye hafi ya zose buri munsi. None rero, ngaho mumbwire impamvu ngomba kuzuza mu mutwe wanjye ubumenyi rusange, kugira ngo nzashobore gusa gusubiza ibibazo; mu gihe mfite abantu bankikije bashobora kungezaho ubumenyi bwose nkeneye?"

Iyo yari imitekerereze ikwiye ku kibazo nk'icyo.

Icyo gisubizo "gitsinda" umucamanza. Buri muntu wese mu bari mu cyumba k'iburana yumvaga atari igisubizo cy'umuntu utarize, ahubwo ari igisubizo cy'umuntu *ufite ubumenyi.* Umuntu wese aba yarize, iyo azi aho yakura ubumenyi mu gihe bukenewe, kandi akaba azi kubwifashisha akabukuramo gahunda zihamye. Yifashishije "Itsinda ry'Abasangirangendo," Henry Ford yari afite hafi ye ubumenyi bwihariye bwose yari akeneye, bwamufashije kuba umwe mu baherwe bo muri Amerika. *Ntabwo byari ngombwa ko ubwo bumenyi bwose abushyira mu mutwe we wenyine.*

Ushobora gushyika ku bumenyi bwose ukeneye.

Mbere y'uko ushobora kwigirira icyizere cyo guhindura ugushaka kukavamo ikindi kintu bihwanyije agacirofaranga, urasabwa kugira ubumenyi bwihariye kuri serivisi cyangwa igicuruzwa uzaba utanga cyangwa se umwuga uzaba ukora nk'ikiguzi cy'ubutunzi. Byashoboka ko wazakenera ubumenyi bwihariye bwinshi ku buryo utashobora kubwakira wenyine; ibi bibaye ari impamo, wakenera kubwuzuza wunganirwa n' "Itsinda ry'Abasangirangendo" witoranirije.

Kurundarunda ubutunzi bwinshi bisaba umuntu kugira "ububasha," kandi ububasha bugerwaho binyuze mu kwifashisha ubumenyi bwihariye bushyizwe ku murongo kandi bukoreshejwe mu buryo bwa gihanga; ariko si ngombwa cyane ko ubwo bumenyi buba bufitwe n'ushaka kurundarunda ubutunzi.

Ibivugwa mu gika kibanza biratanga icyizere, kandi bigatera ingabo mu bitugu abantu bafite inyota yo kurundarunda ubutunzi, ariko bakaba nta "mashuri" ahagije bize yabafasha kugira ubumenyi bwihariye bashobora gukenera. Abantu bakunze kugaragara mu buzima bafite ipfunwe ryo "kutigirira icyizere" kubera ko "batize amashuri." Umuntu ushobora gushyira ku murongo kandi akayobora "Itsinda ry'Abasangirangendo" yitoranirije, kandi rigizwe na ba bandi bafite ubumenyi bwihariye bukenewe mu kurundarunda ifaranga, na we afatwa nk'ufite ubumenyi kimwe n'undi wese muri iryo tsinda.

Mu buzima bwe bwose, Thomas A. Edison yari yaramaze amezi atatu gusa mu ishuri. Ntiyari abuze ubumenyi kandi nta n'ubwo yavuye kuri iyi si akennye.

Henry Ford ntiyari yararengeje "amashuri" atandatu abanza, nyamara yashoboye kwiteza imbere atunga amafaranga.

Ubumenyi bwihariye ni serivisi itangwa henshi kandi idahenda kugura no gutanga. Niba ushidikinya kuri ibi, uzarebe ku ifishi y'imishahara ya za Kaminuza.

Bigufitiye inyungu kumenya uko wahaha ubumenyi.

Mbere ya byose, banza ufate umwanzuro ku bumenyi bwihariye ukeneye n'impamvu ubukeneye. Ahanini intego yawe y'ingenzi mu buzima, ari yo ibyo ukora byose biyoboraho, izagufasha kumenya ubumenyi ukeneye. Numara gufata uwo mwanzuro, ikizakurikiraho ni ukumenya amakuru nyayo y'aho wakura ubumenyi. Hamwe muri aho ni aha hakurikira:

1. Ubunararibonye bwawe hamwe n'ibyo wize.
2. Ubunararibonye n'ubumenyi bw'abandi mufatanya (Ihuriro ry'Abasangirangendo).
3. Amashuri Makuru na za Kaminuza.
4. Inzu z'amasomero za rusange (mu gusoma ibitabo n'ibinyamakuru ushobora gusangamo ubumenyi buteguye neza mu byiciro bikurikije aho isi igeze uyu munsi).
5. Amasomo yihariye (wifashishije amasomo ya nimugoroba hamwe n'inyigisho y'*Iyakure*[152] by'umwihariko).

Uko umuntu agenda aronka ubumenyi, agomba kubutunganya neza kandi akabukoresha abuganisha ku ntego iboneye abinyujije muri gahunda zikoreka. Ubumenyi ubwabwo nta gaciro bugira keretse icyo umuntu aronka yifashishije ubwo bumenyi mu kugera ku ntego runaka imufitiye akamaro.

Niba urimo utegura kuba wakomeza kwiga, mbere na mbere banza usobanukirwe neza intego y'ubwo bumenyi, hanyuma ushake ahantu hizewe uzabukura.

Abagira intsinzi mu buzima ntibajya bahagarika kuronka ubumenyi bwihariye buganisha ku kintu gisumba ibindi mu ntego yabo, muri bizinesi yabo cyangwa se mu kazi kabo. Abatagera ku ntsinzi akenshi ni ba bandi bibeshya ko igihe cyo kwiga kirangirana no gusoza amasomo ku bigo by'amashuri. Ukuri kw'ibintu ni uko ikigo cy'ishuri ari cyo gishyira umuntu mu nzira azashobora kwigiramo uko haronkwa ubumenyi-ngiro.

Ikigezweho ni *ukugira ubumenyi bwihariye.* Uku kuri, kwibanzweho mu nkuru ikurikiyeho, yanyujijwe mu bitangazamakuru na Robert P. Moore,[153] wari Umuyobozi w'Ishyirwa mu myanya kuri Kaminuza ya Columbia.[154]

Abafite Ubumenyi Bwihariye Barakenewe Cyane.

Abakozi bashakwa cyane n'ibigo bikoresha ibizami ku bashaka akazi, ni ba bandi bafite ubumenyi bwihariye — abasoje amasomo mu mashuri yigisha iby'ubucuruzi barakurikiye ibaruramari n'ibarurishamibare, abenjenyeri bo mu byiciro byose, abanyamakuru, abashushanya imbata z'amazu, abize ibijyanye n'iby'ubutabire hamwe n'abayobozi b'indashyikirwa n'abakurikirana ibikorwa by'abayobozi bakuru.

Umuntu wakoze mu Kigo cya Kaminuza, akaba afite imyitwarire iboneye ku buryo yumvikana na buri wese kandi akaba yarakoze umurimo ujyanye n'ibyo yize, aba afite amahirwe arenze ay'umunyeshuri ufite ubumenyi bwo mu ishuri gusa. Bamwe muri bene aba bantu, bagiye bahabwa imirimo, igera nko kuri itandatu icyarimwe, biturutse ku bumenyi bwabo bwihariye bwagutse mu mpande zose.

Imwe mu masosiyete manini, kandi iri ku isonga mu rwego rw'imirimo ikora, yandikiye Bwana Moore ku bijyanye n'abayobozi bakuru bakenewe muri Kaminuza. Yaragize, iti: "Dukeneye mbere na mbere abantu bashobora kugaragaza umusaruro udasanzwe mu mirimo yo kuyobora. Kubera iyi mpamvu, tureba cyane agaciro k'imyitwarire, ubwenge hamwe n'imico y'umuntu mbere y'ibyo yize byihariye."

Urwego rwo Kwimenyereza Imirimo Rwifuzwa.

Mu ngingo ikurikiyeho, haratangwa igitekerezo cy'uburyo hakorwa ukwimenyereza imirimo ku banyeshuri, mu biro, mu mangazini hamwe no mu nganda, mu gihe baba bari mu biruhuko bikuru. Bwana Moore yemeje ko nyuma y'imyaka 2 cyangwa 3 ya Kaminuza, buri munyeshuri yagombye gusabwa guhitamo mu buryo busesuye isomo yumva aziga; ndetse akazahagarikwa, bigaragaye ko yakomeje kwidegembya mu masomo adafite intego yerekeza ku bumenyi bwihariye ashaka."

Mu gushishikariza ibigo bishinzwe uburezi ngo bihe umwanya wisumbuyeho ubujyanama bugenerwa abanyeshuri mu guhitamo icyerekezo k'imirimo, yaragize, ati: "Amashuri Makuru na za Kaminuza agomba kwita cyane ku bigaragara uyu munsi ko imirimo yose ishaka abafite ubumenyi bwihariye."

Hamwe mu hantu hizewe abantu bashobora gukura ubumenyi ku bashaka kugira ubumenyi bwihariye ni ugukurikirana amasomo atangwa nyuma y'akazi nimugoroba. Iyi porogaramu uyisanga hafi mu migi minini yose. Amashuri yigisha ku buryo bw'*Iyakure* atanga ubumenyi bwihariye ahantu mu gihugu aho Iposita ya Leta Zunze Ubumwe z'Amerika ishobora kugera, kandi agatangwa mu mashami yose aho abanyeshuri bashobora kwiga batagombye kuba bari ku Kicaro Gikuru cya Kaminuza. Amwe mu mahirwe atangwa n'Iyakure ni uburyo porogaramu igendana n'umwanya uwiga afite bityo bigatuma umuntu yiga gusa igihe adafite ibindi arimo gukora. Akandi kamaro gakomeye kayo, (iyo ikigo kiyitanga cyatoranijwe mu bushishozi), ni uko hariho uburyo abakurikira ayo masomo bose babona ibisobanuro ndetse n'andi makuru yihariye mu biganiro bagirana n'ababigisha; ibi rero bikaba ari ntagereranywa mu gaciro ku bakeneye ubumenyi bwihariye. Aho waba utuye hose, ushobora gusangira n'abandi aya mahirwe.

Isomo nigiye kuri serivisi z'ishuri zishinzwe kwishyuza.

Ikintu cyose umuntu aronka adashyizeho umwete, nta n'ikiguzi atanze, akenshi usanga nta gaciro gihabwa kandi kitizewe. Wasanga ari yo mpamvu turonka ibidufasha bike dukura mu mahirwe adazanzwe ari mu mashuri ya Leta. *Imyitwarire* umuntu akura mu gukurikirana porogaramu y'amasomo yihariye, hari aho yuzuza icyo yabuze ubwo atitaga ku mahirwe yari afite mu gihe yashoboraga kuronka ubumenyi ntacyo yishyuye. Amashuri yigisha ku buryo bw*'Iyakure* ni ibigo by'ubucuruzi bikorera kuri gahunda itunganye cyane. Amafaranga y'ishuri ni make cyane ku buryo Ibigo bigomba gusaba ko yishyurwa bidatinze. Iyo umunyeshuri asabwe kwishyura, yaba agaragaza ko hari icyo yunguka mu bumenyi cyangwa ntacyo, ibi bituma agira ubutwari bwo gukomeza amasomo, mu gihe yashoboraga kuyahagarika. Amashuri y'*Iyakure* ntabwo atinda cyane kuri iyi ngingo kubera ko inzego zayo zishinzwe kwishyuza zahuguwe cyane ku bijyanye no *gufata icyemezo, kugira ibakwe* hamwe n'*umuco wo gusoza ibyo umuntu atangiye.*

Hari icyo nigiye kuri iyi mikorere mu myaka irenga 45 ishize. Niyandikishije kwiga *Iyakure* mu isomo ryo "Kwamamaza." Maze gukurikira amasomo 8 cyangwa 10, nahagaritse kwiga; nyamara Ikigo cyo nticyahagaritse kunyohererereza "insababwishyu." Ikindi kandi, bansabye bashikamye ko ngomba kwishyura nakomeza kwiga cyangwa se nabihagarika. Nuko mfata icyemezo ko niba naragombaga gukomeza kwishyura (kuko nagombaga kubahiriza amategeko), nagombaga no gukomeza amasomo kugira ngo mpeshe agaciro amafaranga yanjye. Icyo gihe numvaga serivisi zo kwishyuza z'ishuri zararengeraga mu mikorere, nyamara nyuma y'aho mu buzima bwanjye naje gusanga hari igice kinini cy'inyigisho ntigeze nishyura! Kubera ko nasabwe kwishyura, byatumye nkomeza amasomo yanjye ndayasoza. Nyuma y'aho mu buzima, nasanze imikorere inoze ya ruriya rwego rwishyuza, yaratumye nunguka amafaranga menshi kubera iryo somo mu kwamamaza nize byangira.

Inzira yerekeza ku bumenyi bwihariye.

Muri iki gihugu dufite urwego rw'uburezi bavuga ko ruboneye kurusha izindi ku isi. Kimwe mu bintu bitangaje mu bantu, ni ukuntu baha agaciro gusa ibyo batanzeho amafaranga. Amashuri atishyurwa hamwe n'amasomero yo muri Amerika, nta muntu ashishikaje, kubera ko *afunguye kuri buri wese*. Iyi ni yo mpamvu y'ingenzi ituma abantu benshi bari mu kazi, babona ari ngombwa gushakisha andi masomo y'inyongera, nyuma y'uko baba barasoje amashuri. Ni na yo mpamvu kandi ituma abakoresha baha agaciro abakozi bakurikirana amasomo y'*Iyakure*. Bagendeye ku byo bagiye babona, bazi ko umuntu uwo ari we wese wemera gutanga umwanya we wo kuba aruhuka, agakurikira amasomo ari mu rugo, aba afite muri we indangagaciro zituma abereye ubuyobozi.

Habaho ingeso imwe mu bantu itagira umuti. Ni ingeso yasabitse abantu yo kutiha intego ihanitse! Nyamara kandi, abantu cyane cyane abakorera umushahara, bafata umwanya wabo wo kuruhuka, bakawukoresha biga amasomo y'*Iyakure*, ntibakunze gutinda mu cyiciro cyo hasi. Icyo gikorwa kibafungurira urwego buririraho, kigakuraho inzitizi nyinshi mu nzira yabo, hanyuma kigatuma bakundwa na ba bandi bafite ububasha bwo kubashyira mu nzira y'aho "amahirwe anyura."

Amasomo y'*Iyakure* ateguye ku buryo bwihariye busubiza ibibazo bifitwe n'abakozi, basanga nyuma yo gusoza amasomo ku mashuri, bakeneye ubumenyi bwihariye nyamara bakaba badashobora kubona igihe cyo gusubira mu ishuri.

Stuart Austin Wier yari "yarasohotse" nk'umwenjenyeri *wubaka*, nuko akomeza uyu murongo kugeza igihe ubukungu bwari bwarazahaye, bityo bituma atabona inyungu yabaga ashaka. Nuko afata umwanya arisuzuma, maze afata icyemezo cyo guhindura imirimo ye, akaba Umunyamategeko. Asubira ku ishuri, akurikira amasomo yihariye amutegura kuba Umwavoka w'Ibigo Binini. Agisoza amasomo ye, akora ikizamini kimwinjiza mu Rugaga ry'Abavoka, aragitsinda; nuko mu buryo bwihuse atangira umurimo w'ubwunganizi mu mategeko.

Mu kuzuza ibyavuzwe hamwe no kwirinda impamvu z'urwitwazo z'abazavuga, bati: "Sinashoboraga gusubira mu ishuri kubera ko nari mfite umuryango nagombaga kwitaho," cyangwa se "Ndashaje cyane," ndabamenyesha ko Bwana Wier yari afite imyaka irenze 40 kandi yubatse ubwo yasubiraga ku ishuri. Ikindi twavuga, ni uko kubera ko Bwana Wier yahisemo neza amasomo yihariye ku rwego rwo hejuru hamwe n'Ishuri rifite ubushobozi bwisumbuyeho mu kwigisha ayo masomo, yashoboye kuyasoza mu gihe k'imyaka ibiri mu gihe abandi banyeshuri byababafataga imyaka ine. Bifite inyungu kumenya uko uhaha ubumenyi.

Igitekerezo cyoroheje cyaronse amahaho.

Reka dufate urugero rumwe rwihariye. Umucuruzi umwe yatunguwe n'ihagarara ry'akazi yakoraga muri supamaketi. Kuko yari afite ubunararibonye buke mu icungamutungo, yakurikiye amasomo yihariye mu buryo bugezweho mu gutunganya ibikoresho byo muri ofisi hamwe n'iby'ibaruramari, nuko atangira "kwikorera." Ahereye kuri wa mucuruzi yakoreraga, yaje kugirana amasezerano n'abandi bacuruzi bato barenga 100; akajya abakorera ibaruramari, na bo bakamuhemba buri kwezi amafaranga make asanzwe. Igitekerezo cye cyarafashe ku buryo yaje gusanga ari ngombwa gushinga ofisi yimukanwa ifite ibikoresho bigezweho biteye mu modoka. Uyu munsi, afite ofisi nyinshi zikora gutyo, aho afite abakozi bamufasha benshi, bityo agashobora gufasha abacuruzi bato mu mirimo y'ibaruramari ku giciro kibereye ugura n'ugurisha iyo serivisi.

Ubumenyi bwihariye wongeyeho ugushushanya mu bwenge hahangwa ibidasanzweho, ni byo byabaye ibirungo by'intsinzi y'iyi bizinesi. Umwaka ushize, nyiri ubu bucuruzi yishyuye umusoro ku nyungu uruta inshuro 10 uwishyuwe na wa mucuruzi yakoreraga.

Intangiriro y'iyi bizinesi yaje kugira intsinzi ni igitekerezo!

Kubera ko nagiriwe ubuntu bwo kuba ari njye wahaye iki gitekerezo uriya mukozi, uyu munsi kandi ndumva nifuza kugumana uwo mugisha wo gutanga ikindi gitekerezo gishobora kugira umusaruro wisumbuyeho.

Igitekerezo cyahawe umucuruzi wavuye mu bucuruzi bwo kugurisha ibintu, hanyuma akinjira mu bucuruzi bwa serivisi z'ibaruramari. Ubwo yabwirwaga ko iyi gahunda yamubera igisubizo cy'ubushomeri bwe, yaratangaye, ati: "Igitekerezo ndagikunze ariko sinzi ukuntu nakibyaza ifaranga!" Mu yandi magambo, yarimo yijujutira ko atabona uko azashobora kugurisha ubumenyi bwe *yari amaze kuronka mu ibaruramari.*

Nyuma y'ibyo, havutse ikindi kibazo cyagombaga kubonerwa igisubizo. Abifashijwemo n'umukobwa wari uzi kwandika neza no gukora inkuru ifite injyana, yateguye igitabo kibereye ijisho kandi gikurura abakiriya, kibasobanurira ibyiza byo gukoresha ubwo buryo bushya bw'ibaruramari. Amapaji yacyo yari acapye neza, ahurijwe muri alubumu idasanzwe, hanyuma kigakoreshwa mu kwamamaza ubwo bucuruzi. Inkuru y'ubu bucuruzi yakwiriye hose, ku buryo nyirabwo yahise agira amakonti menshi atashoboraga kukurikirana wenyine.

Gahunda yizewe yakugeza mu kazi nyako.

Mu gihugu, hari abantu benshi bakenera serivisi z'umuhanga mu bucuruzi ushoboye gutegura inyandiko ngufi zikoreshwa mu kwamamaza serivisi batanga.

Igitekerezo gisobanurwa hano cyaturutse ku kuba hari hakenewe ko ikibazo gihari kibonerwa igisubizo, ariko icyo gisubizo nticyifashishijwe n'umuntu umwe gusa. Umugore wadukanye icyo gitekerezo yari afite imitekerereze yihariye ishushanya mu bwenge ibidasanzweho. Mu gusuzuma ibyo yari amaze kuvumbura, yahise abonamo umurimo mushya wagombaga kuzaha ibihumbi by'abantu serivisi y'agaciro mu bijyanye no kwamamaza serivisi batanga bo ubwabo.

Atewe ubutwari n'intsinzi yihuse yaturutse kuri gahunda yabimburiyeho mu "kwamamaza serivisi abantu bitangira bo ubwabo," uyu mugore w'umunyamurava, yakomereje mu gushaka igisubizo cy'ikibazo nk'icyo cyo kutagira akazi, cyari cyibasiye umuhungu we wari warasoje amashuri makuru, ariko akaba yari yarabuze aho yagurisha serivisi ze. Gahunda yamukoreye yari icyitegererezo cya mbere muri gahunda zo kwamamaza serivisi nabonye kuva nabaho.

Ubwo icyo gitabo kirimo gahunda cyari kimaze kwandikwa, cyari kigizwe n'impapuro 50, zanditse neza n'imashini, zirimo amakuru akurikirana neza, avuga inkuru z'ubushobozi-kamere bw'umuhungu we, amashuri ye, ubunararibonye bwe hamwe n'andi makuru atandukanye amuvugaho ku buryo bwimbitse. Icyo gitabo cyasobanuraga kandi ku buryo bwimbitse umwanya wihariye uwo muhungu yashakaga, kikanavuga bisesuye gahunda azakurikiza kugira ngo agere ku nshingano z'uwo mwanya.

Gutegura iyo gahunda byari byarafashe ibyumweru byinshi. Muri icyo gihe, buri cyumweru uwayiteguye yoherezaga umwana we mu masomero rusange gushaka amakuru akenewe mu kwamamaza serivisi mu buryo bunoze. Umubyeyi we yamwohereje kandi ku bantu bose bakora nk'ibyo uwo yashakaga ko aba "bosi" we yakoraga, nuko ahakura amakuru y'ingenzi ajyanye n'uko bakoraga iyo mirimo; ayo makuru akaba yaragize akamaro kenshi mu gutunganya gahunda y'uko yari kuzasohoza inshingano yashakaga. Ubwo iyo gahunda yari imaze kunozwa, yagaragaragamo ibyerekezo birenze 6 aho umukoresha yari kuzagira inyungu ziturutse mu guha akazi uwo muhungu.

Si ngombwa ko utangirira hasi.

Umuntu ashobora kwibaza, ati: "Ni kuki umuntu agomba kugira iyi "mihangayiko" yose arimo ashaka akazi?

Igisubizo ni iki: "Gukora ikintu uko bikwiye nta na rimwe bitera impagarara! Gahunda yari yateguwe n'uyu mubyeyi, yafashije umuhungu we kubona akazi yashakaga, akoze ikizami cy'ibiganiro kibimburira ibindi cyonyine; kandi amaze guhabwa ako kazi, yahembwaga umushahara we ubwe yagennye."

Ikindi cyongerwaho — na cyo ni icy'agaciro kenshi — ako kazi yatsindiye ntabwo kamusabaga gutangirira hasi. Yatangiriye ku ntera y'umuyobozi ukiri muto, ahabwa umushahara nk'uw'abayobozi.

Nawe ukibaza, uti: "Kuki hagomba iyi *mihangayiko* yose?" Reba! Kubera ikintu kimwe! *Gahunda yagaragaje* mu gihe cyo gusaba akazi yatumye hagabanukaho imyaka nibura 10 ku yo yagombaga kuba yarakoze mbere yo kuba yasaba ako kazi, iyo aza kuba yaratangiriye ku ntera yo hasi hanyuma akazamuka mu buryo busanzwe.

Imikorere isaba gutangirira hasi hanyuma umuntu akagenda azamuka yagaragara nk'ihwitse ariko ikiyibangamira cy'ingenzi ni iki: abenshi mu batangirira hasi ntibababasha kuzamura umutwe hejuru ku rugero rukwiye ku buryo "amahirwe ashobora kubabona;" bityo, bakaguma iyo hasi. Ikindi cyo kuzirikana ni uko kwiringira "gutangirira hasi" atari ikintu kiboneye cyangwa cyo gushishikariza abantu. Icyo kintu kigira imigirire yo kubuza abantu guharanira intego zisumbuyeho mu buzima. Ni byo twita "kwemera akaje," ari byo bisobanuye ko twemera ibitubayeho byose kuko biba byaramaze kuba akamenyero ka buri munsi, kakaba insangirabuzima natwe ku buryo tuba nta bushake bwo kubivamo tuba tugifite. Ni yo mpamvu rero bigira inyungu guhera nibura ku ntera imwe cyangwa ebyiri hejuru y'ahatangirirwa. Iyo umuntu abigenje atyo, bituma agira akamenyero ko gushakisha iruhande, akareba uko abandi batera intambwe, uko bamenya amahirwe ndetse n'uko "bayahobera" batajijiganya.

Kora ku buryo kurambirwa ibyo wari urimo bigufasha.

Urugero rwiza cyane rw'ibyo mvuga ni Dan Halphin.[155] Mu gihe yigaga mu Mashuri Makuru, ni we wari uhagarariye ikipe ye ya Notre Dame[156] mu Marushanwa y'Igihugu y'Umupira w*'Amaguru (w'Abanyamerika)*; mu gihe iyo kipe yari iyobowe n'umutoza w'ikirangirire mu mupira w'amaguru nyakwigendera Knute Rockne.[157]

Halphin yasoje amashuri makuru mu bihe bitatangaga icyizere, ubwo Ubukungu bw'Isi Bwari Bwarazahaye bwaratumye imirimo ibura. Nuko nyuma y'ibyago yagiriye mu kugerageza imirimo yo gukorana n'amabanki hamwe n'iyo gukora amafilimi, yinjira mu kazi ka mbere yari aronse — ko kugurisha insimburangingo zifashishwa mu kumva, akajya ahembwa bitewe n'ayo yinjije. Buri muntu muri rusange yashoboraga kuba yatangirira mu kazi nk'ako, na Halphin yari abizi, gusa nyine aho ni ho hajyaga gufungukira umuryango we w'amahirwe.

Mu gihe nk'icy'imyaka 2 yakomeje gukora ako kazi atari yishimiye. Ntiyari kuzigera ahindura ako kazi iyo ataza kugira icyo akora kuri uko kutakishimira. Yatangiye yiha intego yo kugera ku ntera y'Uwungirije Ushinzwe Ubucuruzi mu Kigo cye, abigeraho. Iyo ntera imwe igana hejuru yamukuye muri "rubanda" imushyira aho ashobora kubona andi mahirwe yagutse kurushaho. Ikindi kandi, yamushyize aho amahirwe na yo ashobora kumubona.

Yagize intsinzi mu kugurisha izo nsimburangingo ku buryo A. M. Andrews,[158] wakoraga bimwe n'ibya kampani ya Halphin, akaba yari n'Umuyobozi w'Inama y'Ubutegetsi y'Ikigo cya Dictograph Products Company,[159] na we yashoboye kubibona. Nuko ashaka kumenyana n'uwo mugabo warimo atwara isoko ikigo cye cyari kimaze imyaka cyarashinze imizi mu gucuruza inyunganirangingo. Atumaho Halphin. Nyuma y'ibiganiro bagiranye, yahise agira Halphin Umuyobozi Ushinzwe Ubucuruzi, mu Ishami ry'Inyunganirangingo Zifashishwa mu Kumva. Nuko mu kugerageza kureba ubutwari bwa Halphin, Bwana Andrews yifatira urugendo rw'amezi atatu muri Florida, aramureka ngo arebe uko yoga cyangwa akarohama mu nyanja y'akazi gashya. Nyamara ntiyarohamye! Umutima wa Knute Rockne wahoraga uzirikana ko "Isi yose ikunda umuntu wegukana intsinzi kandi nta mwanya ifitiye uwatsinzwe," wamuteye gushyira imbaraga nyinshi mu kazi ke ku buryo yagizwe Visi Perezida w'icyo Kigo; uyu ukaba ari umurimo abantu muri rusange bakwizera nyuma y'imyaka 10 bakora neza. Nyamara Halphin yawutangiye mu gihe cy'amezi arenzeho gato 6 ari mu kazi.

Imwe mu ngingo ndimo ngerageza gusobanura byimbitse muri iyi firozofiya yose, ni ukugaragaza ko tuzamuka mu ntera zo hejuru cyangwa tukaguma hasi, bitewe n'imiterere dushobora guhindura iyo dushatse kuyihindura.

Abo mukorana bafite agaciro ntagereranywa.

Ndashaka kandi kugaruka ku yindi ngingo, ivuga ko ari intsinzi ari ugutsindwa byose bituruka mu byo *twimenyereje!* Sinshidikanya na gato ko kuba Dan Halphin yarakoranaga bya hafi n'uriya mutoza w'ikirangirire wa mbere Amerika yagize, ari byo byashyize mu mutima we ugushaka ko kugera ku ntera ihebuje, ari na ko kwatumye ikipe y'umupira w'amaguru ya "Notre Dame" iba ikirangirire ku isi. Mu by'ukuri, harimo ukuri kuvuga ngo "kuramya intwari" birafasha, igihe cyose "ubigira aramya iyegukanye intsinzi."

Ukwemera nari nsanzwe mfite kwambwiraga ko kwishyira hamwe muri bizinesi ari iby'agaciro, haba mu gihe umuntu yatsinze cyangwa yatsinzwe, kwangaragariye ubwo umuhungu wanjye Blair yarimo yumvikana na Dan Halphin kugira ngo amuhe akazi. Bwana Halphin yamuhaye umushahara ungana na kimwe cya kabiri cy'ayo yakabaye ahabwa akora mu kindi kigo gihuje bizinesi n'icye. Nuko mushyiraho igitutu cy'ababyeyi, ntuma yemera ako kazi ko gukorana na Bwana Halphin kuko nari niringiye ko kuba hafi kandi ukorana n'umuntu utajya yihanganira kubaho mu buryo atishimiye, ari ikintu cy'agaciro umuntu atabona uko agereranya mu by'amafaranga.

Guhera hasi ni ahantu hadahinduka, hatari ubuzima, hadafite inyungu ku muntu uwo ari we wese. Ni yo mpamvu nafashe uyu mwanya wo gusobonura ko gutangirira hasi byakwirindwa hifashishijwe gahunda inoze.

Kora ku buryo ibitekerezo byawe bihembwa binyuze mu bumenyi bwihariye.

Uriya mugore wateguye "gahunda yo kwamamaza serivisi zihariye" z'umuhungu we; ashakwa n'abantu benshi mu gihugu hose ngo abafashe gutegura gahunda nk'iriya yo kwamamaza serivisi zabo ngo bongere amafaranga baronka.

Nta wavuga gusa ko gahunda ye yari igizwe n'ubuhanga mu kwamamaza bwatumaga afasha abagabo n'abagore gusaba no guhabwa amafaranga menshi atangwa kuri serivisi zimwe zisa n'izo bishyuzaga make mbere; yanakurikiranaga inyungu z'ugura n'ugurisha serivisi, bityo akabategurira gahunda ku buryo umukoresha aronka agaciro kose gaturutse ku mafaranga y'inyongera aba yishyuye.

Niba ufite "ugushushanya mu bwenge ibidasanzwe bizwi" kandi ukaba ushaka kuronka inzira wanyuramo ngo ubone inyungu yisumbuyeho kuri serivisi ugurisha, ibivuzwe haruguru byakubera umusemburo waba warimo ushaka. Igitekerezo gifite ububasha bwo kubyara inyungu irenze iy'umuganga "usanzwe," umwavoka cyangwa se umwenjenyeri "usanzwe" kandi bo bakaba baramaze imyaka myinshi mu Mashuri Makuru.

Nta giciro kidahinduka kizwi ku bitekerezo bihamye!

Ibitekerezo byose bishyigikirwa n'ubumenyi bwihariye. Cyakora ikidashimishije, ni uko abadakusanya ubutunzi bwinshi, bafite ubumenyi bwihariye bwinshi kandi kuburonka biborohera kurusha kuronka ibitekerezo. Kubera uku kuri gusesuye, isi yose irashaka kandi igatanga amahirwe ku muntu ushoboye gufasha abagabo n'abagore kugurisha serivisi zabo ku buryo bubazanira inyungu. "Ubushobozi," buvugwa hano ni ugushushanya mu bwenge ikintu kitari kizwi, iri rikaba ari ryo reme rikenewe mu guhuza ubumenyi bwihariye n'ibitekerezo mu buryo bwa gahunda zinononsoye zigamije kubyara ubutunzi.

Niba ufite ugushushanya mu bwenge, uyu Mutwe wakungura igitekerezo kikubera intangiriro y'ubutunzi ushaka. Zirikana ko igitekerezo ari cyo kintu cy'ingenzi. Naho ubumenyi bwihariye wabusanga hafi yawe, aho ari ho hose!

UBUSHOBOZI BWAWE
BW'UGUSHUSHANYA MU BWENGE
BUSHOBORA GUCIKA INTEGE,
KUBERA KO BUDAKORESHWA.

BUSHOBORA KONGERA
KUZIGARURA MU GUKORESHWA.

UBU BUSHOBOZI NTIBUJYA BUPFA,
ARIKO BUSHOBORA KUDASHABUKA
BUGATUZA IYO BUDAKORESHWA.

UMUTWE WA 6: UGUSHUSHANYA MU BWENGE

URUGANDA RW'UMUTIMA

Intambwe Njyabukire ya Gatanu

MURI RUSANGE, AHO DUSHUSHANYIRIZA MU BWENGE IBITAZWI ni urwego runononsora gahunda zose abantu bahanga. Igitekerezo cyangwa ugushaka kuronka isura n'ishusho nyayo ndetse n'ingiro hifashishijwe *ubushobozi bw'umutima bwo gushushanya mu bwenge.*

Byaravuzwe ko muntu ashobora guhanga ikintu icyo ari cyo cyose ashobora gushushanya mu bwenge bwe.

Yifashishije ubushobozi bw' "ugushushanya mu bwenge" bwe, muntu yashoboye kuvumbura no kugenzura ingufu z'Isi mu myaka 50 ishize, izo mbaraga zikaba ari nyinshi cyane zirenze izo yavumbuye mu mateka yose yabanjirije icyo gihe. Yashoboye kwigarurira neza ikirere ku buryo arusha inyoni kuguruka. Yashoboye kwiga izuba no kuripima aryitaruye mu birometero bitabarika; hanyuma yifashishije uko *gushushanya mu bwenge,* ashobora gusobanukirwa ibice birigize. Yongereye umuvuduko w'ibimutwara, ku buryo ubu ashobora kurenza umuvuduko wa mayili[160] 600 mu isaha.

Mu by'ukuri, inzitizi rukumbi muntu ahura na yo, ishingiye mu buryo ateza imbere kandi agakoresha ugushushanya mu bwenge kwe. Ntabwo aragera ku gasongero mu kuzamura imikoreshereze y'ubu bushobozi. Yamaze kuvumbura gusa ko afite ubwo bushobozi, akaba yaratangiye kubukoresha ku rwego rwo hasi cyane.

Ubwoko bubiri bw' "Ugushushanya mu bwenge."

Ugushushanya mu bwenge gukora mu buryo bubiri. Bumwe bwitwa "Ugushushanya mu bwenge gusanisha,"[161] ubundi bukitwa "Ugushushanya mu bwenge guhanga."[162]

Ugushushanya mu bwenge gusanisha: umuntu yifashishije ubu bushobozi, ashobora gushyira mu buryo amahame, ibitekerezo cyangwa se gahunda byariho kera, akabikuramo ibindi bintu bifitanye isano n'ibyo bya kera. Ubu bushobozi nta gishya buhanga. Bwifashisha gusa ubunararibonye, ibyizwe cyangwa ibyabonwe. Ni ubushobozi bukoreshwa cyane n'abahanzi, uretse ba bandi "b'abahanga cyane." Abo b'abahanga cyane, bifashisha kandi *ugushushanya mu bwenge guhanga,* iyo bananiwe kubona igisubizo cy'ikibazo bifashishije *ugushushanya mu bwenge gusanisha.*

Ugushushanya mu bwenge guhanga: umuntu yifashishije "ugushushanya mu bwenge guhanga" kwe, umutima we ushobora gukorana n'urwego rw'Ubumenyi Butagira Iherezo ku buryo butaziguye. Aha ni ho hakiririrwa "ibishashi by'ibitekerezo" cyangwa se "amayerekwa." Ni kuri uru rwego muntu ashyikira ibitekerezo by'ibanze cyangwa se bishyashya. Ni kuri uru rwego kandi umuntu ashobora "kwakira ubutumwa" buvuye ku "mpande ndotero z'imitima" y'abandi bantu cyangwa se agahana amakuru na zo.

Urwego rushushanya mu bwenge mu gikorwa cyo guhanga "rurigenga mu gutangiza imirimo yarwo," nk'uko biza gusobanurwa mu bika bikurikiraho. Ubu bushobozi bwarwo bujya mu ngiro gusa iyo umutima urimo "gukorera" ku muvuduko wo hejuru; dufashe nk'urugero, igihe umutima uba ugerwaho n'amarangamutima y'*ugushaka kwinshi.*

"Ugushushanya mu bwenge guhanga" kongera "umusaruro" wako bitewe n'uburyo gukoreshwa.

Abayobozi b'indashyikirwa muri bizinesi, inganda, ubukungu, ubugeni, umuziki no mu busizi kimwe n'abanditsi, babaye ibirangirire kubera ko bashoboye guteza imbere ubushobozi bw'ugushushanya mu bwenge guhanga kwabo.

Ari ugushushanya mu bwenge gusanisha n'ugushushanya mu bwenge guhanga, buri kose kugenda kwiyongera bitewe n'uko gukoreshwa, mbese nk'uko imikaya cyangwa urundi rugingo rw'umubiri bikura bitewe n'uko bikoreshwa.

Ugushaka ni igitekerezo gisa. Ntitugusobanukiwe byimbitse kandi ntigutindana natwe. Ntigufatika kandi nta gaciro kugira, igihe cyose kuba kutarahindurwamo ikintu gifatika bingana. Nubwo bwose ugushushanya mu bwenge gusanisha ari ko gukoreshwa kenshi mu guhindura ugushaka kukavamo ifaranga, ujye uzirikana mu mutima wawe ko ushobora kuzagera aho ukenera kwifashisha kandi n'ugushushanya mu bwenge guhanga.

Ongera ubushobozi bw' "Ugushushanya mu bwenge" kwawe.

Ubushobozi bwawe bw'ugushushanya mu bwenge bushobora gucika intege, kubera ko budakoreshwa. Bushobora kongera kuzigarura mu gukoreshwa. Ubu bushobozi ntibujya bupfa, ariko bushobora kudashabuka bugatuza iyo budakoreshwa.

Muri uyu mwanya, kurikirana gusa uko uzamura ubushobozi bw' "ugushushanya mu bwenge gusanisha" kwawe kubera ko ari ko uzakoresha cyane mu guhindura *ugushaka* kwawe kukavamo ifaranga.

Guhindura "igitekerezo-murabyo" kidafatika cy'ugushaka kikabyara ikintu gifatika cy'agacirofaranga bisaba gahunda imwe cyangwa nyinshi. Izo gahunda zibaho hifashishijwe ugushushanya mu bwenge, cyane cyane hifashishijwe ugushushanya mu bwenge gusanisha.

Soma iki gitabo cyose ugeze ku musozo, hanyuma uzagaruke kuri uyu Mutwe, kugira ngo utangire kwifashisha ubushobozi bwawe bw'ugushushanya mu bwenge, ushyire mu nyandiko gahunda imwe cyangwa nyinshi zizagufasha guhindura *ugushaka kwawe* kukakubyarira ifaranga. Amabwiriza y'uko bakora gahunda asobanuye mu buryo bwimbitse, yatanzwe nibura muri buri Mutwe. Kurikiza amabwiriza uzasanga aberanye n'ibyo wifuza. Shyira mu nyandiko gahunda yawe niba utarabikora. Igihe uzaba umaze gushyira mu ngiro ibivuzwe mu nteruro ibanza, uzaba umaze guha ishushokintu ifatika, ugushaka ntabonwa kwawe. Ongera usome iyi nteruro. Yisome urangurura ijwi, kandi witonze. Mu gihe urimo ukora ibi, zirikana ko mu gihe uzashyira mu nyandiko imvugo igaragaza ugushaka kwawe hamwe na gahunda yo kugushyira mu ngiro, uzaba wamaze gutera intambwe ya mbere muri nyinshi zizakugeza ku ntera ya nyuma, aho igitekerezo cyawe kizahindurwamo ikintu gifatika bihwanye.

Amahame ageza ku butunzi.

Iyi si utuyemo, wowe ubwawe hamwe n'ibindi bintu byose bifatika bigaragarira amaso bikomoka ku mpinduka zihoraho, zatumye utunyabuzima duto cyane tutagaragarira amaso, tugize "ibyo ubona n'amaso," twihuriza hamwe kandi tukaba duteye ku buryo bw'intondeke ifite injyana.

Ikindi kandi — iyi mvugo ifite agaciro kenshi — iyi si, hamwe n'amamiriyari y'uturemangingo duto cyane tugize umubiri wawe kimwe n'utundi duce dutoya cyane tugize "ibyo ubona n'amaso" *byatangiye bifite ishusho ntabonwa y'ingufu.*

Ugushaka ni "igitekerezo ngufu." Ibitekerezo ngufu bifite ishusho y'ingufu. Iyo umuntu atangiye kugira igitekerezo ngufu, *ugushaka* kwerekeye kugwiza imari, aba arimo akora "ibintu" bimeze nk'ibyo "Rurema" yifashishije mu guhanga isi hamwe n'ibindi bintu byose bigaragarira amaso kandi bifatika biyirimo, tubariyemo kandi umubiri n'ubwonko byawe ari na ho bya "bitekerezo ngufu" *byitunganyiriza.*

Ushobora kubaka ubutunzi wifashishije amahame adahinduka. Ariko mbere ya byose, ugomba kubanza kwimenyereza ayo mahame kandi ukiga uko bayakoresha. Umwanditsi, yifashishije inshuro nyinshi aho asubiramo, kandi akagerageza kukwereka ayo mahame mu mashusho atandukanye, yizeye ko agutangariza ibanga ryifashishwa mu kugwiza ubutunzi. N'ubwo byatugaragarira ko bidasanzwe kandi bitanumvikana, nyamara icyo twita "ibanga," *nta banga ririmo.* Rurema ubwe aridutangariza kuri iyi si dutuye, mu nyenyeri, mu mibumbe itugaragiye tubona, mu bidukikije hejuru no mu mpande zacu, muri buri kibabi k'icyatsi hamwe no muri buri shusho y'ubuzima dushobora kubona.

Amahame atangazwa mu bice bikurikiyeho, azagufasha gusobanukirwa ugushushanya mu bwenge. Ugende uhuza n'ibindi usanzwe usobanukiwe, nusoma iyi firozofiya ku nshuro ya mbere. Hanyuma niwongera gusubiramo igitabo, uzasanga hari ikintu cyahindutse bigasobanuka byisumbuyeho, ndetse bikaba byaraguhaye gusobanukirwa byose mu buryo bwimbitse. Uko biri kose, *ntuzahagarike* cyangwa ngo ugire kujijinganya mu iri somo ry'aya mahame utarasoma iki gitabo nibura inshuro *3,* kuko hirya y'aho ntuzongera kwifuza guhagarika.

Uko umuntu yakwifashisha mu buryo bufatika "ugushushanya mu bwenge."

Ibitekerezo ni yo ntangiriro y'ubutunzi bwose. Ibitekerezo ni imbuto y'ugushushanya mu bwenge. Reka turebe bimwe mu bitekerezo byamenyekanye kandi byatanze umusaruro w'ubutunzi bwinshi. Turizera ko izi ngero zishyira ahagaragara amakuru yuzuye ajyanye n'uburyo ugushushanya mu bwenge kwakwifashishwa mu gushaka ubutunzi.

Urwabya rudasanzwe.

Hashize imyaka 50, ubwo umusaza w'umuganga wo mu cyaro yagufatiye inzira aza mu mugi. Ahageze, ava ku ifarasi, arayizirika, nuko yinyabya mu bubiko bw'imiti yinjiriye mu muryango w'inyuma. Akihagera atangira "guciririkanya" n'umusore w'umupuranto wahakoraga.

Mu gihe kirenze isaha imwe, bahagaze hafi ya kontwari, umusaza n'umusore barimo bavugana mu ijwi ryo hasi. Nuko nyuma y'ibyo, dogiteri arasohoka. Aragenda areba ku igare rikuruwe na ya farasi, akuramo urwabya runini rushaje n'*umwuko* (wifashishwaga mu kuvanga ibiri mu rwabya), arabizana, abitereka ahagana inyuma muri ubwo bubiko.

Wa mupuranto amaze kugenzura neza urwo rwabya, akora mu mufuka, akuramo umufungo w'inoti azihereza dogiteri. Izo noti zose zari zihwanye n'amadorari 500, na yo angana n'ubwizigame bwose bw'uwo mupuranto!

Dogiteri amuhereza agapapuro gato kari kanditseho ibanga ry'inzira yifashishwa. Amagambo yari ari kuri ako gapapuro yari afite agaciro kenshi cyane! *Ariko katagaragariraga dogiteri.* Ayo magambo atangaje yari akenewe kugira ngo urwo rwabya rutangire gushyuha; cyakora, ari dogiteri ari uwo musore, nta n'umwe wari uzi ubukungu budasanzwe buzaturuka kuri urwo rwabya.

Dogiteri yari yishimiye kugurisha ibyo byose ku madorari 500. Umupuranto na we yagize amahirwe menshi, ubwo yemeraga "gushora" amafaranga ye yose yizigamye mu buzima, akayagura urupapuro hamwe n'urwabya rushaje! Ntabwo yigeze arota ko icyo kintu yari ashoyemo amafaranga, rwari urwabya ruzabyara zahabu izarenga ubundi butunzi bwose.

Mu by'ukuri uriya mupuranto yaguze *igitekerezo.*

Ruriya rwabya rushaje, uriya mwuko hamwe na ririya banga ryanditse ku gapapuro, nta ruhare runini byari bifite. Urwo rwabya rwatangiye kugira umusaruro udasanzwe, mu gihe uwaruguze yari amaze gufata ya mabwiriza y'ibanga, akayavanga n'undi "muti" dogiteri atari azi.

Isuzume urebe niba ushobora kuvumbura icyo uriya musore yongereye kuri rya banga, cyatumye rwa rwabya rutangira gusendera zahabu. Aha rero ni ho ubona inkuru-mpamo, zirimo ibikorwa bitangaje kurusha uko byaba imigani, ibikorwa byatangiye mu ishusho y'*igitekerezo.*

Reka turebe ubutunzi bwinshi iki gitekerezo cyabyaye. Kugeza uyu munsi, hirya no hino ku isi, iki gitekerezo cyakomeje kuzanira ubutunzi bwinshi abagabo n'abagore bakomeje gukwirakwiza ibiva muri urwo rwabya.

Uyu munsi kandi, urwo rwabya rushaje ruri mu "bambere" bakoresha isukari nyinshi ku isi; bityo rugaha imirimo ihoraho abantu benshi, ibihumbi by'abagabo n'abagore bakora mu mirima y'ibisheke, hamwe no mu yindi mirimo yo gukora no kugurisha isukari.

Urwo rwabya rushaje rukoresha buri mwaka amamiriyoni y'amacupa akoze mu birahuri, bityo rugaha akazi abakozi benshi bakora mu nganda z'amacupa.

Hano mu gihugu, urwo rwabya rushaje ruha kandi akazi abantu benshi bakora mu bunyamabanga, mu bijyanye n'amategeko arengera abahanzi hamwe n'abakora iyayamaza. Rwazaniye ubwamamare n'ubutunzi abahanzi benshi bagiye bahimba amashusho adasanzwe agaragaza icyo gihangano.

Urwo rwabya rwahinduye umugi muto wo mu Majyepfo, ruwugira umurwa w'ubucuruzi; bityo, uyu munsi rukaba ruzanira inyungu — igaragara cyangwa itagaragara — ubundi bucuruzi bwose hamwe n'abatuye bose muri uwo mugi.

Uyu munsi, ubutunzi bwavuye muri iki gitekerezo, bufitiye akamaro buri gihugu cyose giteye imbere kuri iyi si, kandi kigakomeza kuba inzira ihoraho y'ubutunzi nk'ubwa zahabu ku bo kigeraho bose.

Zahabu yavuye mu rwabya yubatse kandi ikomeza gushyigikira rimwe mu mashuri makuru y'icyitegererezo mu Majyepfo, aho ibihumbi by'urubyiruko ruhabwa inyigisho zizarufasha kugera ku ntsinzi mu buzima.

Iyo biba byashobokaga icyo gihangano gikorwa n'urwo rwabya kikaba cyavuga, cyatubwiye inkuru ziteye ubwuzu muri buri rurimi; inkuru z'urukundo, inkuru za bizinesi, inkuru z'abagabo n'abagore b'abanyamwuga, buri gihe baterwa imbaraga n'icyo gihangano.

Hari inkuru imwe nibura umwanditsi afitiye gihamya, kuko yayibayemo; kandi ikaba yarabereye hafi y'aho wa mupuranto yaguriye rwa rwabya. Aho ni ho umwanditsi yahuriye n'uwo bashakanye, uyu kandi ni we wamuganirije bwa mbere kuri uru rwabya rushimishije. Ni icyo gihangano cyo muri urwo rwabya barimo banywa, ubwo umwanditsi yamusabaga kuzamukunda, haba "mu byishimo no mu makuba."

Aho waba uri hose, aho waba utuye hose, akazi waba ukora ako ari ko kose; buri gihe guhera ubu, nubona amagambo "Coca Cola,"[163] ujye uzirikana k'*ugushushanya mu bwenge* ari ko kirungo cy'igitangaza wa mupuranto w'ububiko bw'imiti, ari we Asa Candler,[164] yavanze na rya hame ry'ibanga yari ahawe. Ayo magambo kandi ajye atuma uzirikana ko ubutunzi bwisanzuye hamwe no gutanga icyerekezo hose ku isi bya Coca Cola byahereye ku *gitekerezo kimwe gusa.*

Fata umwanya ubanze ubitekerezeho.

Zirikana kandi ko inzira njyabukire zisobanurwa muri iki gitabo, ari zo zafashije Coca Cola kugera muri buri mujyi, iminini n'imito, buri mudugudu ndetse no kwambuka ikagera imahanga; kandi uzirikane ko igitekerezo icyo ari cyo cyose wagira muri wowe, *kikaba gifite imbaraga kandi cyiyubashye* nk'icya Coca Cola, gishobora kugira intsinzi yikubye kabiri iki gihangano "cyica icyaka" mu isi yose.

Icyo nakora ndonse miriyoni imwe.

Iyi nkuru iranogereza ukuri kwavuzwe kera, kugira, kuti: "Gushaka ni ugushobora." Iyi nkuru nayibwiwe na wa murezi w'umunyedini wakundwaga cyane, nyakwigendera Frank W. Gunsaulus,[165] wari waratangiriye umurimo we wo "kuvuga ubutumwa bwiza" aho yari atuye mu gace k'amapariki ka Chicago. Ubwo Dogiteri Gunsaulus yitegerezaga imikorere y'amashuri makuru, yasanzemo ibintu byinshi bidakwiye, ibyo byose we akaba yarumvaga

yabikosora iyo aza kuba afite ishuri rikuru ayoboye mu buryo yaritekerezaga.

Yateguye umutima we ku buryo azashobora gutunganya ishuri rikuru mu burezi bushyashya, hashyirwa mu ngiro ibitekerezo bye bishyashya, bitabangamiwe n'imyigishirize ya kera. Yari akeneye miriyoni imwe y'amadorari ngo ashyire mu ngiro uwo mushinga. Ni he yajyaga gukura amafaranga menshi nk'ariya? Iki ni cyo kibazo cyari cyarigaruriye ibitekerezo by'uriya musore w'umuvugabutumwa.

Nta buryo yari afite bwatuma akomeza gahunda ye.

Buri joro yaryamaga afite igitekerezo cye mu mutima. Akabyuka mu gitondo akigifite. Yagitemberanaga aho yajyaga hose. Yakomeje kukizirikana mu mutima we kugeza ubwo kibaye *ndakumirwa* muri we.

Kubera ko Dogiteri Gunsaulus yari umufirozofe kandi akaba n'umuvugabutumwa, kimwe n'abandi bose bagira intsinzi mu buzima, yemeraga ko *kugira intego yuzuye kandi iboneye mu buzima* ari intera ya mbere umuntu agomba guheraho. Yemeraga kandi ko *kugira intego yuzuye kandi iboneye,* bibyara imbaduko n'ubuzima hamwe n'ingufu, iyo bigaragiwe n'ugushaka guhebuje ko guhindura iyo ntego ikavamo ikindi kintu kingana na ko.

Yari azi aya mahame yose *atagira uko asa,* nyamara ntiyari azi uko yabona miriyoni y'amadorari. Mu migenzereze isanzwe, icyo yajyaga gukora kwari ukureka igitekerezo cye, maze akagenda avuga, ati: "Mfite igitekerezo cyiza ariko ntacyo nagikoraho, kubera ko ntaho nakura miriyoni y'amadorari nkeneye." Ngibi ibyo abenshi mu bantu bavuga, nyamara si byo Dogiteri Gunsaulus yavuze. Ibyo yavuze n'ibyo yakoze ni iby'agaciro gakomeye ku buryo muhaye umwanya ngo yivugire uko byagenze.

"Umunsi umwe, ari nimugoroba ku wa gatandatu,[166] nari nicaye mu cyumba ndimo ntekereza aho nzakura amafaranga yo gushyira mu ngiro gahunda yanjye. Nari maze igihe gikabakaba imyaka ibiri ntekerezaaa, *ntekereza gusaaa nta kindi nkora*!"

Igihe cyari kigeze cyo kugaragaza ibikorwa.

"Nafashe icyemezo uwo mwanya ko ngomba kubona iyo miriyoni y'amadorari nkeneye mu gihe cy'icyumweru kimwe. Binyuze mu zihe nzira? Ibyo ntibyari bimpangayikishije. Icyari gifite agaciro, cyari icyemezo cyo kuronka ayo mafaranga mu gihe namaze kugena. Mu gihe nari maze gufata icyo cyemezo, numvise muri njye ibyiyumvo bidasanzwe byo gutuza biri ku rwego rwo hejuru ntigeze ngeraho mbere. Imbere muri njye, harimo ijwi risa n'irimbwira, riti: "Kuki utari warafashe icyo cyemezo kera? Amafaranga yari ahari agutegereje icyo gihe cyose!"

"Ubwo ibintu biba bitangiye kwisukiranya. Mba mpamagaye ibinyamakuru, mbimenyesha ko mu gitondo nzatanga inyigisho ifite insanganyamatsiko igira, iti: "Icyo nakora ndonse miriyoni imwe."

Nuko ako kanya mpita ntangira gutegura iyo nyigisho. Mu kuri kose, ndabamenyesha ko uyu murimo wari woroshye cyane kubera ko nari maze imyaka hafi ibiri ntegura iyo nyigisho!

"Mu gicuku mbere gato ya saa sita, nibwo nari maze kwandika iyo nyigisho. Nuko njya kuryama, nsinzirana icyizere, kuko *nibonaga namaze kuronka iriya miriyoni y'amadorari.*

"Mu gitondo nabyutse kare, ndoga, nsoma ya nyigisho, nuko ndapfukama ndasenga, nsaba ko iyo nyigisho yanjye yaza kugira uwo inyura maze akampa ayo mafaranga nari nkeneye.

"Mu gihe narımo nsenga, ndongera mbona icyizere cy'uko ayo mafaranga yarimo ansanga. Uko nagatwawe n'ibyo byiyumvo by'icyizere, ndasohoka nibagirwa urupapuro nanditseho ya nyigisho; sinanashobora kumenya ko narwibagiwe kugeza ubwo nari ngeze kuri aritari ngiye gutangira inyigisho.

"Nta mwanya nari ngifite wo kujya kureba mu byo nari nanditse, nyamara mbega umugisha nagiriyemo! Ku rundi ruhande, "urwego ndotero rw'umutima" wanjye rwari rwamaze guteganya ibyo ndibukenere muri icyo gikorwa. Maze guhaguruka ntangiye gutanga inyigisho, nafunze amaso, nuko ntangaza akuzuyumutima kanjye, mvuga ku nzozi zanjye. Uko nabwiraga abanyumva, ni na ko nari meze nk'urimo kubwira Imana. Navuze ibyo nzakora ninshobora kuronka iyo miriyoni y'amadorari. Nasobanuye gahunda mfite mu mutima wanjye yo gushyiraho ikigo cy'uburezi kidasanzwe aho urubyiruko ruziga gushyira mu ngiro amasomo yarwo kandi rukaba rwubaka imitima yarwo.

"Ubwo nari maze gutanga inyigisho nicaye, umugabo ahaguruka ahagana nko ku murongo wa gatatu uturutse mu ntebe z'inyuma, aza agana imbere kuri *aritari.* Nuko ntangira kwibaza icyo yari aje gukora. Ansanga kuri *aritari*, ampa ukuboko, maze arambwira, ati: "Mushumba, nanyuzwe n'inyigisho uduhaye. Ndemera ko ushobora gukora ibyo watubwiye byose uramutse ufite miriyoni y'amadorari. Mu kugaragaza ko nkwizera kandi nemeye inyigisho waduhaye, ejo mu gitondo uzaze ku kazi aho nkorera, nzaguha iriya miriyoni y'amadorari. Amazina yanjye ni Philip D. Armour."[167]

Umusore Gunsaulus azindukira ku kazi kwa Bwana Armour, nuko ahabwa miriyoni y'amadorari. Yifashishije ayo mafaranga, ashinga ishuri rikuru ryitwaga "Armour Institute of Technology,"[168] uyu munsi rikaba ryitwa Illinois Institute of Technology.[169]

Iyo miriyoni y'amadorari yari ikenewe yabonetse yaratangiye ari igitekerezo. Nyuma y'icyo gitekerezo, hakurikiyeho *ugushaka* kwari kumaze imyaka hafi ibiri, gukurira mu mutima w'uriya musore Gunsaulus.

Itegereze iki kintu gikomeye cyabayeho. Yashoboye kuronka amafaranga yashakaga mu gihe cy'amasaha 36, ubwo mu mutima we yari yamaze kugera ku mwanzuro uboneye wo kuronka ayo mafaranga, yamaze no gufata icyemezo kuri gahunda azifashisha kugira ngo aronke ayo mafaranga!

Nta kintu gishya cyangwa kidasanzwe cyari kikiri mu mitekerereze y'uriya musore Gunsaulus, mu bijyanye no kuronka miriyoni y'amadorari hamwe n'intege nke mu kwizera ko yayabona. Abandi bantu benshi mbere ye hamwe n'abandi benshi nyuma ye bagiye bagira ibitekerezo nk'ibye. Cyakora umwihariko n'ubudasa, bigaragarira mu buryo yageze ku cyemezo kuri iriya "Sabato" itazibagiranira, ubwo yashyiraga ukujijiganya iruhande, hanyuma akavuga ku buryo asobanukiwe, ati: "*Nzaronka* ariya mafaranga mu cyumweru kimwe!"

Ikindi kandi, ihame Dogiteri Gunsaulus yakoresheje kugira ngo aronke miriyoni y'amadorari riracyariho. Riri imbere yawe! Iri hame "ririho munsi" riracyakora uyu munsi nk'uko uriya musore Gunsaulus yaritsindishije mu gihe cye.

Uko wahindura ibitekerezo bikabyara imari.

Urabona ko Asa Candler na Dogiteri Frank Gunsaulus bafite imyitwarire bahuriyeho. Bombi bari bazi neza ukuri gukomeye kuvuga ko ibitekerezo bishobora guhindurwamo ifaranga-kashi binyuze mu ngufu z'umuntu zo kugira intego na gahunda byuzuye kandi biboneye.

Niba uri umwe muri ba bandi batekereza ko gukora cyane hamwe n'ubunyangamugayo byonyine bihagije kugira ngo ugwize ubutunzi, ikuremo icyo gitekerezo! Ntabwo ari ukuri! Ubutunzi, iyo butangiye kuza ari bwinshi, ntibuturuka na rimwe mu gukora cyane gusa! Ubutunzi, iyo bibayeho ko bushyika, bukurikira ubusabe-tegeko bukozwe na nyirubwite, mu buryo bwuzuye kandi buboneye, bukaba bushingiye ku ishyirwa mu ngiro ry'amahame yuzuye kandi aboneye, aho kuba ku rusimbi cyangwa amahirwe.

Mu mvugo zisanzwe, igitekerezo ni ikanguka ry'umutima ry'akanya gato cyane ritegeka igikorwa, ryifashishije ugushushanya mu bwenge. Abayobozi mu by'ubucuruzi bazi neza ko ibitekerezo bishobora kugurishwa aho bidashoboka kugurisha ibindi bicuruzwa bisanzwe. Ibi ntibizwi n'abacuruzi basanzwe — ni na yo mpamvu ari "abasanzwe."

Umwe mu batangaza bakanacuruza ibitabo ku giciro gito, yavumbuye ikintu cyagirira akamaro muri rusange abandi bantu bakora umwuga nk'uwe. Yamenye ko abantu benshi bagura "amazina y'ibitabo," aho kugura ibibikubiyemo. Ubwo yahinduraga gusa izina ry'igitabo kitagendaga mu bucuruzi, icuruzwa ryacyo ryariyongereye, hagurwa kopi zirenga igihumbi. Ibikubiye mu gitabo imbere ntabwo byahindutse na gato. Yakuye ku gitabo ipaji ibanza yariho izina ryacyo ryatumaga kitagurwa, arisimbuza irindi ryakuruye abakiriya benshi.

Ibi, uko byaba bigaragara kose ko ari ibintu byoroshye, byari igitekerezo. Byari ugushushanya mu bwenge ibitari bizwi.

Nta giciro-fatizo kizwi ku "bagura" ibitekerezo. Abahanga ibitekerezo nibo bishyiriraho ibiciro, kandi iyo bo ubwabo basobanukiwe *bya nyabyo*, baronka icyo kiguzi.

Inkuru ya buri butunzi bwinshi itangira umunsi umuhanzi w'ibitekerezo hamwe n'umuguzi wabyo bahuye bagakorana mu bwuzuzanye. Carnegie yabaga akikijwe n'abahanga bashoboraga gukora ibyo adashoboye, abantu bashoboraga guhanga ibitekerezo hamwe n'abagabo bashoboraga gushyira ibyo bitekerezo mu ngiro; byagiye bibazanira ubukire bwinshi, bo ubwabo ndetse hamwe n'abandi bantu.

Muri rusange, amamiriyoni y'abantu yinjira mu buzima ategereje kuzahura n' "*ubuntu.*" Byashoboka ko "*ubuntu*" bushobora gutunguza umuntu "*amahirwe*," ariko gahunda iboneye ni iyo kudacungira ku mahirwe. Bwari ubuntu butangaje bwampaye amahirwe "menshi" yo mu buzima — *ariko* hashize imyaka 25 ndimo nkora *nshikamye* kuri ayo mahirwe, kugeza ubwo abyaye ubutunzi.

"Ubuntu" nagiriwe ni bwo bwangejeje ku guhura no gufashwa na Andrew Carnegie. Tugihura na Carnegie, yateye mu mutima wanjye *igitekerezo* cyo gukora inyandiko isobanura firozofiya y'uko abantu bagira imikorere ibageza ku ntsinzi. Ibihumbi by'abantu bungukiye mu byavumbuwe mu myaka 25 y'ubushakashatsi; hanyuma ubukire bwinshi bwagiye buronkwa n'abantu bifashishije ishyirwa mu ngiro ry'iyi nyurabwenge. Intangiriro yari yoroshye. Cyari igitekerezo buri wese yajyaga kuba yagira.

Ubuntu bwahereye kuri Carnegie; ariko se ni iki twavuga ku kwiyemeza, kugira intego iboneye, kugira ugushaka ko kugera ku gikorwa hamwe n'imbaraga z'ugushikama kw'imyaka 25? Ntabwo kwari ugushaka gusanzwe kwaba kwarashoboye kurenga ibikorwa by'ugutenguhwa n'urucantege, ugutsindwa kw'igihe gito, ukunnyegwa hamwe no guhora umuntu ashinjwa "guta igihe." Kwari ugushaka guhebuje! Kwari ugushaka kwasabagiye muri njye wese!

Ubwo Bwana Carnegie yateraga mu mutima wanjye kiriya gitekerezo, cyari gikeye, kibumbatiwe kandi kigomba *kubaho ibihe byose*. Buhoro buhoro, igitekerezo cyarakuze kiraganza mu ngufu zacyo, kiranezeza, kirakura, nuko gisigara kinyoboye. Ibitekerezo ni uko biteye. Mbere ya byose, ni wowe ubibyara, ukabiha ingufu z'igikorwa n'icyerekezo; hanyuma na byo bikibyarira ububasha butuma bitsinsura icyabibangamira cyose.

Ibitekerezo ni ingufu zitagaragarira amaso, nyamara bifite imbaraga zirenze ubwonko bwabibyaye. Bifite imbaraga zo kubaho na nyuma y'uko ubwonko bwabihanze butakiriho.

UMUTWE WA 7: ITEGANYAMIGAMBI

GUSHYIRA MU BIKORWA UGUSHAKA

Intambwe Njyabukire ya Gatandatu

WAMAZE gusobanukirwa ko ikintu icyo ari cyo cyose gihangwa cyangwa kironkwa na muntu gitangira mu ishusho y*'ugushaka,* ari na ko gufatwa ku ntera ya mbere y'urugendo kugira, urugendo ruhera ku kintu kidafatika, rugasorezwa ku kintu gifatika, hifashishijwe "uruganda rw'ugushushanya mu bwenge," aho gahunda zifashishwa muri iyo nzira zihangirwa kandi zigatunganywa.

Mu Mutwe wa 2, wahawe amabwiriza yo kuzuza za ntera 6 ziboneye kandi zishoboka, ukazifashisha nk'intambwe ya mbere ituma "gushaka ifaranga" kwawe guhindukamo ikintu binganya agacirofaranga. Imwe muri izi ntera ni ugushyiraho gahunda imwe cyangwa nyinshi ziboneye kandi zishoboka zakoreshwa nk'inzira yo gushyira mu ngiro iryo *hindura.*

Hano ugiye guhabwa amabwiriza y'uko bategura gahunda zishoboka:

1. Fatanya n'amatsinda y'abantu benshi bashoboka waba ukeneye mu guhanga no gushyira mu ngiro gahunda imwe cyangwa nyinshi zizagufasha kuronka ifaranga, ubinyujije mu gukoresha "Ihame ry'Isangirangendo," risobanurwa mu mutwe uzageraho imbere muri iki gitabo. (Gukurikiza aya mabwiriza ni *iby'agaciro kenshi.* Ntubyirengagize).
2. Mbere yo gushinga "Itsinda ry'Abasangirangendo," emeza agaciro n'amaronko *uzagenera* buri muntu wese mu barigize, uzemera gufatanya nawe. Nta muntu wazemera gukora igihe cyose nta gihembo ahawe. Nta n'umuntu ushyira mu gaciro wasaba cyangwa ngo ategereze ko undi muntu azamukorera nta gihembo gikwiye amuhaye, nubwo bwose icyo gihembo kitagaragara buri gihe mu buryo bw'amafaranga.
3. Kora ku buryo uhura n'abari mu Itsinda ry'Abasangirangendo ryawe nibura kabiri mu cyumweru, kimwe n'izindi nshuro zose uko bishoboka, kugeza ubwo muzaba mumaze kunoza gahunda imwe cyangwa nyinshi muzifashisha mu kurundarunda ifaranga.
4. Komeza uguhuza nyako hagati yawe na buri muntu wese mu bagize "Itsinda ry'Abasangirangendo." Nudashobora gushyira mu ngiro aya mabwiriza nk'uko yanditse, uzabe witegura gutsindwa. "Ihame ry'Isangirangendo" *ntirishobora* gushyirwa mu ngiro ahatari uguhuza nyako.

Zirikana ibi bikurikira:

1. Winjiye mu bintu bigufitiye agaciro kenshi cyane. Kugira ngo

wizere intsinzi, ugomba kuba ufite gahunda zizira amakemwa.

2. Ugomba kuba ufite akarusho kava mu yindi mitima, gashingiye ku bunararibonye, ku mashuri, ku bushobozi bwabo busanzwe hamwe n'ubwo gushushanya mu bwenge. Ibi bijyanye n'uburyo bwagiye bukoreshwa na buri muntu wese washoboye kurundarunda ubutunzi bwinshi.

Nta muntu n'umwe wenyine ufite ibikenewe byose mu bunararibonye, mu mashuri, mu bushobozi buvukanwa ndetse no mu bumenyi busanzwe, byamufasha mu kurundarunda ubutunzi bwinshi, hatabayeho ubufatanye n'abandi bantu. Buri gahunda ugenderaho mu kugerageza kurundarunda ubutunzi, yagombye kuba igihangano cyakozwe nawe ufatanije na buri wese mu bagize "Itsinda ry'Abasangirangendo" ryawe. Byashoboka ko ari wowe wahanga gahunda zose cyangwa se igice kimwe cyazo; uko biri kose, genzura ko izo gahunda zabanje gusuzumwa kandi zikemezwa n'abagize "Itsinda ry'Abasangirangendo" ryawe.

Niba gahunda ya mbere idatanga umusaruro — Gerageza indi!

Niba gahunda ya mbere ugendeyeho itagera ku ntego uko bikwiye, yisimbuze indi nshyashya. Niba n'iyo nshyashya na yo itagera ku ntego, yisimbuze indi; komeza utyo kugeza ubwo uzagera kuri gahunda igufasha gutera intambwe wifuza. Aha ni ho abantu benshi batsindirwa, kubera kubura ubudacogora mu gushyiraho gahunda nshyashya zo gusimbuza izidatanga umusaruro.

Umuntu w'umunyabwenge kurusha abandi ntashobora kugira intsinzi mu kurundarunda ifaranga — cyangwa mu kindi kintu cyose agiyemo — atifashishije gahunda ziboneye kandi zikoreka. Hora uzirikana mu mutima ibivuzwe, kandi wibuka ko iyo gahunda zawe zitari kugera ku ntego, uko gutsindwa kw'akanya gato ntaho guhuriye n'ugutsindwa nyirizina. Byaba bisobanura gusa ko gahunda zawe zitari ziboneye: hanga izindi gahunda, wongere utangire bundi bushyashya.

Ugutsindwa kw'igihe gito gusobanuye ikintu kimwe gusa, cy'uko haba hari ikitagenda uko bikwiye muri gahunda wakoze. Amamiriyoni y'abantu yisanga mu buzima bw'ubutindi n'ubukene, kubera ko batagira gahunda ziboneye zo kurundarunda ubutunzi.

Ibyo ugeraho ntibishobora gusumba ireme rya gahunda zawe.

Nta muntu n'umwe "utsindwa," keretse iyo yumva *mu mutima we* yamaze "kuva mu kibuga."

James J. Hill[170] yahuye n'ugutsindwa kw'igihe gito ubwo yageragezaga bwa mbere gukusanya amafaranga azakoresha yubaka umuhanda wa gari ya moshi iva mu Burasirazuba igana mu Burengerazuba.[171] Nyamara uko gutsindwa yaguhinduyemo intsinzi, abinyujije muri *gahunda nshyashya.*

Henry Ford yahuye n'ugutsindwa kw'igihe gito, haba mu ntangiriro z'umwuga we ndetse no mu gihe yari yegereye kugera ku gasongero k'intsinzi ye. Yahanze izindi gahunda, nuko arakomeza, yegukana intsinzi mu by'ubutunzi bw'ifaranga.

Tureba abantu baronse ubutunzi bwinshi, tukabona umunezero wabo, nyamara tukibagirwa ugutsindwa kw'igihe gito bagombye kurenga mbere y'uko "bashyika."

Nta muntu n'umwe ukurikiza ubu buryo bw'imibereho, ushobora gutegereza mu buryo bw'inyurabwenge kuronka ubutunzi, atabanje guhura n'ugutsindwa kw'igihe gito. Nuhura n'ugutsindwa, kwakire nk'ikimenyetso cy'uko gahunda zawe zitaboneye, ongera uzinononsore, hanyuma wongere ufate urugendo werekeza ku ntego yawe ufite ku mutima. Nuramuka uhagaritse utaragera ku ntego, uri "Tereriyo." *Tereriyo ntatsinda, kandi Nyirintsinzi ntaterera iyo.* Garagaza iyi nteruro, yandike ku rupapuro mu nyuguti nini, hanyuma uyishyire aho uzashobora kuyisoma, buri joro mbere yo kuryama na buri gitondo mbere yo kujya ku murimo.

Ubwo uzaba utangiye gutoranya abazajya mu "Itsinda ry'Abasangirangendo" ryawe, uzagerageze kwiyegereza ba bandi batarangazwa n'ugutsindwa kw'igihe gito.

Abantu benshi bakunze kwibeshya ko ifaranga ari ryo ryonyine rikurura irindi. Ibi si ukuri! Ahubwo ugushaka kwahinduwemo ikindi kintu bihwanyije agacirofaranga, hifashishijwe amahame avugwa muri iki gitabo, ni bwo buryo ifaranga "rironkwa." Amafaranga ubwayo ni ikintu kitayega, kidafite ubuzima. Ntashobora kunyeganyega, gutekereza cyangwa kuvuga, ariko ashobora "kumva," iyo umuntu uyashaka "ayahamagaye" ayasaba kumusanga!

Uko wategura kugurisha serivisi utanga.

Gutegura gahunda zinyuze ubwenge ni ingenzi kugira ngo habeho intsinzi yo kurundarunda ubutunzi. Muri iyi nyandiko urahasanga amabwiriza arambuye ku bagomba kurundarunda ubutunzi batangiriye ku kugurisha serivisi.

Biteye ibakwe kumenya ko mu buryo bufatika, ubutunzi bwinshi bwagiye butangirira mu guhemberwa serivisi cyangwa se kugurisha ibitekerezo. None se, ni iki kindi umuntu udafite undi mutungo yaba afite yatanga nk'ingurane y'ubutunzi, uretse ibitekerezo na serivisi?

Abayobozi benshi batangira ari *abayoborwa.*

Muri rusange, abantu bari ukubiri mu isi: abayobozi n'abayoborwa. Mu ntangiriro, fata icyemezo mu byo ukora kijyanye n'uko ushaka kuzaba umuyobozi cyangwa se gukomeza kuba "umuyoborwa." Hariho itandukaniro rinini mu bihembo. Mu mitekerereze yumvikana, umuyoborwa ntashobora gutegereza ibihembo bingana n'iby'umuyobozi, nubwo bwose abayoborwa benshi bakora amakosa yo kubitegereza.

Nta kimwaro biteye kuba *umuyoborwa.* Ku rundi ruhande ariko, nta shema ririmo kuguma kuba *umuyoborwa.* Abenshi mu bayobozi b'indashyikirwa batangiye ari abayoborwa. Babaye indashyikirwa, kubera ko babaye abayoborwa b'abahanga. Uretse abantu bake cyane, ubusanzwe abantu badashobora gukurikira abayobozi mu buryo bwa gihanga, ntibashobora kuvamo abayobozi nyabo. Abantu bashobora gukurikira umuyobozi mu buryo buboneye, muri rusange nibo bashobora kuvamo abayobozi mu buryo bwihuse. *Umuyoborwa* w'umuhanga afite amahirwe menshi; amwe muri yo, ni umwanya wo kugira icyo yigira ku *muyobozi.*

Ibintu by'ingenzi biranga umuyobozi.

Ibi bintu bikurikira biri mu by'ingenzi biranga Ubuyobozi:

1. *Ubutwari butajegajega* bushingiye ku kwimenya no kumenya umurimo ashinzwe. Nta muyoborwa wifuza gutegekwa n'umuyobozi utifitemo icyizere n'ubutwari. Nta muyoborwa w'impuguke uzategekwa n'umuyobozi nk'uwo igihe kirekire.
2. *Gushobora kwifata.* Umuntu udashobora kwifata ntashobora kugenzura abandi. Gushobora kwifata bitanga urugero rufite imbaraga ku bo umuntu ayobora, ari rwo abayoborwa b'impuguke kurusha abandi bagerageza kwigiraho.
3. *Gusobanukirwa byimbitse ubutabera.* Hatariho gusobanukirwa ukutabogama n'ubutabera, nta muyobozi ushobora gusaba abayoborwa icyubahiro no gukomeza kugihabwa.
4. *Gufata ibyemezo bihamye.* Umuntu ujijiganya mu byemezo bye agaragara ko atiyizeye. Ntashobora kuyobora abandi mu buryo buganza.
5. *Kugira gahunda zihamye.* Umuyobozi uganza, aba ashoboye gushyiraho gahunda z'ibyo akora, hanyuma akazishyira mu ngiro. Umuyobozi *utomboza* mu byo akora, nta gahunda zifatika kandi ziboneye agenderaho, yagereranywa n'ubwato bugenda budafite ingashya. Amaherezo aba azagonga urutare.
6. *Umuco wo gukora byinshi birenze ibyo ahemberwa.* Kimwe mu bivuna mu buyobozi, ni ukugira ubushake bwo gukora byinshi birenze ibyo umuyobozi asaba abayoborwa.
7. *Kugira imyifatire yuje urugwiro.* Nta muntu utagira isuku, utiyitaho, ushobora guhirwa no kuba umuyobozi nyawe. Ubuyobozi bugomba kubahwa. Abayoborwa ntibazubaha abayobozi badafite amanota yo hejuru mu myifatire yuje urugwiro.
8. *Kugira ubuntu no kumva abandi.* Abayobozi baganza bagomba kugirira ubuntu abayoborwa. Ikindi kandi, bagomba gusobanukirwa abayoborwa hamwe n'ibibazo bafite.
9. *Kugira ubumenyi bwimbitse.* Ubuyobozi buganza busaba kugira ubumenyi bwimbitse ku bijyanye n'imirimo umuyobozi ashinzwe.
10. *Kuba yiteguye kubazwa inshingano zose.* Umuyobozi uganza agomba kuba yiteguye kubazwa amakosa hamwe no kutagera

ku ntego by'abo ayobora. Iyo agerageje kwikuraho izi nshingano, ntashobora gukomeza kuba umuyobozi. Iyo hari umuyoborwa ukoze ikosa, akagaragaza ubushobozi budakwiye, umuyobozi agomba kubifata nk'aho ari *we* watsinzwe.

11. *Ubufatanye.* Umuyobozi uganza, agomba gusobanukirwa no *gushyira mu ngiro* ihame ry'imbaraga z'ubufatanye; kandi agashobora kugeza abayoborwa kuri iyo migirire. Ubuyobozi bugomba ububasha, ububasha na bwo bugomba ubufatanye.

Ubuyobozi buri ukubiri. Ubwa mbere, ari na bwo cyane cyane buganza kurushaho, ni ubuyobozi bwabanje kwemerwa kandi bwishimiwe n'abayoborwa. Ubwa kabiri, ni ubuyobozi bw'igitugu, butemewe kandi butishimiwe n'abayoborwa.

Amateka yuzuye ingero zigaragaza ko ubuyobozi bw'igitugu budashobora kuramba. Ukugwa n'ugucika "kw'abanyagitugu" n'abami kurumvikana. Birasobanura ko abantu batazakurikira ubuyobozi bw'igitugu ubuziraherezo.

Napoleon, Mussolini,[172] na Hitler[173]ni ingero z'ubuyobozi bw'igitugu. Ubuyobozi bwabo bwararangiye. *Ubuyobozi bwemewe* n'abayoborwa ni bwo bwonyine buramba!

Abantu bashobora gukurikira mu gihe gito ubuyobozi bw'igitugu, nyamara ntibazabikora ku bushake.

Ubu buryo bushyashya bw'ubuyobozi, buzifashisha biriya birango 11 byavuzweho muri uyu Mutwe, kimwe n'ibindi bintu bikenewe. Umuntu ushingira kuri ibi birango mu guha icyicaro ubuyobozi bwe, azaronka amahirwe menshi yo kuyobora mu nzego zitandukanye z'ubuzima.

Impamvu 10 z'ingenzi zitera ugutsindwa mu buyobozi.

Noneho reka turebe impamvu z'ingenzi zitera abayobozi gutsindwa, kuko ari iby'agaciro kumenya *ikizira* ndetse *n'igikorwa.*[174]

1. *Kudashobora gusesengura amakuru.* Ubuyobozi nyabwo bugomba kugira ubushobozi bwo gushyira hamwe no gusobanukirwa amakuru. Nta muyobozi nyawe n'umwe wavuga ko "afite imirimo myinshi arimo," yamubuza kuzuza inshingano ze nk'umuyobozi. Iyo umuyobozi cyangwa umuyoborwa abona afite akazi ku buryo adashobora guhindura gahunda ze, cyangwa ngo abanze yite ku gitunguranye icyo ari cyo cyose, icyo gihe aba yemeye ko adashoboye. Umuyobozi uganza, ni wa wundi ushoboye gusobanukirwa amakuru yose afitanye isano n'imirimo ashinzwe. Ibi rero bisobanuye cyane ko umuco wo kwegurira inshingano abashoboye mu bo ayoboye ugomba gukwira mu mikorere ye.
2. *Kudashaka gutanga serivisi mu bwiyoroshye.* Mu by'ukuri, abayobozi

nyabo baba biteguye, aho bikenewe, gukora umurimo uwo ari wo wose bagasabye undi muntu kubakorera. Abayobozi bose bashoboye, bahora bazirikana kandi bubahiriza ukuri kugira, kuti "Umukuru muri mwe, nabe umugaragu wa bagenzi be."

3. *Gutegereza guhemberwa "ibyo bazi" aho kuba ibyo bakora bifashishije ibyo bazi.* Isi ntihembera abantu "icyo bazi;" ahubwo ibahembera *icyo bakora* cyangwa se uruhare bagira mu gutuma abandi bagikora.
4. *Kugira ubwoba bwo kurushwa n'abayoborwa.* Umuyobozi utinya ko umwe mu bayoborwa ashobora kuzamutwara umwanya; mu buryo bufatika, aba yiteguye ishyirwa mu ngiro ry'ubwo bwoba bidatinze. Umuyobozi ushoboye ahugura abadafite ubumenyi bukwiye mu bayoborwa, ari na bo ashobora guha ku bushake, imwe mu mirimo ye maze bakayimukorera. Ni muri ubu buryo bwonyine umuyobozi ashobora kwikuba inshuro nyinshi, bityo akaba yiteguye kuba ahantu henshi no gukurikirana ibintu byinshi, icyarimwe. Ukuri kw'ibihe byose kuvuga ko abantu baronka igihembo kinini giturutse *ku bushobozi bwabo bwo gutuma abandi bakora umurimo* kurusha uko cyaturuka ku mbaraga bo ubwabo bakoresheje. Yifashishije ubumenyi bw'akazi ke hamwe n'imyitwarire ye "ikurura" abantu, umuyobozi nyawe ashobora kuzamura cyane ubushobozi bw'abandi, ndetse akabatera imbaraga zo gutanga serivisi nziza mu bwinshi n'ireme, zirenze izo batanga badahawe ubwo bufasha.
5. *Kutagira ugushushanya mu bwenge.* Hatabayeho ugushushanya mu bwenge, umuyobozi ntashobora guhangana n'ibitungurana kandi byihutirwa; kimwe no gushobora gushyiraho mu buryo bukwiye ingamba zizifashishwa n'abayoborwa.
6. *Kwikubira.* Umuyobozi wiyitirira umurimo wakozwe n'abayoborwa ntabura guhura n'ikimwaro no kwicuza. Umuyobozi nyawe ntiyiyitirira amashimwe. Ahubwo ashimishwa no kubona amashimwe agera ku bayoborwa, kuko azi ko abantu benshi bishimira gukora cyane kugira ngo bahembwe gutakwa hamwe n'amashimwe, kurusha uko bakora ngo bahembwe amafaranga gusa.
7. *Kudashobora kwigenzura.* Abayoborwa ntibubaha umuyobozi udashobora kwigenzura. Ikindi kandi kudashobora kwigenzura mu bintu ibyo ari byo byose gusenyagura ubutwari n'ibakwe by'abakwishoramo bose.
8. *Guhemuka.* Iki cyakaje ku mwanya ubanza kuri uru rutonde. Umuyobozi utatira icyizere afitiwe n'abo bakorana — ari abamuyobora n'abo we ayobora — ntashobora gutindana ubuyobozi. Ubuhemu bugaragaza umuntu nk'uw'agaciro kari "munsi y'ak'umukungugu," kandi bukamukururira

ugusuzugurwa kudahusha uruhanga rwe. Kutagira ubunyangamugabo ni kimwe mu bitera ugutsindwa muri gahunda zitandukanye abantu bajyamo mu mibereho yabo.

9. *Guhora umuntu agaragaza "ubutegetsi" buturuka ku buyobozi afite.* Umuyobozi nyawe ayobora ashishikaza abayoborwa, aho gutera ubwoba mu mitima yabo. Umuyobozi ugerageza "gutangaza" abo ayobora, abereka "ubutegetsi" bwe, na we abarirwa mu cyiciro cy*'ubuyobozi bw'igitugu.* Iyo umuyobozi ari wa wundi uboneye, ntazakenera kwamamaza ko ari umuyobozi keretse kubinyuza mu myitwarire ye, mu mutima w'impuhwe, mu gusobanukirwa, mu kutabogama no kugaragaza ko asobanukiwe umurimo akora.
10. *Kugaragaza cyane izina ry'urwego rw'ubuyobozi.* Umuyobozi usobanukiwe umurimo we ntakenera kwifashisha "izina ry'urwego rw'umurimo akora" kugira ngo abashe kubahwa n'abayoborwa. Muri rusange, umuyobozi utinda cyane ku "izina ry'urwego rw'umurimo akora," aba nta kindi afite yashyira imbere. Imiryango ya ofisi y'umuyobozi nyawe ihora ifunguye ku bashaka kwinjira bose, kandi aho akorera ntiharangwa n'imikorere igoranye hamwe no kwiyemera.

Ibivuzwe haruguru ni bimwe mu bitera ugutsindwa k'ubuyobozi muri rusange. Buri yose muri izi ngeso irahagije kugira ngo uwo igaragayeho imuture mu gutsindwa. Sesengura uru rutonde niba ushaka kuzaba umuyobozi hanyuma ukore ku buryo nta n'imwe ikurangwaho.

Zimwe mu nzego "zigaragaza" aho "ubuyobozi bushyashya" buzakenerwa.

Mbere y'uko usoza uyu Mutwe, urasabwa kwita ku nzego zagaragayemo igabanuka mu by'ubuyobozi, ari na ho umuyobozi mushya yaronka amahirwe menshi.

1. Mu rwego rwa poritiki, hahora hakenewe abayobozi bashyashya. Uku gukenerwa kugaragara nk'ikintu cyihutirwa.
2. Urwego rw'amabanki ruri mu nzira z'impinduka.
3. Inganda zikeneye abayobozi bashyashya. Kugira ngo mu gihe kizaza, umuyobozi w'uruganda azashobore *guhangana*, agomba kwitwara nk'umukozi "uri hagati na hagati,: utari uwa Leta 100%, ufite inshingano zo kuyobora *uruganda* ashinzwe ku buryo nta muntu n'umwe cyangwa itsinda rigirwaho ingaruka n'ibikorwa byarwo.
4. Umuyobozi mu by'amadini wo mu gihe kizaza azasabwa kwita cyane ku byo "abayoborwa" bakeneye mu gihe cya vuba, abashakira ibisubizo by'ibibazo bafite mu minsi ya none mu by'ubukungu hamwe no mu buzima bwabo busanzwe;

hanyuma bakita buke ku bya kera bitakiriho hamwe n'ibiri imbere bitaraza.

5. Mu myuga ijyanye n'iby'amategeko, iby'ubuvuzi n'iby'uburezi, hazakenerwa ubundi buryo bushyashya bw'ubuyobozi, mbese muri rusange, hazakenerwa abayobozi bashyashya. By'umwihariko, ibi ni ihame mu rwego rw'uburezi. Mu gihe kizaza, umuyobozi wo muri uru rwego agomba kubona uburyo n'ubushobozi bwo kwigisha abantu uko bashyira mu ngiro ubumenyi bakura mu ishuri. Agomba kwita cyane ku "bumenyi-ngiro" kurusha uko yita ku "bumenyi-mvugo."
6. Abayobozi bashyashya bazakenerwa mu rwego rw'itangazamakuru.

Izi ni zimwe mu nzego nke aho amahirwe y'icyo gukora ku bayobozi bashyashya n'uburyo bushyashya bw'ubuyobozi biboneka. Isi irimo irahinduka ku buryo bwihuse. Ibi bisobanuye ko inzira izo mpinduka mu mico y'abantu zamamarizwamo zigomba kugendera kuri izo mpinduka. Izi mpinduka zivugwa hano, ni zo ziha icyerekezo amateka y'abantu kurusha ibindi bintu byose.

Ni ryari kandi ni gute umuntu asaba akazi?

Amakuru asesenguwe hano, ashingiye ku buryo budasubirwaho ku bunararibonye bw'imyaka myinshi, aho ibihumbi n'ibihumbi by'abagabo n'abagore bagiye bafashwa kwamamaza mu buryo bukwiye serivisi batangaga.

Ubunararibonye bwemeje ko ubu buryo bukurikiyeho, butanga inzira iboneye kandi itaziguye ihuza ushaka n'utanga serivisi igurishwa n'umuntu ku giti ke.

1. *Ibigo bihuza abashaka akazi n'abagatanga.* Hagomba ubwitonzi kugira ngo ushaka akazi ahitemo ibigo bifite uburambe kandi byubatse izina, ku buryo ababiyobora bashobora kugaragaza ibyo bagiye bageraho muri urwo rwego. Ugereranyije, ibigo nk'ibyo ni bike.
2. *Kwamamaza* mu binyamakuru bisanzwe, mu binyamakuru by'ubucuruzi, mu binyamakuru byihariye bya "magazine" no kuri murandasi. Iyamamaza ry'inshamake ni ryo rikwiye gukoreshwa cyane cyane aho ukeneye umurimo ashaka akazi mu rwego rusanzwe rw'ubunyamabanga cyangwa urw'imirimo igenerwa umushahara. Iyamamaza ryimbitse ni ryo rikenewe ku bifuza imyanya yo hejuru mu buyobozi, ku buryo amakuru batangaza yaca mu binyamakuru bishobora kugera ku batanga akazi, aho uwiyamamaza ashaka gukora. Iri yamamaza

rigomba gutegurwa n'umuhanga, usobanukiwe uko azagaragaza ubushobozi bwo *kugurisha*, bityo rikazakurikirwa n'igisubizo.

3. *Amabaruwa asaba akazi* yandikiwe kampani cyangwa abantu bihariye bashobora gukenera cyane *serivisi usaba agurisha*. Ayo mabaruwa agomba kuba *yanditswe n'imashini mu buryo busomeka*, kandi buri gihe yasinyweho n'intoki. Iyo baruwa igomba koherezanywa n'inshamake y'ibyo usaba yize. Ibaruwa isaba akazi, hamwe n'inshamake y'imirimo usaba yakoze cyangwa ibyo yize, bitegurwa n'inzobere. (Soma ibiri mu mirongo ikurikiraho ku bijyanye n'amabwiriza agenga amakuru ashyirwamo).
4. *Gusaba akazi binyujijwe mu bandi bantu baziranye n'usaba*. Aho bishoboka, usaba akazi yakwiyegereza ugatanga anyuze ku bo baziranye ahuriyeho n'ugatanga. Ubu buryo ni ubw'agaciro kenshi, cyane cyane ku bashaka imyanya y'ubuyobozi; kandi badashaka "kugurisha inzu ku yindi."
5. *Gusaba akazi ubyibereyemo wowe ubwawe*. Rimwe na rimwe biba ari byo byera imbuto ko ushaka akazi ari we wikorera ibijyanye no kugasaba byose, akabigeza ku bakoresha. Iyo bimeze bityo, inyandiko yimbitse ivuga ibyo usaba yize kandi ijyanye n'akazi gahari irakorwa, igatangwa ku buryo umukoresha afatanyije n'abamwunganira ashobora kwiga ku byo usaba yize kandi yakoze.

Ibigize inyandiko y'ibyo usaba akazi yize kandi yakoze.

Inyandiko igaragaza ibyo usaba akazi yize kandi yakoze igomba gutegurwa mu bwitonzi bukwiye mbese nk'uko umwavoka ategura urubanza. Keretse iyo usaba akazi afite ubunararibonye mu gutegura inyandiko zigaragaza ibyo umuntu yize kandi yakoze, birakwiye kwifashisha inzobere. Abacuruzi bahiriwe bifashisha abagabo n'abagore bafite ubuhanga mu kwamamaza, kugira ngo babafashe kugaragaza *uburanga* bwihariye bw'ibicuruzwa byabo. Umuntu na we ushaka kugurisha serivisi atanga, yakwitwaye nk'uko. Amakuru atangwa nyuma y'iyi nteruro, agomba kwitabwaho mu nyandiko igaragaza ibyo yize kandi akora.

1. *Amashuri*. Garagaza ku buryo bw'inshamake ariko bwuzuye amashuri wize, werekana ku buryo bwihariye ibyo wize n'impamvu ari byo wahisemo kwiga.
2. *Uburambe mu kazi*. Niba ufite uburambe mu kazi bujyanye n'ako usaba, busobanure ku buryo bwimbitse, unavuga amazina y'abo wakoreye n'aho bakorera. Reba ko wagaragaje ku buryo bufatika ubumenyi *bwihariye* waba wararonse, bukaba bwagufasha kuzuzuza inshingano z'akazi urimo ushaka.

3. *Abantu mwakoranye.* Muri rusange, buri kampani iba ikeneye kumenya imyitwarire mu mirimo abasaba akazi ku myanya y'ubuyobozi bakoze mbere. Tanga inyandiko z'abantu batanga amakuru yose ku bunararibonye n'ubushobozi byawe, zivuye kuri aba bakurikira:
   a. Abagukoresheje.
   b. Abarimu bakwigishije.
   c. N'abandi bantu bazwi bihagije ku buryo amakuru batanga yakwizerwa.
4. *Ifoto yawe.* Muri iyo nyandiko, tangamo ifoto yawe ya pasiporo nshyashya.
5. *Gusaba akazi kihariye.* Irinde gusaba akazi ako ari ko kose, utagaragaza ku buryo bwihariye kandi neza neza akazi ushaka. Ntukigere usaba "gusa akazi." Ibi bigaragaza ko udafite ubumenyi bwihariye.
6. *Garagaza ubumenyi bwawe* mu bijyanye n'akazi kihariye urimo usaba. Tanga mu buryo burambuye impamvu zose wumva zihuza n'uko wujuje ibisabwa muri ako kazi. Iki ni cyo gice k'ingenzi mu busabe bwawe. Ni cyo kirenze ibindi byose kizaha icyerekezo icyemezo kizafatwa ku busabe bwawe.
7. *Saba ko wahabwa igihe cy'igeragezwa mu kazi mbere yo kukemererwa.* Ibi ngibi byagaragara nk'icyemezo gikarishye, nyamara byagiye bigaragara ko ari inshuro nke abantu batemererwa "igeragezwa." Niba wiyizeye mu byo wize, igeragezwa mu kazi ni ryo ukeneye. Ku rundi ruhande kandi, gusaba ikintu nk'icyo bigaragaza ko umuntu yifitiye icyizere mu kuba yatunganya iyo mirimo ijyanye n'akazi asaba. Birumvikana cyane. Garagaza ko gusaba igeragezwa kwawe bishingiye kuri ibi bikurikira:
   i. Icyizere wifitiye mu gutunganya inshingano zijyanye n'akazi usaba.
   ii. Icyizere ufitiye umukoresha wawe cyo gufata icyemezo cyo kuguha akazi nyuma y'igihe cy'igeragezwa.
   iii. Kuba wiyemeje kubona ako kazi urimo ushaka.
8. *Gusobanukirwa ibijyanye na bizinesi ikorwa n'uzaba umukoresha wawe.* Mbere yo gusaba akazi, kora ubushakashatsi buhagije, kugira ngo usobanukirwe bizinesi ikorwa n'umukoresha kandi uhuze ubumenyi bwawe n'iyo bizinesi mu nyandiko isaba akazi uzamwohereza. Ibi bizamukora ku mutima kuko bizagaragaza ko ufite ubuvumbuzi kandi ko wifuza cyane ako kazi urimo usaba.

Zirikana ko atari umwavoka uzi amategeko cyane utsinda, ahubwo wa wundi utegura urubanza uko bikwiye. Niba rero "urubanza" rwawe ruteguye kandi rukaburanwa uko bikwiye, uzaba wamaze kuronka icya kabiri k'intsinzi mu ntangiriro.

Ntugatinye ko inyandiko igaragaza ibyo wize n'ibyo wakoze iba ndende. Abakoresha na bo baba bashaka kugura serivisi z'umuntu wize ibikenewe, nk'uko nawe uba ushaka kubona akazi. Mu by'ukuri, intsinzi y'abakoresha benshi, ihera mu bushobozi bwabo bwo guhitamo abakozi bize ibikenewe. Abakoresha baba bashaka kumenya amakuru yose ahari.

Zirikana ikindi kintu: gutegurana isuku inyandiko zikubiyemo ibyo wize n'ibyo wakoze bizagaragaza ko uri umuntu witondera ibyo ukora. Hari abakiriya nagiye mfasha gutegura inyandiko zikubiyemo ibyo bize n'ibyo bakoze ku buryo butangaje kandi budasanzwe, ku buryo byabahaye kwemererwa akazi badakoze n'ikizami mu buryo bw'ibiganiro.

Numara gutegura inyandiko irimo amashuri wize n'imirimo wakoze, teranya impapuro ziyigize, maze inyuma wandikeho mu buryo nk'ubu bukurikira:

IMYIRONDORO Y'AMASHURI YA
Robert K. Smith USABA AKAZI KO KUBA
Umunyamabanga Wihariye w'
Umuyobozi wa
THE BLANK COMPANY, Inc.

Hindura amazina buri gihe uko wanditse undi mwirondoro.

Nta kabuza, iyi mikorere yawe yihariye izatuma ubusabe bwawe bwitabwaho. Andika n'imashini ku buryo bukeye uyu mwirondoro wawe, hanyuma ukoremo agatabo gafite igifuniko gikomeye, ugende ugihindura bitewe na kampani ushaka kohereza ubusabe, bityo ugende wongeraho izina rya buri kampani. Ifoto yawe igomba kuba yometse kuri rumwe mu mpapuro zigize umwirondoro. Kurikiza aya mabwiriza uko yakabaye ukora ku buryo uyanononsora, aho bishoboka ushyizemo ubuvumbuzi bwihariye bwawe.

Abacuruzi bagera ku ntego ni ba bandi bitegura uko bikwiye. Basobanukiwe ko ibyo umuntu abonye bwa mbere bimutindamo. Umwirondoro w'ibyo wize n'ibyo wakoze, ni wo uhagarariye ubucuruzi bwawe. "Wambike ikoti" rikeye, ku buryo uzaba utandukanye rwose n'indi mu byo uzaba umukoresha wawe azaba arimo ashaka kubona ku basabye akazi. Niba akazi urimo ushaka ari ngombwa ko ukaronka, ni ngombwa ko ugakurikirana mu bushishozi. Ikindi kandi, niwamamaza serivisi utanga mu budasa bwihariye "bukora ku mutima" w'umukoresha, ushobora kuzaronka amafaranga y'inyongera guhera mu ntangiriro kubera serivisi zawe, bitandukanye n'uko byari kuzaba iyo usaba akazi mu buryo busanzwe bwa buri muntu wese.

Nushaka akazi wifashishije serivisi z'ibigo byamamaza cyangwa se ibigo bihuza abashaka akazi n'abakoresha, saba ugufasha gushaka akazi ko yakwifashisha amakopi "y'umwirondoro wawe" mu bikorwa byo kwamamaza serivisi zawe. Ibi bizatuma ugirirwa icyizere n'ugufasha ndetse n'uzaba umukoresha wawe.

Uko waronka akazi kose ushaka.

Buri muntu wese anezezwa no gukora akazi yumva ashoboye ku rwego rutagereranywa. Umunyabugeni ashimishwa no "gukoresha" irangi mu kazi ke, umukanishi agakoresha ibiganza bye, umwanditsi agakunda kwandika. Abandi bafite impano basobanukiwe buke, bahitamo inzego zimwe na zimwe za bizinesi n'indi mirimo. Amerika iri ku rwego rushimishije mu kugira imirimo myinshi itandukanye yarebwaho; guhera mu buhinzi, mu nganda, mu kwamamaza no mu myuga yihariye yindi.

1. Fata icyemezo *cyuzuye* ku murimo ushaka. Niba uwo murimo utarabaho, byashoboka ko ari wowe wawuhanga.
2. Hitamo kampani cyangwa umuntu wifuza gukorera.
3. Sobanukirwa bihagije uzakubera umukoresha mu bijyanye n'amatekego amugenga, abakozi akoresha hamwe n'amahirwe wazagira yo kuzamuka mu ntera.
4. Ikorere ubusesenguzi, maze wifashishije uko wiyizi, ubuhanga n'ubushobozi ufite, wigaragarize *icyo ushobora gutanga,* hanyuma ushyireho gahunda n'uburyo uzatanga ubufasha bwisumbuyeho, serivisi, iterambere cyangwa se ibitekerezo *wiringiye* ko ushoboye gutanga mu buryo bugera ku ntego.
5. Irinde gutekereza "akazi." Irinde gutekereza ko hariho umwanya utarimo umukozi. Irinde ibyo abantu bagize akamenyero, babaza ngo "Mwaba mufite akazi mwampa?" Erekeza ibitekerezo byawe ku cyo *wowe ushobora gutanga.*
6. Numara kubona mu mutima gahunda yawe yuzuye, shakisha umwanditsi wabigize umwuga, agufashe kuyishyira mu nyandiko mu buryo buboneye kandi burambuye.
7. Iyo gahunda yihe *umuntu ufite ububasha bwo kuba yafata icyemezo.* Buri kampani iba ishaka umuntu ushobora kuba yazana ikintu cy'agaciro, cyaba igitekerezo, serivisi cyangwa se "uguhuza abantu." Buri kampani, iba ifitiye umwanya umuntu wese wifitiye gahunda ihamye kandi iyifitiye akamaro.

Ubu buryo bw'imikorere bushobora gutwara iminsi cyangwa se ibyumweru byiyongera ku gihe gisanzwe, ariko ubudasa mu nyungu, mu gutera intambwe no kwemerwa mu byo umuntu akora, buzarinda nyirubwite imyaka myinshi y'imvune akorera igihembo cyo hasi. Ubu buryo bufite akarusho, kandi kimwe mu bikagize, ni uko buzihutishaho hagati y'umwaka umwe n'itanu igihe cyo kugera ku ntego wihaye.

Buri muntu wese utangirira cyangwa se "winjirira" hagati mu kuzamuka ingazi, abigeraho yifashishije gahunda ihamye kandi yitondewe.

Uburyo bushyashya bwo kwamamaza serivisi.

Mu gihe kizaza, abagabo n'abagore bashaka kwamamaza serivisi batanga ku buryo bw'akarusho, bagomba gusobanukirwa impinduka ihebuje yamaze kugaragara mu mikoranire hagati y'umukoresha n'umukozi.

Mu gihe kizaza, imikoranire hagati y'abakoresha n'abakozi izaba ahanini igaragara nk'ubufatanyabikorwa bugizwemo uruhare n'aba bakurikira:

1. Umukoresha.
2. Umukozi.
3. Rubanda ruhabwa serivisi n'abo bombi.

Ubu buryo bushyashya bwo kwamamaza serivisi bwitwa "bushyashya" kubera impamvu nyinshi. Iya mbere: umukoresha n'umukozi bo mu minsi iri imbere bose bazitwa "abakozi bakorana," kuko bizinesi yabo izaba ari uguha rubanda serivisi inoze. Mu minsi yashize, abakoresha n'abakozi bagiye basaranganya bigenera ibyiza byose bashoboraga kwiha, nyamara mu gushishoza kwabo ntibabone ko mu by'ukuri, ibyo bigeneraga byakorwaga hatitawe ku rundi ruhande rwa gatatu, rugizwe na rubanda abo bandi bagomba guha serivisi.

"Ubupfura" na "serivisi" ni yo magambo-tegeko y'ubucuruzi bw'iminsi ya none. Aya magambo afite uburemere bwinshi ku muntu ku giti cye waba agurisha serivisi, ku buryo amufitiye agaciro karenze akabonwa n'umukoresha yaba akorera; kubera ko iyo uzirikanye mu buryo bwimbitse, umukoresha n'umukozi bakoreshwa na rubanda, ari rwo bagenera serivisi. Umukoresha n'umukozi, iyo badashoboye gutanga serivisi inoze, bishyura ikiguzi cyo gutakaza umwihariko wo gutanga iyo serivisi.

Twese dushobora kwibuka ibihe byashize, ubwo umukozi wa sosiyete icuruza gazi yazaga gutwara ibipimo bya mubazi,[175] agakomanga urugi "nk'ushaka kurumena." Iyo bamukinguriraga, yinjiraga adasuhuje, arakaye, mu maso asa n'utanga ubutumwa bugira, buti "Wowe *sekibi* kuki watindije inyuma y'urugi?" Ibi byose byarahindutse. Uza gufata ibipimo, yitwara nk'imfura, akinjira avuga, ati: "Nejejwe no kubafasha Nyakubahwa." Mbere y'uko kampani zicuruza gazi zimenya iyo myitwarire y'abakozi bazo, bahoraga "bafata imyenda itazigera yishyurwa;" abandi bafite ikinyabupfura bacuruzaga amavuta yo gushyushya mu nzu, bahise bazamo maze bakemura ibibazo byose.

Muri cya gihe Ubukungu bwari Bwarazahaye, namaze amezi menshi mu karere gacukurwamo *amakara kamere* muri Pennsylvania,[176] ngenzura impamvu zatumye inganda z'*amakara kamere* zihomba. Abashoye mu bucukuzi bw'*amakara kamere* hamwe n'abakozi babo, bagiye bagirana hagati yabo amasezerano y'ubucuruzi abafitiye inyungu nyinshi, bakongera ikiguzi "cyo gutegura ayo masezerano" ku giciro bagurishaho *amakara kamere*, ku buryo byageze igihe biha amahirwe abari muri bizinesi yo gukora ibikoresho byifashishwa mu gucana "ibikomoka kuri peteroli" hamwe n'abacuruza peteroli ubwayo.

Izi ngero zagenewe abafite serivisi zabo bashaka kwamamaza, kugira ngo bamenyeshwe ko turi aho turi n'abo turi bo, kubera *imyitwarire yacu!* Niba hariho ihame rigaragaza isano iri hagati y'ingiro n'ingaruka biha icyerekezo bizinesi, ubukungu n'itwara ry'abantu n'ibintu; iryo hame kandi ni na ryo riha abantu icyerekezo, bityo rikayobora uko bahagaze mu by'ubukungu.

Uri ku wuhe mwanya w'IRENGANGE mu gutanga serivisi?

Ibitera kugera ku ntsinzi mu kwamamaza no kugurisha serivisi mu buryo nyabwo kandi buhoraho byarasobanuwe ku buryo bwimbitse. Hatabayeho gukorerwa inyigo, gusesengurwa, gusobanukirwa no gushyirwa mu ngiro kw'ibyo bintu bitera kugera ku ntsinzi, nta muntu washobora kwamamaza no kugurisha serivisi ze ku buryo bunoze kandi buhoraho. Birakureba wowe ubwawe uko ugurisha serivisi utanga. *Ireme n'ingano* bya serivisi utanga hamwe n'*ubwenge* uyitangana ni byo akenshi bigena ikiguzi uhabwa hamwe n'igihe uzamara uyitanga. Kugira ngo umuntu agurishe serivisi mu buryo nyabwo, (bisobanuye kwegukana isoko mu buryo buhoraho, kandi akagurisha ku giciro gishimishije kandi mu buryo bwuje urugwiro), agomba kwifashisha no gukurikiza iri hame ry'IRENGANGE, risobanuye **IREme**, wongeyemo **iNGAno**, ukongeramo **ubweNGE** nyabwo mu bufatanye, bitanga uburyo bunoze bwo kwamamaza no kugurisha serivisi. Zirikana ihame ry'IRENGANGE kandi ukore ibirenzeho — kurishyira mu ngiro bigire umuco!

Reka dusesengure iri hame, kugira ngo turebe ko turisobanukiwe mu buryo bwuzuye:

1. *Ireme* rya serivisi rigomba gusobanurwa nk'urwego rukenewe muri buri gice utangamo serivisi ijyanye n'umurimo ushinzwe, bigakorwa ku buryo bunoze bwo hejuru umuntu ashobora kugeraho, hagendewe ku ntego yo kunoza iri mu mutima w'umuntu.
2. *Ingano* ya serivisi igomba kumvikana nk'umuco wo gutanga serivisi yose ushoboye, igihe cyose, ugamije kongera ingano yayo, kubera ko ubushobozi bwisumbuyeho buronkwa, bushamikira ku burambe mu kazi hamwe n'ubunararibonye. Aha nabwo harashimangirwa ijambo *umuco*!
3. "*Ubwenge muri* serivisi" bugomba kumvikana nk'umuco w'imyitwarire yuje urugwiro kandi mu bwuzuzanye, ari na yo izatuma habaho gukorana n'abo ukoresha ndetse n'abandi bakozi bagenzi bawe.

Kugira serivisi inoze kandi iri ku rugero nyarwo ntibihagije byonyine ngo wegukane mu buryo buhoraho isoko ryo gutanga serivisi. Imyitwarire, cyangwa se "ubwenge" utangana serivisi, na bwo bugira uruhare ngenacyerekezo mu bijyanye n'ikiguzi ugenerwa hamwe n'igihe umara wemerewe gutanga iyo serivisi.

Andrew Carnegie yagarutse cyane kuri iri hame mu yo yasobanuye ageza ku ntsinzi umuntu ugurisha serivisi. Yasubiyemo kenshi impamvu ari ngombwa kugira "imyitwarire yuje urugwiro." Yasobanuye cyane ko atakorana n'umuntu uwo ari we wese, kabone n'ubwo yaba afite ingano cyangwa se ireme bya serivisi bihebuje; *keretse* uwo muntu ashoboye gutanga serivisi mu bwuzuzanye burangwa n'urugwiro." Bwana Carnegie yagiye asaba cyane ko buri wese agira imyitwarire yuje urugwiro. Mu kugaragaza ko yahaga umwanya ukomeye iyi myitwarire, yafashije abari bayifite kugera ku butunzi bwinshi. Abatarashoboraga kuzuza ibisabwa kuri iyi ngingo, bavanwaga mu myanya, hakajyamo abandi.

Agaciro ko kuba umuntu afite imyitwarire "yuje urugwiro" kagarukwaho cyane, kubera ko ituma umuntu atanga serivisi afite *morale* nyayo. Iyo umuntu afite imyitwarire yuje urugwiro, kandi agatanga serivisi mu bwenge n'ubwuzuzanye, akenshi uyu ni umutungo usimbura ibyabura haba mu ireme no mu ngano bya serivisi atanga. Byumvikane ko nta kintu na kimwe cyasimbura mu buryo nyabwo imyitwarire yuje urugwiro.

Agaciro ka serivisi utanga.

Abantu batunzwe no gucuruza serivisi ntaho batandukaniye n'abacuruzi b'ibindi bicuruzwa bisanzwe. Icyo twongeraho, ni uko bene abo bantu na bo, basabwa gukurikiza neza neza amategeko amwe n'ayo abandi bacuruzi basanzwe bakurikiza.

Ibi bikomeza gusubirwamo kenshi, kubera ko abantu benshi batunzwe no gucuruza serivisi, bakora ikosa ryo kwibeshya ko bo batarebwa n'amategeko y'imyitwarire hamwe n'inshingano bigenderwaho n'abatunzwe no kugurisha ibicuruzwa bisanzwe.

"Genduronke" yasoje iminsi ye. Yasimbuwe na "Gendutange."

Agaciro nyako k'ubwonko bwawe kagenwa hagendewe ku mubare w'amafaranga ushobora kwinjiza, (mu gihe uba urimo kugurisha serivisi utanga). Ikigereranyo cyegereye agaciro ka serivisi utanga, cyabonwa dufashe ayo winjiza mu mwaka, tukayakuba inshuro 16 hamwe na bibiri bya gatatu; tugendeye ku kigereranyo cyumvikana cy'uko amafaranga winjiza mu mwaka ahwanye na 6% y'agacirofaranga kawe. Inguzanyo y'amafaranga yishyura 6% ku mwaka. Amafaranga ntashobora kugira agaciro karenze ubwonko. Akenshi afite agaciro kari munsi cyane.

"Ubwonko" bwuje ububasha, iyo bwamamajwe kandi bukagurishwa uko bikwiye, buhagaze mu mwanya w'igishoro gikenewe kirenze kure icyifashishwa muri bizinesi y'ibicuruzwa bisanzwe. Ibi, bituruka ku mpamvu y'uko "ubwonko" ari kimwe mu gishoro kidata agaciro burundu kubera ihungabana ry'ubukungu, kandi ntigishobora kwibwa cyangwa gushira. Ikindi kandi, amafaranga akenerwa mu gukora bizinesi ni nk'umusozi ukozwe n'umucanga, nta gaciro agira igihe cyose aba atarahuzwa n' "ubwonko bukora neza."

Impamvu 31 zitera ugutsindwa.

Inzira y'imibabaro y'ubuzima yuzuyemo abagabo n'abagore bahora bagerageza uko bashoboye nyamara bagatsindwa! Akaga k'iyo nzira, kagaragarira mu mubare munini cyane w'abantu batsindwa ugereranyije n'umubare muto cyane w'abatsinda.

Nagize umugisha wo gusesengura ubuzima bw'amagana y'abagabo n'abagore; 98 ku ijana muri bo bafatwaga nk'abatsinzwe.

Ubwo busesenguzi bwagaragaje ko hariho impamvu 31 zitera ugutsindwa hamwe n'amahame 13 y'ingenzi abantu bagenderaho begeranya ubutunzi. Muri uyu Mutwe, harasobanurwa izo mpamvu 31 zitera ugutsindwa. Mu gihe uraba usoma uru rutonde, ugende urusesengura urubangikanya nawe ubwawe, ingingo ku yindi, kugira ngo ushobore kumenya umubare w'impamvu zitera ugutsindwa zicucitse hagati yawe n'intsinzi ushaka.

1. *Kuvukana ubumuga mu bwonko.* Hakorwa ikintu gito, rimwe na rimwe, nta na gito ku bantu bavutse bafite ubumuga mu mikoreshereze y'ubwonko. Iyi firozofiya itanga uburyo bumwe gusa bwo guhangana n'iki kibazo — ari bwo bwo kwifashisha "Abasangirangendo." Nyamara kandi, uzirikane ko iyi ari impamvu imwe yonyine muri 31 zitera ugutsindwa, idashobora *gukurwaho* n'umuntu uwo ari we wese *mu buryo bworoshye.*
2. *Kutagira intego iboneye y'ubuzima.* Nta cyizere cyo kugera ku ntsinzi ku muntu utagira intego nkuru, cyangwa se intego *iboneye* imuha icyerekezo. Abantu 98 ku ijana mu bo nakoreyeho ubushakashatsi, nta ntego bagiraga. Wasanga ari na cyo kintu cy'ingenzi cyabateye gutsindwa.
3. *Kutagira ubushake bwo kwiha intego iri hejuru y'ibinengwa.* Nta cyizere tubona mu muntu utitaye kuba yatera imbere mu buzima, kandi utiteguye gutanga ikiguzi asabwa.
4. *Kutagira amashuri ahagije.* Iki kibazo cyo gishobora kubonerwa igisubizo mu buryo butagoranye. Mu bumenyi buzwi kugeza none, byagaragaye ko akenshi abantu bize uko bikwiye, bivugwa ko ari "abiyubatsemo ubumenyi bo ubwabo" cyangwa "abiyigishije." Bisaba ibirenze impamyabumenyi ya Kaminuza kugira ngo umuntu yitwe ko "yize." Umuntu wese "wize," aba yararonse ubumenyi bwo kugera ku cyo ashaka cyose mu buzima, atabangamiye bagenzi be mu byo bagenerwa. "Kuba umuntu yarize" rero, ntabwo cyane cyane ari ukugira ubumenyi "bw'ibyafashwe mu mutwe," ahubwo

ni ukugira ubumenyi bushyizwe mu ngiro ku buryo nyabwo kandi buhoraho. Abantu ntibahemberwa ibyo bazi, ahubwo bahemberwa mu buryo bufatika ibyo bakora bifashishije ibyo bazi.

5. *Kubura kwiha umurongo-ngenderwaho mu myitwarire.* Kugira umurongo-ngenderwaho mu myitwarire bigerwaho biturutse ku "kukwigenzura." Ibi bivuze ko umuntu agomba kugenzura imyitwarire yose igayitse. Mbere y'uko ugenzura ibigukikije, ugomba kubanza "kwigenzura wowe ubwawe." Gushobora kwiyobora ni umwe mu mirimo ikomeye usabwa gutunganya uko bikwiye. Nudashobora guha icyerekezo imibereho yawe, izakunyuza inzira yishakiye. Uhagaze imbere y'indorerwamo, wabona icyarimwe, inshuti yawe magara hamwe n'umwanzi ukomeye.
6. *Kurwaragurika.* Nta muntu wagera ku ntsinzi ihamye adafite ubuzima buzira indwara. Inyinshi mu mpamvu zitera kurwara zishobora kurwanywa kandi zigatsinsurwa. Muri izo twavuga:
   i. Gufata amafunguro arenze urugero ku buryo bibangamira ubuzima.
   ii. Guhorana ibitekerezo bisenya mu mutima bigasohorera mu kubona ibitagenda gusa.
   iii. Gukoresha bidakwiye no kwishora mu bikorwa "bikururwa n'amarangamutima yerekeza ku gitsina."
   iv. Kutagira imyitozo ngororamubiri ihagije kandi ikwiye.
   v. Kudashobora kwinjiza umwuka utanduye bitewe no kudahumeka neza.
7. *Kuba umuntu yararerewe ahantu hadatanga icyizere mu gihe yari akiri muto.* "Igiti kigororwa kikiri gito." Abantu benshi bishora mu bugizi bwa nabi, baba baratoye iyo migirire bitewe n'ahantu habi hamwe n'abantu babi babanye bakiri bato.
8. *Kwimura gahunda buri gihe.* Iyi ni imwe mu mpamvu rusange ituma abantu batagera ku ntsinzi. "Kwimura gahunda bya gisaza" bihora bineka, bihagaze mu gicucu cy'abantu bose, bitegereje umwanya ngo byangize amahirwe yabo yo kugera ku ntsinzi. Abenshi muri twe, duhorana ubuzima bwo gutsindwa, kubera ko duhora dutegereje "umwanya ukwiye" wo gutangira gukora ikintu cy'agaciro. Witegereza. Nta na rimwe umwanya koko uzaba "ukwiye." Tangirira aho uhagaze none aha, ukoreshe ibikoresho ushobora gushyikira, ibindi bikoresho binoze bizagenda biza uko ugenda ukora ibikorwa wiyemeje.
9. *Kubura ugushikama.* Abenshi muri twe "dutangira" neza, ariko "tugasoza" nabi ibyo dutangira byose. Ikindi kandi, abantu baba biteguye guhagarika ibyo batangiye byose, iyo bahuye n'ugutsindwa kw'igihe gito. Nta gisimbura ugushikama. Umuntu ufite ugushikama, avumbura ko "kwa gutsindwa kwa gisaza" kwagezeho

kukananirwa, hanyuma kukigendera. Ugutsindwa ntiguhangana n'ugushikama.

10. *Kugira imyifatire inywanye n'ibitagenda.* Nta cyizere cyo kugera ku ntsinzi ku muntu wirukana abandi biturutse ku myifatire ye ihorana ibitagenda. Intsinzi ituruka mu gushyira mu ngiro amahame y'ubutegetsi, kandi ubutegetsi bugerwaho binyuze mu ngufu z'ubwuzuzanye n'abandi bantu. Imyitwarire ibona ibitagenda gusa ntabwo izigera ishibukaho ubufatanye.
11. *Gukururwa n'ibijyanye n'igitsina ku buryo burenze urugero.* Ingufu zerekeza ku gitsina ni zo zihebuje mu bituma abantu bashabuka bakinjira mu ngiro y'ibyo bakora. Kubera ari zo zikomeye cyane mu marangamutima yose, zigomba gukurikiranwa, zigahabwa icyerekezo binyuze mu kuziha izindi nzira.
12. *Kugira ubushake burenze urugero "bwo kuronka ikintu nta kiguzi umuntu atanze."* Gutwarwa n'imikino y'urusimbi bigeza amamiriyoni y'abantu mu gutsindwa. Urugero rw'ibivugwa hano, twarusanga mu nyigo yakozwe ku ihungabana ry'Isoko ry'Imigabane i Wall Street mu mwaka wa 1929, aho amamiriyoni y'abantu yageragezaga gutera urusimbi, bagashora imari mu migabane yunguka menshi mu gihe gito.
13. *Kutagira ubushobozi nyabwo bwo gufata ibyemezo.* Abantu bagera ku ntsinzi, bafata ibyemezo vuba na bwangu, kandi batinda kubihindura — iyo bibabayeho ko babihindura. Naho abantu batsindwa, bagera ku byemezo batinze, kandi bakabihindura kenshi — iyo bibabayeho ko babihindura. Kudashobora gufata icyemezo no kwimura gahunda buri gihe nta mpamvu "ni impanga." Muri rusange, aho umwe asanzwe n'undi aba ahari. Gerageza kwikiza aba "banzi bombi" mbere y'uko bakumanika ku mugozi w'ugutsindwa.
14. *Bumwe cyangwa se menshi mu moko atandatu y'ubwoba.* Aya moko y'ubwoba yagarutsweho mu buryo bwimbitse muri umwe mu Mitwe izakurikiraho. Ubu bwoba bwose ugomba kubusobanukirwa no kubuhagarika muri wowe mbere y'uko utangira kugurisha bikwiye serivisi zawe.
15. *Kugira amahitamo ataboneye y'uwo mwashakanye.* Iyi ni impamvu y'ingenzi mu zitera ugutsindwa. Ubusabane bushingiye ku mubano w'abashakanye butuma abantu bahuza ubuzima bwabo bw'ibanga. Iyo ubu busabane budafite injyana, ugutsindwa gushobora gushamikiraho. Ikindi kandi, uku gutsindwa ni kwa kundi kugaragaramo ubutindi no kubihirwa, kugasenya ibimenyetso byose by'intego zo hejuru.
16. *Kwigengesera birenze urugero.* Umuntu udafata amahirwe acyigaragaza, akenshi agomba guhitamo icyo ari cyo cyose gisigaye abandi bamaze gutoranya. Kwigengesera birenze urugero kimwe no

kutagira icyo umuntu yitaho na gito byose ni bibi. Izo nguni zombi ni izo kwirinda. Ubuzima ubwabwo bwuzuye ibintu biza bitunguranye.

17. *Kwibeshya mu guhitamo abo mukorana bizinesi.* Iyi ni imwe mu mpamvu zisanzwe zituma abantu batsindwa muri bizinesi. Mu kwamamaza serivisi umuntu agurisha, agomba kwitonda akareba umukoresha uzamubera imbuto y'ubuvumbuzi, w'impuguke kandi ugera ku ntsinzi. Akenshi twigana abo dukorana bya hafi. Hitamo umukoresha ubona ukwiye kwiganwa.
18. *Kwikanga baringa no kurenganya abandi.* Kwikanga baringa ni ikimenyetso cy'ubwoba. Ikindi kandi ni ikimenyetso cyo kudasobanukirwa. Abantu bagera ku ntsinzi bahora bafite umutima ukerebutse kandi nta kibahabura.
19. *Kwibeshya mu guhitamo inzira y'imyemerere.* Nta muntu ushobora kugera ku ntsinzi mu murongo w'ibyo yiyemeje kandi atabikunda. Intambwe ikenewe kuruta izindi mu gucuruza serivisi zawe ni uguhitamo umurimo ushobora kujyamo uwukunze byuzuye.
20. *Kudashobora guhuriza hamwe imbaraga.* Umuntu wumva azi byose akenshi nta na kimwe aba ahugukiwe uko bikwiye. Huriza imbaraga zawe zose ku ntego imwe isumba izindi kandi iboneye.
21. *Kugira ingeso yo gusesagura.* Umuntu usesagura ntashobora kugera ku ntsinzi kubera ko akenshi ahorana ubwoba bw'ubukene. Gira umuco wo kuzigama witeganyiriza igice kimwe gihoraho cy'ibyo winjiza. Amafaranga ari muri banki aha umukozi intangiriro ituje kandi nyayo iyo aciririkanya n'umuguzi wa serivisi ye. Iyo nta faranga umuntu afite, agomba kwakira ikiguzi ahawe icyo ari cyo cyose kandi akacyishimira.
22. *Kutagira ibakwe.* Udafite ibakwe ntashobora "kwemeza" abandi mu byo avuga cyangwa akora. Ikindi kandi ufite ibakwe "arisiga" abandi ndetse urifite akaba ari we "uriyoboye" usanga ahabwa ikaze mu matsinda ayo ari yo yose y'abantu.
23. *Kutihanganira ibitekerezo cyangwa imiterere by'abandi.* Umuntu ufite umutwe ufunze ku bintu bimwe na bimwe ni inshuro nke atera imbere. Kutihangana bivuze ko umuntu yahagaritse kwakira ubumenyi. Ukutihangana kwangiza cyane ni ugufitanye isano n'amadini, uruhu rw'abantu hamwe no kudahuza ibitekerezo mu bya poritiki.
24. *Kurenza urugero mu gukunda amafunguro cyangwa umunezero.* Ibyinshi mu bihemukira abantu bakunda kurenza urugero, bishingiye ku gufata amafunguro, ibinyobwa n'ibikorwa bijyanye n'imibonano mpuzabitsina. Kutitangira muri kimwe muri ibi bivuzwe, birimbura intsinzi.
25. *Kudashobora gufatanya n'abandi.* Mu buzima, abantu bamburwa imirimo yabo ndetse n'andi mahirwe menshi ayishamikiyeho kubera

iyi ngeso ni bo benshi kuruta izindi mpamvu zose zihurijwe hamwe. Ni ingeso itakwihanganirwa n'umucuruzi cyangwa se umuyobozi uwo ari we wese wabonye amakuru kuri yo.

26. *Kuronka ubutegetsi "butaturutse" ku muhate wa nyirabwo.* (Abahungu n'abakobwa bavuka ku baherwe, kimwe n'abandi baragwa amafaranga batigeze bavunikira). Ubutegetsi buri mu maboko y'utaragiye abugeraho buhoro buhoro, akenshi burimbura intsinzi. Ubutunzi buje buhutiyeho ni ishyano kurusha ubukene.
27. *Kugira ubuhemu bugambiriwe.* Nta kintu kibaho cyasimbura ubunyangamugayo. Cyakora bibaho ko umuntu ashobora guhemuka mu gihe gito, atabigambiriye, abihatiwe n'ibihe arimo adashobora kugenga, kandi ubwo buhemu ntibutere icyasha gihoraho. Nyamara, nta majyo y'umuntu uhemuka abigambiriye. Amaherezo, ibikorwa bye na we bizamushyikaho, maze aryozwe ibyo ashinjwa, binyuze mu nzira zo gutakaza ukwizerwa cyangwa se binashobotse ubwisanzure.
28. *Kwikunda no kwishyira hejuru.* Iyi myitwarire igaragarira *abandi nk'imbuzi isaba* abandi kwitarura umuntu nk'uyu. Iyi myitwarire ikoma imbere intsinzi.
29. *"Gufinda" aho "gutekereza."* Abantu benshi usanga batitaye cyangwa se bafite ubunebwe mu gushaka ibintu bifatika bakwifashisha batekereza mu buryo nyabwo. Ahubwo bagahitamo kugendera ku bitekerezo byavuye mu gufinda gusa cyangwa se ku byemezo bihutiyeho.
30. *Kubura igishoro.* Iyi ni impamvu y'ingenzi ituma abantu benshi batsindwa bagitangira bizinesi; kubera ko baba badafite amafaranga ahagije bizigamye, azifashishwa mu kuzahura bizinesi yabo, mu gihe yaba ihungabanye kubera amakosa bagize; bityo bakayifashisha kugeza igihe bamaze kumenyekana.
31. Kuri iyi nimero, nawe vuga indi mpamvu yihariye itera abantu gutsindwa waba warahuye na yo kandi ikaba itavuzwe muri uru rutonde rwo haruguru.

Muri izi mpamvu 31 zitera gutsindwa, haragaragaramo igisobanuro cy'amagorwa y'ubuzima, anyurwamo muri rusange na buri muntu ugerageza, ariko agatsindwa. Byagufasha uronse umuntu ukuzi neza, akagufasha kwigenzura, ugendera kuri buri yose muri izi mpamvu zitera ugutsindwa. Byakugirira akamaro ubikoze wenyine. Abantu benshi ntibibona nk'uko abandi bababona. Byashoboka ko nawe waba umwe muri abo.

Mbese uzi agaciro ufite?

Imwe mu nyigisho z'abakurambere, igira iti "Muntu, imenye wowe ubwawe!" Niba ushaka kugira intsinzi mu kugurisha igicuruzwa, ugomba kugisobanukirwa. Iri hame rirakora no mu kwamamaza serivisi umuntu agurisha. Ugomba kumenya aho ufite intege nke hose, kugira ngo umenye uko ushaka ubwunganizi, cyangwa uko utsinsura burundu izo ntege nke. Ugomba kumenya aho ufite intege nyinshi, bityo ukazigaragaza mu gihe urimo ugurisha serivisi utanga. Uburyo bwonyine ushobora kwimenya ni ugusesengura ubuzima bwawe mu buryo *bwimbitse.*

Ubujiji bumeze nk'ibisazi bwo kutimenya bwigeze kugaragazwa n'umusore wagiye gusaba akazi ku muyobozi w'ikigo kizwi cyane. Nuko mu kizami yitwara neza kugeza ubwo umuyobozi amubajije umushahara yumvaga ategereje kuzahabwa. Nuko umusore wawe, arasubiza ngo nta mubare nyayo afite mu mutwe, (*ikimenyetso cyo kutagira intego iboneye*)*;* maze wa muyobozi na we aramubwira, ati "Ubwo rero, tuzaguhemba icyo ukwiye, nitumara kureba imikorere yawe mu gihe k'icyumweru kimwe."

Ushaka akazi na we arasubiza, ati "Sinzabyemera, kuko ubu mpembwa *ari hejuru y'ayo*, aho nkora!"

Mbere y'uko utangira gusaba izamurwa ry'umushahara aho ukora, cyangwa se gushaka akazi ahandi, banza urebe niba koko ufite agaciro karenze icyo ugenerwa nk'umushara.

Gushaka amafaranga ni kimwe — buri wese aba ashaka arenze ayo afite — nyamara ni ikindi kintu kuba koko ufite agaciro karenze ak'amafaranga uronka ubu! Abantu benshi bibeshya ko ibyo bashaka "babigombwa." Ibyo ukeneye mu by'ubukungu nta ho bihuriye n'agaciro nyako ufite. Agaciro kawe, gashyirwaho gusa n'uburyo ushoboye gutanga serivisi ikenewe, cyangwa se ubushobozi bwawe bwo gutuma abandi batanga serivisi nk'iyo.

Kora imbonerahamwe y'imyitwarire yawe.

Kugenzura imyitwarire ya buri muntu buri mwaka ni ikintu cy'ingenzi mu buryo bwo kwamamaza serivisi umuntu atanga, nk'uko gukora igenzura ry'ibicuruzwa buri mwaka na byo ari iby'agaciro kenshi. Ikindi kandi, ubugenzuzi bwa buri mwaka bugomba kugaragaza igabanuka ry'ingeso n'ubwiyongere bw'indangagaciro. Mu buzima, umuntu atera intambwe, akaguma aho ari, cyangwa se agasubira inyuma. Birumvikana ko intego ya buri wese yakabaye gutera intambwe. Kwisuzuma bya buri mwaka, bizatuma hamenyekana niba hari intambwe yatewe n'ingano yayo. Bizatuma kandi hamenyekana ugusubira inyuma kwaba kwarabayeho. Uburyo nyabwo bwo kwamamaza serivisi umuntu agurisha, "bumusaba" gutera intambwe, kabone n'ubwo yayitera buhoro buhoro.

Kwisuzuma bigomba gukorwa buri mwaka mu mpera zawo, ku buryo ushobora gushyira mu byemezo bizashyirwa mu mwaka ukurikira, ibizagaragazwa n'igenzura ko bitagezweho mu mwaka wasuzumwe. Mu kwigenzura, koresha ibibazo bikurikiyeho, ubyibaze kandi ubisubize ufashijwe n'umuntu ukuzi bihagije, utazatuma wibeshya ku bisubizo wiha.

Ibibazo umuntu yibaza mu gihe yigenzura.

1. Mbese naba narageze ku ntego nihaye muri uyu mwaka?

(Ugomba kugira buri mwaka intego iboneye iyobora ku ntego nkuru y'ubuzima bwawe).

2. Mbese naba naratanze uko nshoboye serivisi ifite ireme ryo ku rwego rwo hejuru cyangwa se haba hari icyo nashoboraga kuyinozaho?
3. Mbese naba naratanze serivisi mu ngano yayo yo hejuru mu bwinshi uko nshoboye?
4. Mbese ubwenge n'imyitwarire byanjye byaba byaragaragaje urugwiro n'ubufatanye igihe cyose?
5. Mbese naba naratumye ingeso yo kwimura ibyo nagakoze none igabanya ubushobozi bwanjye bwo kuzuza inshingano uko bikwiye? Niba ari uko bimeze, byagaragaye ku ruhe rugero?
6. Mbese naba narashoboye kunoza imyitwarire? Niba ari uko biri, ni mu buhe buryo?
7. Mbese naba narashoboye gukurikiza gahunda zanjye nshikamye kugeza zuzuye?
8. Mbese naba narashoboye gufata ibyemezo vuba na bwangu igihe cyose kandi mu buryo bukwiye?
9. Mbese naba naremereye bumwe cyangwa se menshi mu moko atandatu y'ubwoba akagabanya umusaruro w'ibyo naribugereho?
10. Mbese naba naragize kwigengesera kurenze urugero cyangwa se guhutiraho mu gufata imyanzuro?
11. Mbese imisabanire yanjye n'abo dukorana yaba yari yuje urugwiro cyangwa se si ko byari biri? Niba itari yuje urugwiro, naba mbifitemo uruhare cyangwa se byose ni njye wabiteye?
12. Mbese naba narangije imbaraga zanjye bitewe no kudahuriza hamwe ingufu zanjye?
13. Mbese naba naragaragaye nk'uhugutse mu mutwe kandi nkihanganira ibyambayeho?
14. Ni mu buhe buryo nateje imbere ubushobozi bwanjye bwo gutanga serivisi?
15. Mbese haba hari aho natandukiriye mu myitwarire yanjye?
16. Mbese naba naragaragaje mu buryo buboneka cyangwa se butaboneka, ukwikunda uko ari ko kose?
17. Mbese imyitwarire yanjye imbere y'abo dukorana yaba yarabateye kunyubaha?
18. Mbese ibitekerezo n'ibyemezo byanjye byaba byarashingiye ku busa cyangwa se ku makuru n'ibitekerezo byasesenguwe?
19. Mbese naba narakomeje umuco wo guteganya igihe, amafaranga n'ibyo nzagura byose hamwe n'ayo nzinjiza kandi ngakomeza kubikora mu buryo buhoraho?
20. Mbese ni iyihe ngano y'igihe nakoresheje ku bitamfitiye umumaro nyamara nagombye kuba narakoresheje mu nyungu ziboneye?

21. Ni gute nshobora kongera guteganya igihe cyanjye kandi ngahindura imyitwarire ku buryo nzagaragaza ububasha bwinshi umwaka utaha?
22. Naba narumvise inkomanga ku mutima kubera imyitwarire iyo ari yo yose nagize umutima wanjye utemera?
23. Ni gute natanze serivisi irenze mu bwinshi no mu bunoge mu buryo
buri hejuru y'igihembo ngenerwa?
24. Mbese hari umuntu uwo ari we wese naba nararenganyije? Niba byarabayeho, ni mu buhe buryo?
25. Iyo mba narabaye umuguzi wa serivisi natanze muri uyu mwaka, nari kwishimira ko nahashye neza?
26. Mbese nkurikira inzira iboneye y'ubuyobokamana? Niba atari uko biri, biterwa n'iki?
27. Mbese abaguzi ba serivisi natanze baba barashimishijwe na yo? Niba atari uko biri, byatewe n'iki?
28. Ni uwuhe mwanya mfite mu manota yo gusobanukirwa amahame ageza ku ntsinzi? Wihe amanota y'ukuri, utabogamye kandi ubaze undi muntu w'inyangamugayo ukuzi wakubwiza ukuri).

Ukimara gusoma no gucengerwa n'amakuru atangwa muri uyu mutwe, uraba witeguye mu buryo *bwa nyabwo* kuba washyiraho gahunda igufasha kwamamaza serivisi zawe ugurisha. Muri uyu mutwe urasangamo ibisobanuro byimbitse kuri buri hame ryifashishwa mu gutegura uburyo bwo kwamamaza serivisi umuntu agurisha we ubwe. Aha rero ni ho hagarukwa ku by'ingenzi biranga ubuyobozi, ku mpamvu z'ingenzi zitera ubuyobozi gutsindwa, ku nzego z'ingenzi aho ubuyobozi bukenewe, ku mpamvu z'ingenzi zitera ugutsindwa mu byiciro byose by'ubuzima hamwe n'ibibazo by'ingenzi umuntu agomba kugenderaho yikorera ubusesenguzi.

Aya makuru avunaguye kandi menshi yagarutsweho hano kubera ko azakenerwa n'abantu bose biringiye gutangira kuronka ifaranga riturutse mu kugurisha serivisi batanga. Ari abahombye n'abagitangira gushakisha ifaranga nta kindi bafite bashora kugira ngo baronke ifaranga uretse kugurisha serivisi. Ni yo mpamvu bibafitiye agaciro kenshi kugira amakuru afatika akenewe mu kugurisha serivisi mu buryo buzabazanira inyungu.

Kwinjiza mu bitekerezo no gusobanukirwa aya makuru yatanzwe bizafasha uwo ari we wese kwamamaza no kugurisha serivisi ze; kandi binamwongerere ubushobozi bwo gusesengura ibintu no gufata umwanzuro ku bantu. Amakuru atangwa hano afite agaciro katagereranywa ku bayobozi b'abakozi, abashinzwe umurimo hamwe n'abandi bayobozi bo mu nzego zo hejuru bashinzwe gushaka abakozi no gukomeza morale mu mikorere y'ibigo. Niba ushidikanya kuri ibi bivuzwe haruguru, genzura imbaraga zabyo usubiza mu nyandiko biriya bibazo 28 umuntu asubiza iyo yigenzura mu mpera za buri mwaka.

Ni he kandi ni gute umuntu yaronka amahirwe yo gukusanya ubutunzi?

Kubera ko tumaze gusesengura amahame yafasha umuntu kugera ku butunzi, birumvikana ko twakwibaza, tuti "Ni he umuntu yahura n'amahirwe yo gushyira mu ngiro aya mahame?" Sawa! Reka turebe ibyo Leta Zunze Ubumwe z'Amerika ziha umuntu ushakisha ubutunzi, bwaba bwinshi cyangwa se buciriritse.

Mu gutangira, mureke *twese*, twibukiranye ko dutuye mu gihugu aho *buri muturage wese wubahiriza amategeko agerwaho no kwemererwa kugira ibitekerezo n'ibikorwa biri ku rwego ruganje kurusha ahandi aho ari ho hose ku isi.* Abenshi muri twe ntabwo turigera dufata umwanya ngo turebe agaciro k'ubu bwisanzure. Ntiturigera dufata umwanya ngo tugereranya ubwisanzure bwacu butagira umupaka n'ubwo tubona bugira imbago mu bindi bihugu.

Hano dufite ubwisanzure mu gutanga ibitekerezo, mu guhitamo no gukurikira ibyo twiga, mu guhitamo idini, icyerekezo mu bya poritiki, mu guhitamo ibyo umuntu akora (umurimo wihariye cyangwa se undi murimo usanzwe), ubwisanzure mu kurundarunda no gutunga ibintu *byose umuntu ashobora gutunga* nta guhozwa ku nkenke, ubwisanzure mu guhitamo aho gutura, ubwisanzure mu guhitamo uwo umuntu azabana na we, ubwisanzure mu guhabwa amahirwe angana hatitawe ku ruhu rw'umuntu, ubwisanzure bwo kuva muri Leta imwe ukajya mu yindi, ubwisanzure mu guhitamo ibiribwa; hamwe n'ubwisanzure bwo *kugira intego iyo ari yo yose mu buzima umuntu yaba yiteguye kugeraho,* kabone n'ubwo yaba ari iyo guhatanira Ubuyobozi Bukuru bwa Leta Zunze Ubumwe z'Amerika.

Dufite n'izindi nzego z'ubwisanzure, cyakora uru rutonde ruratanga ishusho ibumbiye hamwe iby'ingenzi dufite, ari na byo bihagaze mu mwanya w'amahirwe yo ku rwego rwo hejuru. Aya mahirwe y'ubwisanzure ni kimwe mu bigaragara cyane kubera ko Leta Zunze Ubumwe z'Amerika ari cyo gihugu cyonyine cyemerera buri muturage ubwisanzure bwagutse kandi bwinshi nk'ubu, yaba kavukire cyangwa umwimukira.

Hanyuma reka twongere turebe imwe mu migisha ubu bwisanzure bwagutse bwatugejejeho. Reka dufate urugero rw'umuryango usanzwe w'Umunyamerika (ni ukuvuga umuryango winjiza amafaranga ari hagati na hagati y'ayo abanyamerika binjiza muri rusange); hanyuma turebe ibyo buri wese mu bawugize aronka muri iki gihugu cy'amahirwe atabarika!

1. *Ibiribwa.* Nyuma y'ubwisanzure mu bitekerezo n'ibikorwa, hakurikiraho ubwo mu biribwa, ubwo kwambara no kugira inzu yo kubamo; ibintu bitatu by'ibanze mu buzima.

Kubera ubwisanzure bwa buri wese, umuryango usanzwe w'Abanyamerika uba ufite amahitamo yuzuye y'ibiribwa mu biboneka hirya no hino ku isi kandi ukabironka ku kiguzi kijyanye n'ubushobozi bwawo.

2. *Inzu yo kubamo.* Uyu muryango uba utuye mu nzu iboneye mu rusisiro, ifite ibyuma biyishyushya, amashanyarazi hamwe na gazi yo gutekesha.

Ifunguro rya mu gitondo uyu muryango ufata ritegurwa mu nkono ikoresha amashanyarazi rikaba rigura utudorari duke; inzu bayisukuza imashini yabugenewe ikoreshwa n'amashanyarazi. Amazi, ashyushye cyangwa akonje aba ahari igihe cyose mu gikoni n'aho bogera. Ibiribwa bibikwa muri firigo ikoreshwa n'amashanyarazi bigakomeza kugira icyanga. Umugore wo muri uwo muryango atunganya imisatsi ye, akamesa kandi agatera ipasi imyenda ye akoresheje ibikoresho bitagora kwifashisha kandi bikoreshwa n'amashanyarazi amugeraho bitagoye ari uko abicometse gusa ahabigenewe mu rukuta rw'inzu. Umugabo na we yogosha ubwanwa akoresheje imashini ikoreshwa n'amashanyarazi. Bose iyo babishatse, nta kiguzi kindi batanze, bakurikirana imyidagaduro ibera hirya no hino ku isi, amasaha 24 kuri 24 buri munsi, binyuze mu gufungura gusa radiyo cyangwa televisiyo zabo.

Muri iyi nzu haba harimo n'ibindi bintu-nkenerwa ariko uru rutonde ruvuzwe haruguru ruratanga icyerekezo nyacyo cy'ibimenyetso bifatika by'ubwisanzure, twe, Abanyamerika twibereyemo.

3. *Imyambaro.* Aho ari ho hose muri Amerika, umugore wambara mu buryo busanzwe ashobora kubigeraho yambaye uko bikwiye ku madorari 400 mu mwaka. Iki kiguzi cyangwa ikiri munsi yacyo ni na cyo gitangwa n'umugabo na we uri muri urwo rwego.

Aha havuzwe ku bintu by'ingenzi bitatu gusa. Umunyamerika usanzwe afite ibindi agenerwa byihariye kandi by'akarusho aronka ari uko na we atanze serivisi mu buryo butamugoye nibura amasaha umunani y'akazi.

Umunyamerika usanzwe afite umutekano w'ubutunzi bwe utagira ahandi wawusanga ku isi. Ashobora gushyingura muri banki amafaranga ye adakeneye gukoresha, akaba yizeye ko Guverinoma ye izayarinda ndetse ikanamurengera mu gihe banki yahomba. Umunyamerika ushaka kuva muri Leta imwe ajya mu yindi ntasabwa pasiporo cyangwa uruhushya. Ashobora kugenda cyangwa akagaruka igihe ashatse. Ikindi kandi ashobora kugenda na gari ya moshi, imodoka ye, bisi, indege cyangwa se ubwato bitewe n'uko umufuka we ubimushoboza.

Igitangaza cyatumye iyi migisha ibaho.

Dukunze kumva akenshi abanyaporitiki bamamaza ubwisanzure bwa Amerika iyo bashaka amajwi, nyamara si kenshi bafata umwanya cyangwa se ngo bashyiremo intege mu gusobanura "imvano" y'ubwo "bwisanzure" cyangwa se kamere yabwo. Singamije gukurura impaka kuri iyo ngingo, nta n'uwo nikomye cyangwa se ngo mbe mfite izindi mpamvu zizigaragaza mu gihe kizaza, mfite gusa umugisha wo gusesengura mu kuri kose "icyo kintu" gitangaje, kitagaragarira amaso kandi abantu benshi badahugukiwe, giha buri muturage wa Leta Zunze Ubumwe z'Amerika imigisha myinshi, amahirwe atabarika yo gukusanya ubutunzi n'ay'ubwisanzure bwinshi mu nzego zitandukanye ku buryo birenze ibyo wasanga ahandi mu bindi bihugu.

Mfite ubwisanzure bwo gusesengura ahaturutse izo ngufu zitagaragara hamwe n'uko ziteye, kuko nzi, kandi namenye mu gihe kirenze imyaka 25, abenshi mu bantu bashyize ku murongo izo ngufu, kandi nkaba nzi na benshi uyu munsi bashinzwe gukomeza kuziha icyerekezo nyacyo.

Izina ry'uyu mwunganizi w'abantu ni "Ubukungu."[177]

Ubukungu ntabwo ari amafaranga gusa, ahubwo by'umwihariko ni amahuriro y'abahanga afite imikorere n'icyerekezo biboneye ku rwego rwo hejuru, akaba ari yo ashyiraho gahunda iboneye yo gukoresha amafaranga ku buryo bufitiye umumaro imbaga kandi bukayizanira inyungu.

Ayo mashyirahamwe agizwe n'inzobere mu bumenyi bunyuranye, abarezi, abahanga mu butabire, abahanga ibintu bitari bizwi, abasesengura imirimo yose, abakora iyamamaza, abahanga mu bwikorezi, abacungamari, abanyamategeko, abaganga kimwe n'abandi bagabo n'abagore bafite ubumenyi bwo mu rwego rwo hejuru bwihariye mu mirimo na bizinesi bitandukanye. Aba bose ni bo binjira bwa mbere mu nzego nshya, bakagerageza imikorere yazo maze bakereka abandi inzira ziboneye zikurikizwa muri izo nzego nshyashya. Ni bo bafasha amashuri makuru, ibitaro, amashuri ya Leta, bakubaka imihanda myiza, bagatangaza ibinyamakuru, bakishyura igice kinini cy'ibyo Guverinoma ikoresha kandi bakita ku bindi byinshi bikenewe kugira ngo abantu bashobore gutera imbere. Mu nshamake, "abashakabukungu" ni bo mutwe w'iterambere ry'umuryango kuko ari bo bagemura ibikenewe byose bishingirwaho mu burezi, mu bumenyi bwose bw'*imurikiramitima* n'iterambere rya muntu.

Buri gihe amafaranga atarimo ubwenge akurura ishyano. Nyamara iyo akoreshejwe uko bikwiye, ni kimwe mu by'ibanze iterambere ry'umuryango rishingiraho.

Mu kugerageza gusobanukirwa mu buryo bworoshye agaciro k'*ubukungu* butunganijwe uko bikwiye, reka dufate urugero ko uhawe inshingano zo gutegurira urugo ifunguro rya mu gitondo utifashishije *ubukungu.*

Kugira ngo ubone icyayi, uzagomba gufata inzira igana mu Bushinwa cyangwa mu Buhinde, kandi hombi ni kure cyane y'Amerika. Utabaye indashyikirwa mu koga, wazananirwa utarahindukira. Hanyuma kandi ugahita uhangana n'ikindi kibazo. Amafaranga wazayakoresha iki uramutse ufite ingufu zihagije zituma woga mu nyanja?

Kugira ngo ubone isukari, uzakenera kongera koga ahantu hanini cyane ugana muri Cuba[178] cyangwa se urugendo rurerure n'amaguru ugana mu mirima y'ibisheke yo muri Leta ya Utah.[179] Hejuru y'ibyo, ushobora gutaha nta sukari uzanye kubera ko ari ngombwa guhuriza hamwe amafaranga n'imbaraga mu ikorwa ry'isukari; kuri ibi, tutavuze ibikenewe mu kuyiyungurura, kuyitwara no kuyigeza ku meza y'ingo aho ziri hose muri Amerika.

Amagi ushobora kuyabona hafi ku bahinzi-borozi ariko uzakenera gukora urugendo rurerure ugana muri Leta ya Florida mbere y'uko ushobora gutegura ku meza umutobe w'*amaronji.*

Uzakenera kandi gukora urundi rugendo rurerure ugana Kansas cyangwa muri imwe mu ntara zihinga ingano, niba ushaka umugati w'ingano.

Ingano zumye zishobora kutazagaragara mu byateguwe kuko zitazaboneka keretse habayeho kwifashisha umurimo w'abantu bafite ubumenyi bwihariye hamwe no gukoresha imashini zabugenewe; kandi byose bisaba kubaho k'ubukungu.

Mu gihe uzaba umaze kuruhuka, uzafata indi nzira woge ugana muri Amerika y'Amajyepfo aho uzakura imineke. Hanyuma ukivayo ukanyarukira mu ifamu ikwegereye ifite ikaragiro kugira ngo uhagure foromaji na *kirimu.*[180] Hanyuma urugo rwawe rukajya rwakwegera ameza ngo rufate amafunguro ya mu gitondo.

Ibi ni nk'ubusazi, si ko ubibona? Nyamara uko byavuzwe haruguru aho ni bwo buryo bwonyine bwaba buhari kugira ngo turiya ducuruzwa tugezwe aho dukenewe, haramutse hatifashishijwe ubukungu (imikorere ya *gikapitalisiti*).

Izingiro ry'ubukungu bw'ubuzima bwacu.

Amafaranga yose akenerwa mu kubaka no kwita ku mihanda ya gari ya moshi n'amato manini akoreshwa mu nyanja ni menshi cyane ku buryo arenze kure uko umuntu ayatekereza. Ni amamiriyoni menshi y'amadorari tutabariyemo kandi agenda ku bakozi benshi bahuguwe bakenerwa mu gukoresha ayo mato na za gari ya moshi. Ubwikorezi kandi ni kimwe mu bikenewe mu iterambere rigezweho ry'umuryango-nyamerika ushingiye ku bukungu. Mbere y'uko habaho ikintu icyo ari cyo cyose *gisarurwa*, hagomba kubaho ikindi cyahinzwe mu butaka cyangwa se ikindi cyakorewe kugurishwa. Ibi rero bisaba andi mamiriyoni y'amadorari agenda ku bikoresho, amamashini, imikino, kwamamaza hamwe n'ay'imishahara y'amamiriyoni y'abagabo n'abagore.

Amato n'imihanda ya gari ya moshi ntabwo bishibuka mu butaka ngo hanyuma bitangire gukora ako kanya. Biza ari igisubizo cy'ikibazo cy'iterambere ry'umuryango, bigaturuka ku murimo n'ubuhanga hamwe n'ubushobozi bwo guhuriza hamwe imbaraga bifitwe n'abantu bashobora gushushanya mu bwenge ibidasanzwe bizwi, bakagira ukwizera, ubushabuke, ubushobozi bwo gufata ibyemezo n'ugushikama. Aba bantu ni bo bitwa *abashakabukungu*.[181] Baterwa imbaraga n'ugushaka kwabo ko kubaka, guhanga, kugera ku ntego, gutanga serivisi ifitiye umumaro abandi, kugira inyungu no gukusanya ubutunzi. Ikindi kandi, kubera ko batanga serivisi ya yindi iramutse itabonetse hatabaho iterambere ry'umuryango, na bo bishyira mu mwanya baronkamo ubutunzi bwinshi.

Mu gusobanura mu buryo butaziguye kandi bwumvikana, nakongeraho ko aba *bakungu* ari na bo bantu abenshi muri twe twagiye twumva bagarukwaho kenshi mu mbwirwaruhame muri za "mitingi." Abo ni bo nyine abahezanguni, abishoye mu buriganya, abahemu b'abanyaporitiki n'abayoboye nabi umurimo bitirira "inyungu zimunga" cyangwa se "Wall Street."[182]

Cyakora hano ntabwo ndimo ngerageza gutanga amakuru ashyigikiye cyangwa se adashyigikiye itsinda iryo ari ryo ryose ry'abantu cyangwa se uburyo ubwo ari bwo bwose bw'imitunganyirize y'ubutunzi.

Intego y'iki gitabo — *intego namaze imyaka irenga 25 nkoraho mbishyizeho umutima wanjye wose* — ni ukugaragariza abashaka ubumenyi bose, bakabona uburyo bw'imitekerereze abantu bakwifashisha kugira ngo baronke ubutunzi mu ngano iyo ari yo yose bashaka.

Hano rero nakoze isesengura ry'ubutunzi bushingiye kuri iyi mikorere nyubaka-bukungu, mfite intego ebyiri, ari zo:

1. Kugaragaza ko abashaka ubutunzi bose bagomba kumenya kandi bakitabira imikorere igenga inzira zose ziyobora ku butunzi, bwaba bwinshi cyangwa buke.
2. Kugaragaza urundi ruhande rutandukanye n'urugaragazwa n'abanyaporitiki n'abashyanutsi basibanganya ku bushake ibibazo bagaragaza, basanisha *iteganya-bukungu* n'ikintu kirimo uburozi.

Iki ni igihugu gishingiye ku *bukungu*. Cyatejwe imbere hifashishijwe ubukungu. Bityo rero twebwe "tugombwa" iyo migisha y'ubwisanzure n'amahirwe, twe turimo dushaka kurundarunda ubutunzi, "tugomba" rero no kumenya ko, ari ubwo bukungu ari n'ayo mahirwe ntiyakatugezeho iyo hataba harabayeho "ubukungu butunganijwe uko bikwiye" bwabyaye izi nyungu.

Hariho uburyo bumwe rukumbi bwakwiringirwa mu kurundarunda ubutunzi binyuze mu nzira zemewe n'amategeko. Nta bundi uretse gutanga serivisi ifitiye umumaro abandi. Nta buryo na bumwe bwigeze bushyirwaho, aho abantu banyuze mu nzira zemewe n'amategeko, bashobora kuronka ubutunzi kubera ko ari umubare munini nyamara badashobora gutanga ingurane y'ubwo butunzi y'ikindi kintu binganya agaciro mu ishusho iyo ari yo yose.

Aho amahirwe y'ubutunzi yawe aherereye.

Amerika itanga ubwisanzure bwose ndetse n'amahirwe yose yo gukusanya ubutunzi yakenerwa n'umuntu wese w'inyangamugayo. Iyo umuntu akunda umukino wo guhiga, ahitamo aho kuwukina bizamushimisha kurushaho. No mu gushaka ubukire, iyo migenzerenze yakagombye gukurikizwa.

Niba rero ari ubukire urimo ushaka, ntuzabure gushyira muri gahunda y'aho uzashakira igihugu gifite abaturage bakize cyane ku buryo abagore bonyine bakoresha amafaranga arenga icya kabiri cya miriyoni y'amadorari buri mwaka agenda ku byo bakoresha bimeza neza ku minwa, mu maso n'ahandi muri rusange.

Niba ari amafaranga urimo ushaka, iga neza uko wakorera mu gihugu gikoresha buri mwaka miriyoni amagana agenda ku itabi.

Ntiwihute cyane hato utazarenga ku gihugu gifite abaturage bahora biteguye kandi bagashimishwa no gutanga amamiriyoni menshi buri mwaka ku mukino *w'amaguru*, baseball[183] cyangwa se imikino y'iteramakofe itegerwa amafaranga.

Zirikana kandi ko iyi ari intangiriro y'ukwigaragaza kw'ahantu hatandukanye hakurwa ubutunzi. Havuzwe gusa bike mu bikenerwa n'abaherwe kimwe n'ibindi bitari iby'ingenzi. Ariko uzirikane ko bizinesi yo gukora, kwikorera, gucuruza no kwamamaza ibintu bifitanye isano n'ibyavuzwe haruguru bitanga imirimo ihoraho ku mamiriyoni atabarika y'abagabo n'abagore, baronka amamiriyoni menshi buri mwaka bayakuye kuri serivisi batanze; hanyuma na bo bakayakoresha uko bashaka ku bibanezeza hamwe n'ibindi bintu by'ibanze bikenerwa mu buzima.

Zirikana by'umwihariko ko muri ibi bikorwa byo kugurana ibicuruzwa hamwe na serivisi zigurishwa, ari ho haba hari amahirwe menshi yo kurundarunda ubutunzi. Aha rero ni ho ubwisanzure bwacu bwo muri Amerika buzaza kunganira umuntu. Nta kintu na kimwe cyakubuza, habe n'umuntu wahagarika imbaraga zawe zikenewe, kugira ngo utangire imirimo muri bizinesi nk'izi. Niba umuntu afite ubuhanga bwisumbuyeho, cyangwa se yarahuguwe byisumbuyeho, akaba afite uburambe bwisumbuyeho mu gukora ibyo arimo, bene uwo muntu yakagombye kurundarunda ubutunzi mu ngano nyinshi. Abadafite amahirwe menshi bashobora kuronka ubutunzi mu ngano ntoya. Uwo ari we wese ashobora kuronka ikimubeshaho nk'ikiguzi cy'umurimo usanzwe yakoze.

Ngaha rero wagezeyo!

Amahirwe yagufunguriye ibigega byayo! Igihe ni icyo rero, komeza imbere, uhitemo icyo ushaka, utegure gahunda uzagenderaho, uyishyire mu ngiro hanyuma ukomeze ushikame udacitse intege. Amerika ifasha "Abashakabukungu" izakora ibindi. Ushobora kwiringira cyane ibi — Amerika ifasha abashakabukungu, ikabaha amahirwe yo gutanga serivisi ikenewe hamwe no kurundarunda ubutunzi buri mu kigero cy'agaciro ka serivisi batanze.

Iyi "mikorere" nta muntu n'umwe ibuza ubu bwisanzure, nyamara ariko, ntitanga kandi ntishobora kwizeza ikintu ku busa; kubera ko iyi mikorere ubwayo igenzurwa ku buryo budasubirwaho n'ihame ry'ubutunzi; ari na ryo ritemera cyangwa se ngo ryihanganire igihe kirekire, *kwakira* hatabayeho *kurekura.*

UMUTWE WA 8: GUFATA ICYEMEZO

IHEREZO RY'UKWIMURA GAHUNDA NTA MPAMVU

Intambwe Njyabukire ya Karindwi

ISESENGURA ryakorewe ku bagabo n'abagore 25,000 bagiye *bagongwa* n'ugutsindwa, ryagaragaje ko kudashobora gufata icyemezo byari hafi imbere mu mpamvu 31 zitera ugutsindwa.

Kwimura gahunda nta mpamvu ari na byo kinyuranyo cyo gufata icyemezo ni umwanzi rusange mbese ugomba gutsinsurwa na buri muntu wese. Uzabona umwanya wo kureba ubushobozi bwawe bwo gufata ibyemezo biboneye vuba na bwangu numara kugera ku musozo w'iki gitabo kandi waramaze kuba witeguye gushyira mu ngiro amahame akivugwamo.

Ubusesenguzi bwakorewe ku magana y'abantu bashoboye gukusanya ubutunzi burenze ikigero cya miriyoni y'amadorari bwagaragaje ko buri wese muri bo yari afite umuco wo kutazarira mu gufata imyanzuro ndetse n'uwo gutinda kuyihindura iyo byabaga bibayeho ko bayihindura. Abantu bananirwa kurundarunda ifaranga, *bose nta n'umwe usigaye,* bagira ingeso yo gufata imyanzuro batinze, iyo bibayeho ko bayifata, kandi *bakayihindura badatinze kandi inshuro nyinshi.*

Kimwe mu bintu ntagereranywa bikomeye byarangagaga imiterere ya Henry Ford ni ugufata imyanzuro mu buryo buboneye, atazarira kandi ntiyihutire kuyihindura. Uyu muco warangaga Ford cyane ku buryo watumye afatwa nk'utajya ava ku izima. Iyi miterere ni yo yatumye Bwana Ford akomeza gukora ubwoko bw'imodoka idasanzwe bwa Model T[184] (imodoka ya mbere ku isi isa nabi) mu gihe abajyanama be bose na benshi mu bakiriya be bamushishikarizaga guhagarika ikorwa ryayo.

Byashoboka ko Bwana Ford yaba yaratinze cyane guhindura iyo modoka, cyakora ku rundi ruhande, hari inkuru y'uko Bwana Ford uko gutsimbarara ku cyemezo kwe kwamuzaniye amafaranga menshi mbere y'uko guhindura iyo moderi y'imodoka *bikenerwa.* Nta gushidikanya ko kugera ku myanzuro isesuye kwa Bwana Ford hari aho kwagaragaraga nko gutsimbarara, nyamara imiterere nk'iyi iza imbere y'iyo kudafata umwanzuro ku gihe n'iyo guhutiraho mu guhindura imyanzuro.

Inama zagufasha gushobora gufata imyanzuro.

Abantu bananirwa kurundarunda amafaranga bashaka gukoresha mu byo bakeneye, akenshi usanga bagendera ku bivuzwe n'abandi. Bemerera ibitangazamakuru, ibiganiro by'abaturanyi kubatekerereza. Imvugo ni cyo "gicuruzwa" cya mbere gihendutse ku isi. Buri muntu wese aba afite ibyo yavuga abibwira undi wese ushaka kubyemera. Iyo ugendera ku mvugo z'abandi mu byemezo ufata, nta kintu na kimwe uzabonamo intsinzi; noneho, habe n'ikijyanye no guhindura ugushaka kwawe ukagukuramo ifaranga.

Niba ugendera ku byo ubwiwe n'abandi, nta gushaka kwawe uzigera ugira.

Gendera ku nama zawe nutangira gushyira mu ngiro amahame asobanurwa hano, *ufata imyanzuro yawe* kandi unayikurikiza. Ntukagire n'umwe usangiza ibyawe keretse uwo mu Itsinda ry'Abasangirangendo ryawe; kandi witondere uko uzahitamo abarigize; ku buryo bazaba ari ba bandi muhuje neza neza mu bwuzuzanye kandi bari mu njyana y'intego yawe.

N'ubwo baba batabigendereye, inshuti za hafi hamwe n'abo mufitanye amasano, akenshi babangamira umuntu, bamutura "*amagambo*" ndetse akenshi bakayanyuza mu mvugo zisesereza, bagaragaza nko gutera ubuse gusa. Ibihumbi by'abagabo n'abagore bahorana umutima wo kutiyizera ubuzima bwabo bwose, kubera ko abantu bamwe babigambiriye cyangwa se batabizi, baba barashwanyaguje icyizere cy'abo bandi biturutse mu "magambo" cyangwa "gusesereza."

Ufite ubwonko n'umutima byawe. Bikoreshe, hanyuma ushobore gufata imyanzuro yawe wenyine. Niba ukeneye ibintu bifatika cyangwa amakuru ugenderaho ufata ibyemezo, kandi akenshi ni ko bishobora kuzaba, bishake utuje kandi utagaragaje icyo ugamije.

Kimwe mu biranga abafite ubumenyi buke cyangwa butuzuye ni ukugerageza kugaragariza abantu ko bafite ubumenyi bwinshi. Muri rusange abantu nk'abo bafata umwanya munini cyane bavuga, ariko bagaha umwanya muto cyane kumva ibivugwa. Hora ufunguye amaso n'amatwi byawe, kandi ufunze umunwa wawe, niba ushaka kwimenyereza gufata ibyemezo vuba na bwangu. Abavuga cyane, nta kindi bakora gutyo! Niba uvuga cyane kurusha uko ukurikira ibyo abandi bavuga, hari ibintu bibiri wikururira: uretse kuba wiyambura amahirwe yo kuronka ubumenyi uzakenera, unatangaza kandi gahunda n'intego byawe ku bantu, bazanezezwa no kugusubiza inyuma kuko bakugiriye ishyari.

Zirikana kandi ko igihe cyose ufunguye umunwa uri imbere y'umuntu ufite ubumenyi bwinshi, uhita umugaragariza ubukene cyangwa umutungo w'ubumenyi ufite. Ubwenge nyabwo bw'umuntu bugaragarira mu *kutishyira hejuru ndetse no gutuza.*

Hora uzirikana ko umuntu wese mu bo muhura mu mikoranire, nk'uko ari ko bimeze kuri wowe, na we aba ashaka uko yagwiza ifaranga. Nuramuka utagenzuye uko usangiza abandi gahunda zawe, wazatungurwa no gusanga hari undi muntu wagutanze imfizi; akagera mbere yawe ku ntego wari ufite yifashishije gahunda zawe wagiye uganiriza abantu udashishoje.

Reka rero kimwe mu byemezo byawe by'ibanze kibe gufunga umunwa no gufungura amatwi n'amaso.

Mu guhora wiyibutsa iyi nama, byagufasha kwandika mu nyuguti nini amagambo y'ubwenge akurikira, hanyuma ukayashyira aho uzajya uyabona buri munsi: "Bwira isi icyo ushaka gukora, ariko mbere na mbere banza ucyerekane."

Iyi nteruro ivuzwe haruguru ihwanye no kugira ngo "Habara Ibikorwa, Si Amagambo."

Umudendezo cyangwa urupfu ku cyemezo.

Agaciro k'ibyemezo kagaragarira mu butwari busabwa kugira ngo ibyo byemezo bifatwe. Ibyemezo bihebuje byagiye biba intangiriro y'iterambere rya muntu, byagiye bifatwa n'abantu biyemezaga kujya mu byerekezo byabaga birimo ibyago bikomeye, ndetse byabaga bisobanuye akenshi urupfu.

Icyemezo cya Lincoln cyo gushyira hanze Itangazo Rikuraho Ubucakara, rigaha ubwisanzure abanyamerika batari abazungu, yagitoye asobanukiwe byuzuye ko icyo gikorwa cyari kuzamuhanganisha n'ibihumbi by'abari inshuti ze ndetse n'abari bamushyigikiye muri poritiki.

Icyemezo cya Socrates[185] cyo kwiyahuza igikombe cy'uburozi aho kugira ngo atatire ukwemera kwe, cyari umwanzuro w'ubutwari. Muri icyo gihe, mu myaka ibihumbi ishize, icyo cyemezo cyahaye abantu benshi bari bataravuka ubwisanzure ku bitekerezo no ku ijambo.

Icyemezo cya Jenerali Robert E. Lee,[186] mu gihe cy'ubushyamirane n'Ihuriro ry'izindi Leta, akabogamira ku Majyepfo, cyari icyemezo cy'ubutwari, kuko yari azi neza ko gishobora gutwara ubuzima bwe ndetse n'ubw'abandi.

Abasangirangendo 56 bari bagiye kunyongwa.

Cyakora icyemezo cy'ibihe byose, nk'uko buri muturage wese wa Amerika yabyumva, cyafatiwe i Philadelphia ku itariki ya 4 Nyakanga 1776 ubwo abagabo 56 bemezaga inyandiko bose bari bazi ko ishobora kuzana ubwisanzure ku Banyamerika bose, cyangwa, *igasiga buri wese muri abo bagabo amanitse ku giti!*

Ushobora kuba warumvise iyi nyandiko idasanzwe ivugwaho ariko byashoboka ko utafashe umwanya ngo urebe isomo yatanze mu bijyanye no kugera ku ntego.

Twese dukunze kuzirikana iriya tariki y'icyemezo gihebuje, nyamara bake muri twe ni bo babona ubutwari kiriya cyemezo cyagombye. Tuzirikana amateka yacu nk'uko yagiye yigishwa, tukazirikana amatariki n'amazina y'abantu barwanye urugamba; tukibuka ahantu nka Valley Forge[187] na Yorktown;[188]tukibuka abantu nka George Washington na Lord Cornwallis.[189] Nyamara dufite amakuru make ku bijyanye n'imbaraga nyazo ziherekeje aya mazina y'abantu, ay'ahantu ndetse n'amatariki. Tuzi kandi ibintu bike kuri za mbaraga zidafatika zaduhesheje *ubwisanzure na mbere y'uko ingabo za Washington zigarurira Yorktown.*

Ntibitandukanye cyane no kuba ari akumiro, kubona abanditsi

b'amateka bose batarashoboye kugaruka kuri ziriya ngufu ndakumirwa zaturutseho ubwisanzure, ndetse n'igihugu byari byarateguriwe kuzaha isi izindi nzego-ngenderwaho z'ubwigenge ku bantu bose bayituye. Ndavuga ko ari akumiro, kubera ko izo mbaraga ari na zo ngufu zikoreshwa n'umuntu wese wigaranzura ibibazo byo mu buzima, hanyuma akabutegeka kumuha icyo abusabye.

Mureke dusubiremo mu magambo make ibintu byabayeho byatumye izi ngufu zivuka. Aya mateka tuvuga hano, yatangiranye n'ibyabaye i Boston[190] ku itariki ya 5 Werurwe 1770. Abasirikare b'Abongereza barimo bagenzura umutekano mu mihanda kandi bigaragarira amaso ko kuhaba kwabo kugambiriye guhabura abaturage. Aba baturage na bo bari bijunditse izo ngabo zabagendagamo rwagati. Maze batangira kugaragaza kwinubira ibyarimo biba, batera amabuye n'amagambo abasirikare bacungaga umutekano; kugeza ubwo Komanda wabo yatanze itegeko, ati "Funga icyuma...Shyiramo isasu!"

Ubwo, urugamba rwari rutangiye. Rwaguyemo benshi abandi rurabamugaza. Icyo kintu kimaze kubaho cyazamuye ibibazo ku buryo Inteko y'Intara[191] yari igizwe n'abaturage bamwe na bamwe yahamagajwe kugira ngo ifate umwanzuro nyawo. John Hancock[192] na Samuel Adams[193] ni babiri mu bayitabiriye. Bafashe ijambo bavuga bashize amanga ko hagomba guterwa intambwe ituma abasirikare b'Abongereza birukanwa muri Boston.

Zirikana ibi — hatabayeho kwibeshya, icyemezo cyafatiwe mu mitima y'abantu babiri ni cyo cyakwitwa intangiriro y'ubwisanzure twebwe Abanyamerika dufite uyu munsi. Zirikana kandi ko icyemezo cy'aba bagabo bombi cyasabaga kugira ukwizera n'ubutwari kubera ko cyari icyemezo cyabashyira mu kaga.

Mbere y'uko iryo huriro risoza, Samuel Adams yahawe inshingano zo guhamagara Gavana[194] w'Intara witwa Hutchinson[195] maze asaba ashikamye ko ingabo z'Ubwongereza zakurwa mu birindiro zamaze kujyamo.

Ubwo busabe bwarakiriwe, nuko ingabo zose zikurwa muri Boston, ariko ibibazo byari bitararangira. Ibyo bibazo byari byavuyemo ikintu kigamije guhindura icyerekezo cy'imibereho y'abantu.

Itegurwa ry'itsinda ry'Abasangirangendo.

Richard Henry Lee yabaye umuntu ugarukwaho cyane muri aya mateka kubera ko we na Samuel Adams bakomeje kuvugana kenshi (bandikirana), basangira mu bwisanzure ibibahangayikishije ndetse n'ibibaha icyizere mu bijyanye n'imibereho iboneye y'abaturage bo mu Ntara zabo. Muri iyi mikorere ni ho Adams yakuye igitekerezo cy'uko guhanahana amakuru hagati muri za ntara 13 zari zikoronijwe n'Ubwongereza byakoroshya imirimo yo guhuza ibikorwa byose byari bikenewe cyane mu gushaka ibisubizo by'ibibazo bari barimo. Nyuma y'imyaka 2 habaye ishyano ry'i

Boston (Werurwe 1772) ni bwo Adams yagejeje iki gitekerezo ku Nteko. Agitanga nk'icyifuzo cy'uko Komite yo Guhanahana Amakuru yashyirwaho mu ntara zose. Kirashyigikirwa, hahita hanashyirwaho abayigize muri buri Ntara, hagamijwe "ubufatanye bwa gishuti kugira ngo ubuzima burusheho kumera neza mu ntara zari zikoronijwe n'Ubwongereza."

Iyo yari intangiriro yo gutunganya ingufu zakwiriye hose zigamije kuzanira ubwisanzure wowe nange. Isangirangendo na ryo ryari ryaratangiye hagati ya Adams, Lee na Hancock.

"Komite yo Guhanahana Amakuru" yari yaramaze gutunganywa. Mu buryo budafite gahunda, abaturage bo mu ntara zari zikoronijwe bari baratangiye kujya bagaba ibitero ku ngabo z'Abongereza, bigateza ibibazo nka biriya byari byarabereye Boston ariko nta kintu cy'agaciro cyari cyaragezweho. Imbaraga zabo zari zitarahurizwa hamwe zitera nk'umutima umwe. Mbere y'uko Adams, Lee na Hancock bihuriza hamwe, nta tsinda ry'abantu ryari ryarageragejе guhuriza hamwe ubwenge bwabo, imitima yabo, roho zabo ndetse n'imbaraga zabo z'umubiri ku cyemezo kimwe kiboneye cyo kurangiza bidasubirwaho amakimbirane yari hagati y'abo n'Ubwongereza.

Hagati aho ariko Abongereza na bo ntibari bicaye ubusa. Na bo barimo bitegura kandi "bakora isangirangendo" mu nyungu zabo; kandi bo bakagira akarusho k'uko bari bafite amafaranga n'ingabo "zifite umurongo zigenderaho."

Icyemezo cyahinduye amateka.

Ubwami bw'Ubwongereza bwari bumaze gushyira mu mwanya Gavana Gage[196] asimbuye Hutchinson ku buyobozi bw'Intara ya Massachusetts.[197] Imwe mu nshingano z'ibanze za Gavana mushya kwari ukohereza intumwa kuri Samuel Adams, kugira ngo imuhe ubutumwa imukanga, imusaba guhagarika gukomeza kwigomeka.

Dushobora gusobanukirwa uko byagenze mu gusoma ibiganiro bikurikiyeho byabaye hagati y'intumwa ya Gavana, ari yo Koroneri Fenton[198] na Samuel Adams.

Nuko, Koroneri Fenton araterura, ati "Nyakubahwa Adams, nahawe ububasha na Gavana Gage, bwo kukumenyesha ko Gavana yahawe na we ububasha bwo kuguha ibyakunezeza byose washaka (ubwo yarimo agerageza kwigarurira Adams binyuze mu kumuha ruswa) ariko bigashingira ku kintu kimwe cy'uko waba wemeye guhagarika kwigomeka ku mikorere ya guverinoma. None rero, Nyakubahwa, Gavana aragusaba kudakomeza gucumura ku Mwami. Imyitwarire yawe yageze ku rwego rw'ihanwa n'Itegeko rya Henry wa VIII, aho umunyabyaha ashobora koherezwa mu Bwongereza gucirwa urubanza ku cyaha cy'ubugambanyi, cyangwa akaba yagifungirwa igihe Gavana yaba ahisemo gufata uwo mwanzuro. Cyakora, uhisemo kuva muri iyo nzira ya poritiki urimo, uzahabwa amahirwe menshi kuri wowe ubwawe kandi uzaba uhawe amahoro n'Umwami."

Icyo gihe Samuel Adams yari afite amahitamo abiri. Yashoboraga guhagarika kwigomeka ku Mwami agahabwa amaronko ye wenyine cyangwa agakomeza ibikorwa bye bityo akaba ashobora kugira ibyago byo kumanikwa.

Biragaragara ko kiriya ari cyo gihe Adams yari yongeye *guhatirwa* gufata ikindi cyemezo *adatinze*, icyemezo cyakora cyajyaga kuba cyamucisha umutwe. Nuko Adams abanza gusaba Koroneri Fenton ko arahirira kuzatanga ubutumwa bwe kuri Gavana nk'uko abuhawe.

Maze Adams atanga igisubizo giteye gitya: "Maze uzambwirire Gavana Gage ko nemera ko namaze igihe kirekire mpa amahoro Umwami w'Abami! Nta ndonke yanjye narutisha impamvu yumvikana y'abaturage b'igihugu cyanjye. Kandi, uzambwirire Gavana Gage ko Samuel Adams amugira inama yo kudakomeza gutuka ibyiyumvo by'abaturage bihebye."

Nuko Gavana Gage amaze kubona igisubizo gisesereza cya Adams ararakara, ni ko guhita atangaza, ati: "Mu Bubasha mpabwa na Nyagasani, Umwami wacu, menyesheje kandi ntanze ihumure ku mbaga yose ishyira intwaro hasi maze igasubira mu ituze ku mirimo yayo iyibereye; bibagiriweho mwese, uretse Samuel Adams na John Hancock bakoze ibyaha ndengakamere bituma nta kindi bakwiye uretse igihano kijyanye na byo!"

Nk'uko umuntu yabigenekereza mu mvugo ya none, Adams na Hancock "basaga n'abahaze amagara." Iryo terabwoba bashyizweho n'uburakari bwa Gavana ryatumye abo bagabo bombi bongera kugera ku kindi cyemezo na cyo cyabamanikisha. Bahise bihutira gutumiza inama y'ibanga y'abambari babo. Inama imaze gufungurwa, Adams afunga urugi, urufunguzo arubika mu mufuka we, maze abwira abayitabiriye ko byari bikwiye ko inama nk'iyo y'abahagarariye abatuye Intara zari zikoronijwe n'Ubwongereza iba; kandi, ko nta muntu n'umwe usohoka muri icyo cyumba hadafashwe umwanzuro uvuye muri iyo nama.

Hakurikiraho gutangara cyane. Bamwe batangira kureba ingaruka zajyana no gufata icyemezo cy'ubuhezanguni nk'icyo. Abandi bagaragaza gushidikanya gukomeye k'ubunararibonye mu gufata *icyemezo ndakuka* nk'icyo cyo kwitandukanya n'Ubwami bw'Ubwongereza. Muri icyo cyumba harimo abagabo babiri, "bakingiwe" ubwoba, batabona aho ugutsindwa kwaturuka; ari bo Adams na Hancock. Binyuze mu buryo ibitekerezo by'imitima yabo byagiye bisakara, abandi bagezeho bemera ko binyuze muri za Komite zo Guhanahana Amakuru, hategurwa uburyo hazaba inama yaguye igizwe n'abafata Amerika nk'igihugu cyabo cyakoronijwe, ikabera i Philadelphia, ku itariki ya 5 Nzeli 1774 igahuza abahagarariye intara zose.

Jya uzirikana iyi tariki. Ifite agaciro karenze ak'iya 4 Nyakanga 1776. Iyo hataza kuba harabayeho iriya Nama Yaguye, ntabwo hari kubaho gushyira umukono ku Nyandiko Itangaza Ubwigenge.

Mbere y'uko inama ya mbere ya Kongere nshyashya iterana, mu kandi gace k'igihugu hari undi muyobozi na we wari mu rugamba rwo kwandika no gutangaza "Inshamake y'Ubwisanzure bw'Igice cy'Amerika kiri mu maboko y'Ubwongereza." Uwo yari Thomas Jefferson[199] wo mu Ntara ya Virginia, na we imikoranire ye na Lord Dunmore[200] (wari uhagarariye Ubwami bw'Ubwongereza muri Virginia) ikaba yari yarahindanye nk'uko byari bimeze hagati ya Hancock na Adams hamwe na Gavana wabo.

Nyuma y'aho gato Thomas Jefferson amaze gutangaza "Inshamake y'Ubwisanzure" ye, na we yahise amenyeshwa ko akurikiranweho icyaha cyo kugambanira Ubwami na Guverinoma yabwo. Agendeye kuri iryo terabwoba, umwe mu nshuti za Jefferson witwa Patrick[201] Henry yahise yirekura, atangaza akuzuye umutima we, maze aranzura; agira, ati "*Niba uku ari ko kugambana, noneho kuzuze.*"

Ni abantu bameze nk'aba, batari bafite ingufu, nta butegetsi, nta ngufu za gisirikare, nta mafaranga, bicaye hanyuma biga ahazaza h'*amakoloni* bari batuyemo; uhereye ku nama ya Mbere yabahuje, n'izindi zagiye zikomeza kuba mu bihe bitandukanye mu gihe cy'imyaka ibiri kugeza ku itariki ya 7 Kamena 1776, ubwo Richard Henry Lee ahagurutse akageza ijambo kuri Perezida w'Inama hamwe n'abari bayitabiriye, bagatungurwa n'igitekerezo kigira, kiti:

"Bavandimwe, mfite igitekerezo cy'uko izi Ntara zikoronijwe n'Ubwongereza zigomba kandi zemerewe kwigenga, zikaba Leta zigenga, zidafite ibyo zitegekwa n'Ubwongereza, ndetse n'intero zose za poritiki zivuye mu Bwongereza zigahagarara."

Icyemezo kirusha agaciro ibindi cyanditswe ku rupapuro.

Igitekerezo kidasanzwe cya Lee cyaganiriweho cyane ndetse biratinda ku buryo yagezeho atangira guta icyizere. Nuko nyuma y'iminsi bungurana ibitekerezo, arongera afata ijambo, maze mu ijwi rihamya kandi risobanura, aravuga, ati "Bwana Muyobozi w'Inama, iki kintu tumaze iminsi tukiganiraho. Nyamara dufite inzira imwe yo kunyuramo. None, Nyakubahwa, kuki dukomeza gutinda? Kuki dukomeje kucyigaho. Nimureke uyu munsi unejeje utange amahirwe ku ivuka rya Repubulika y'Amerika. Tuyireke ikure, itagambiriye gusenya no kwigarurira ibindi bihugu, ahubwo igendereye kugarura amahoro n'ubutegetsi bwubahiriza amategeko."

Mbere y'uko igitekerezo cya Lee gitorwa yari yasubiye i Virginia, ahamagawe kubera ikibazo cy'uburwayi bukomeye bwari butunguranye mu muryango we. Cyakora mbere yo kugenda, yasigiye ububasha bwe inshuti ye Thomas Jefferson, na yo imwizeza ko ikomeza *urugamba* kugeza icyemezo gikwiye gifashwe. Nuko nyuma y'aho gato, Umuyobozi w'Inama (Hancock) aha ubutware Jefferson ngo abe ari we uyobora Komite igomba gutegura Inyandiko Itangaza Ubwigenge.

Komite yakoze umurimo munini kandi ukomeye wo gutegura inyandiko yagombaga kwemezwa n'Inama yose; ibyo kandi bikavuga ko umuntu wese wemeye kuyisinyaho, yagombaga no kwemera ko asinye isomwa ry'urubanza rwe rw'igihano cy'urupfu, iyo izo ntara zitsindwa urugamba rwari rwitezwe gukurikiraho hagati yazo n'Ubwongereza.

Inyandiko yarateguwe, maze ku itariki ya 28 Kamena, umwimerere wayo usomerwa abari mu Nama. Bafata indi minsi myinshi bayiganiraho, bayikosora kugeza yuzuye. Ku itariki ya 4 Nyakanga 1776, Thomas Jefferson ahagarara imbere y'Inama, ashize amanga, maze asoma ku nshuro ya mbere icyemezo kirusha agaciro ibindi cyanditswe ku rupapuro.

Araterura, ati: "Iyo mu bintu bibaho mu buzima bw'abantu, habayeho ko abaturage bamwe basanga bikwiye ko ibyabahuzaga mu nzego za poritiki n'abandi baturage biseswa; hanyuma hagenderewe ifatwa ry'umwanya ungana kandi utandukanya buri wese n'undi nk'uko amahame agenga ibyaremye ndetse n'ay'Imana abyemerera buri wese, hagenderewe kuyobora ingufu zigenga isi, mu cyubahiro gito kigenerwa ibitekerezo by'abantu, ni ngombwa ko hatangazwa impamvu zatumye uko gutandukana kubaho, ..."

Jefferson amaze gusoma iyo nyandiko, yaratowe, iremezwa hanyuma ishyirwaho umukono na ba bagabo 56, buri wese yiyemeje gutanga ubuzima bwe mu kwandika izina rye. Muri icyo cyemezo ni ho havutse igihugu cyagombaga kuzaha Muntu ubuziraherezo umwihariko wo gufata icyemezo.

Ngaho sesengura ibintu byagejeje ku Itangazwa ry'Ubwigenge; maze ujye wakwemera ko iki gihugu gifite icyubahiro n'ingufu mu bindi bihugu byose, cyabyawe n'icyemezo cyafashwe n'Itsinda ry'Abasangirangendo 56. Hugukirwa ko icyemezo cyabo ari cyo cyatumye ingabo za Washington zitsinda, kubera ko *morale* yatewe n'icyo cyemezo yari mu mutima wa buri musirikare bafatanyije urugamba, kandi ikaba ari yo yabahaye ingufu za roho, za zindi zitemera ikintu kitwa gutsindwa.

Hugukirwa kandi (kuko bigufitiye inyungu wowe ubwawe) ko ingufu zahaye ubwisanzure iki gihugu, ari na zo mbaraga zikoreshwa n'umuntu wese ushaka "kwiyobora." Izi mbaraga zigizwe n'amahame asobanurwa muri iki gitabo. Biroroshye cyane kubona nibura 6 muri aya mahame muri iri Tangazwa ry'Ubwigenge: *ugushaka, ugufata icyemezo, ukwizera, ugushikama, isangirangendo hamwe n'iteganyamigambi.*

Menya icyo ushaka, bityo uzakigeraho.

Muri iyi firozofiya, uzasangamo ko igitekerezo gishyigikiwe n'ugushaka gukomeye gikunze kugana mu kwihinduramo ikindi kintu bingana na cyo. Umuntu arebye muri iyi nkuru kimwe no muri ya yindi y'uko United States Steel Corporation yashinzwe, ashobora kubonamo ibisobanuro byimbitse bigaragaraza ukuntu igitekerezo cyihindura mu buryo butangaje.

Mu gushaka ibanga ry'ubu buryo, ntushakishe igitangaza, kuko ntacyo uzabona. Uzabona gusa amahame ahoraho y'imikorere y'uruhererekane rw'ibidukikije. Aya mahame abonwa na buri wese ufite ukwizera n'ubutwari bwo kuyakoresha. Ashobora kwifashishwa mu kuzanira ubwisanzure abaturage cyangwa se mu gukusanya ubutunzi.

Abagera ku mwanzuro mu gihe gikwiye kandi mu buryo busendereye, baba bazi icyo bashaka kandi muri rusange bakigeraho. Abayobozi mu nzego zitandukanye bafata ibyemezo vuba na bwangu kandi bakomeje. Iyo ni impamvu y'ingenzi ituma ari abayobozi. Isi ikunze gushakira umwanya umuntu ufite ibikorwa n'amagambo byerekana ko azi aho yerekeza.

Kudashobora gufata icyemezo ni ingeso akenshi itangirira mu bugimbi n'ubwangavu. Iyo ngeso iratura igatuza kuva umwana agiye mu mashuri abanza, igakomeza mu yisumbuye ndetse no mu makuru; umwana atagira gusobanukirwa n'intego ye.

Ingeso yo kudashobora gufata icyemezo ikurikirana umunyeshuri n'iyo ageze mu murimo yahisemo, ... mbese, iyo na wo yashoboye kuwuhitamo! Muri rusange, urubyiruko rurangije amashuri ruba rushaka akazi ako ari ko kose rushobora kubona. Rwemera umwanya uwo ari wo wose rubonye kubera ko ruba rwarakwamiye mu kudashobora gufata icyemezo. 98ku ijana by'abakorera umushahara bari mu myanya bakoramo kubera ko batigeze bafata icyemezo-ndakuka cyo gupanga akazi nyako kandi bakaba batari bafite ubumenyi bwo guhitamo umukoresha.

Gushobora gufata icyemezo ndakuka buri gihe bisaba ubutwari, ndetse rimwe na rimwe, ubutwari buhebuje. Bariya bagabo 56 bashyize imikono ku Itangazo ry'Ubwigenge bari biteguye gutanga ubuzima bwabo bashyira imikono yabo kuri iyo nyandiko. Umuntu ugera ku cyemezo-ndakuka cyo gusaba akazi, kandi agasaba ubuzima ko bumwishyura icyo abusabye, ntabwo aba yiteguye gutanga ubuzima bwe kuri icyo cyemezo, ahubwo aba yiteguye kubura ubwisanzure bwe mu by'ubukungu. Kwigenga mu by'ifaranga, ubukungu, muri bizinesi inoze cyangwa se mu mirimo yihariye ntabwo biba aho bishyikirwa n'umuntu utita cyangwa se wanga kurangamira, wanga gushyiraho gahunda cyangwa se "kugombwa" ibi bintu. Umuntu ushaka ubutunzi ku rwego rumwe n'urwo Samuel Adams yashakagamo ubwigenge bw'intara zari zikoronijwe aba yiteguye kuburonka.

UBUKUNGU

NTABWO ARI AMAFARANGA GUSA,

AHUBWO BY'UMWIHARIKO

NI

AMAHURIRO Y'ABAHANGA

AFITE

IMIKORERE N'ICYEREKEZO BIBONEYE

KU RWEGO RWO HEJURU,

AKABA ARI YO ASHYIRAHO

GAHUNDA IBONEYE YO GUKORESHA AMAFARANGA

KU BURYO BUFITIYE UMUMARO IMBAGA KANDI

BUKAYIZANIRA INYUNGU.

UMUTWE WA 9: UGUSHIKAMA

IMBARAGA ZIHAMYE ZIKENEWE MU KUBUMBATIRA UKWIZERA

Intambwe Njyabukire ya Munani

UGUSHIKAMA ni ikintu cy'ingenzi mu bifite uruhare mu guhindura ugushaka kukabyara ifaranga. Ugushikama gushingiye ku bubasha bwo kwitegeka.

Ububasha bwo kwitegeka n'ugushaka iyo bihurijwe hamwe uko bikwiye bikora inyabubiri idahangarwa. Abantu bashobora kurundarunda ubutunzi, akenshi bafatwa nk'abatagira umutima cyangwa rimwe na rimwe nk'abatagira impuhwe. Akenshi usanga abantu batabumva. Icyo baba bafite ni ububasha bwo kwitegeka, bahuza n'ugushikama, hanyuma bakabishyigikirisha ibyifuzo byabo kugira ngo *barengere* iyuzuzwa ry'intego zabo.

Byashoboka ko ijambo "ugushikama" ritasanishwa n'ubutwari, ariko ugufite mu myitwarire ye, kumufitiye "agaciro nk'ak'amakara kamere mu ruganda rukora ibyuma."

Gushobora gukusanya ubutunzi muri rusange bisaba ishyirwa mu ngiro ry'ariya mahame cumi n'atatu y'iyi firozofiya. Aya mahame agomba gusobanukirwa kandi agashyirwa mu ngiro n'abantu bose bashaka kurundarunda ubutunzi bagahozaho nta gucika intege.

Ikizami cyawe cy'ugushikama.

Niba urimo wiga iki gitabo ugamije gushyira mu ngiro ubumenyi butangwamo, ikizami cya mbere cy'ugushikama uzagikora nutangira kubahiriza intera 6 zivugwa mu Mutwe wa 2. Keretse niba uri umwe muri ba bandi 2 ku ijana bafite intego iboneye y'ubuzima, bakagira na gahunda yihariye yo kuyishyira mu ngiro; naho ubundi wazasanga usoma amabwiriza gusa, hanyuma ukisubirira mu mibereho yawe ya buri munsi, ntuzigere uyubahiriza. Gucika intege ni kimwe mu by'ingenzi bitera ugutsindwa. Ikindi kandi ubugenzuzi bw'ibihumbi by'abantu bwagaragaje ko gucika intege ari ingeso isangiwe n'abantu benshi. Nyamara kandi ni ingeso ishobora kurandurwa binyuze mu mbaraga umuntu ashyiramo. Koroherwa mu kurwanya "gucika intege" bituruka *neza neza* ku kibatsi cy'ugushaka umuntu afite.

Intangiriro y'ibyo umuntu ageraho byose ni ugushaka. Hora uzirikana ibi mu mutima wawe. Ugushaka gufite intege nke kuzana ibisubizo na byo bifite intege nke nk'uko umuriro muke na wo utanga ubushyuhe buke. Niba usanga wugarijwe n'ugucika intege, wasanga ibyo bizakemurwa n'uko "wacanira ugushaka kwawe n'umuriro mwinshi."

Komeza usome igitabo ugeze ku musozo wacyo, hanyuma uzagaruke ku

Mutwe wa 2; utangire gushyira mu ngiro *ako kanya* amabwiriza ajyanye na za ntera 6. Ubushake uzashyiramo ukurikiza ariya mabwiriza ni bwo buzagaragaza ubwinshi cyangwa se *ubuke* bw'ugushaka kwawe ko kurundarunda ifaranga. Nusanga ntacyo witayeho, byashoboka ko "utarahugukira ubukire," kandi iki kikaba ari ikintu ugomba gusendera mbere y'uko wagira ubutunzi uronka.

Ubutunzi bwiruka busanga umuntu ufite umutima wamaze kubwitegura nk'uko amazi yirukira mu nyanja.

Nusanga ujya ucika intege mu byo ukora, uzirikane ku mabwiriza atangwa mu Mutwe uvuga ku "Bubasha," wiyegereze Itsinda ry'Abasangirangendo. Bityo, ugendeye ku bufasha bw'abarigize, ushobora nawe kongera imbaraga z'ugushikama. Mu Mutwe uvuga ku "Kwitongera" hamwe n'uvuga ku mikorere y'urwego ndotero rw'umutima, urahasanga na ho andi mabwiriza y'uko wakuza muri wowe imyitwarire ikuyobora ku gushikama. Kurikiza amabwiriza atangwa muri iyo Mitwe kugeza ubwo imigirire yawe isanzwe izohereza rwa rwego ndotero rw'umutima ishusho iboneye y'icyo ushaka. Guhera uwo munsi ntuzongera kuzitirwa no gucika intege.

Uruhande ndotero rw'umutima rukora igihe cyose, waba uri maso cyangwa se usinziriye.

Mbese imibereho yawe "ihugukiye ubukire" cyangwa "ubukene?"

Imbaraga za hato na hato mu gushyira mu ngiro amahame ageza ku bukire ntacyo zizakugezaho. Kugira ngo ubone impinduka, ugomba gushyira mu ngiro aya mahame yose kugeza ubwo iyo migirire ihinduka umuco wawe. Nta bundi buryo bubaho bwatuma uzamura "ihugukirabukire" rikenewe.

Ubukene busanga wa wundi ufite umutima "ubuhugukiye," nk'uko n'ubukire bwisangira wa wundi ufite umutima wabwiteguye ku bushake; kandi amahame akurikizwa ni amwe. "*Ihugukirabukene*" ryigarurira ku bushake umutima udahugukiye ubukire. Ihugukirabukene riganza umuntu mu buryo *atamenya* uko agenda yubahiriza ingeso zaryo. *Ihugukirabukire* rigomba guhangwa rigahabwa icyerekezo keretse ku muntu waba yararemanywe na ryo. Zirikana igisobanuro nyacyo cy'aya magambo avuzwe mu gika cyo haruguru; bityo, urasobanukirwa agaciro k'ugushikama mu ikusanya ry'ubutunzi. Nucika intege uzatsindwa, na mbere y'uko utangira. Nushikama, uzatsinda.

Niba warigeze usinzira ukagira inzozi ziteye ubwoba, urabona agaciro ko kudacika intege. Nuko ..., ukaba uryamye mu gitanda, udasinziriye cyane, wumva umeze nk'ugiye kubura umwuka. Udashobora kwihindukiza cyangwa se kunyeganyeza umubiri. Noneho ugasanga bikwiye ko wongera gusubirana ubushobozi bwo kugenga umubiri wawe. Mu kudacika intege kw'imbaraga z'ububasha bwo kwitegeka, ugashobora kunyeganyeza intoki z'ukuboko kumwe. Wakomeza kunyeganyeza intoki, ugashobora "gutanga itegeko" ku mikaya yose y'ukuboko, kugeza ubwo ushobora kuguterura. Binyuze mu nzira zimwe, ugashobora nabwo kongera kwigarurira ukundi kuboko. Hanyuma nabwo ugashobora kwigarurira ukuguru kumwe, ndetse n'ukundi. Nuko, binyuze mu muhate udasanzwe wo kwitegeka, ugashobora kwigarurira umubiri wose maze ugahita "usimbuka" uva muri za nzozi. Urabona ko ikibazo cyagiye gikemuka mu byiciro.

Uko "wasimbuka" ugakura umutima aho wakwamiye.

Ushobora gusanga bikwiye ko "wasimbuka" ugakura umutima wawe aho wakwamiye, unyuze mu nzira isa n'iyi: ugatangira unyeganyega buhoro, hanyuma ukazongera umuvuduko kugeza igihe uzaba ushobora "kwitegeka ku muhate" wawe. Wicibwa intege n'ukuntu uko ari ko kose wagenda buhoro mu ntangiriro. Nudacika intege, hazakurikiraho intsinzi.

Nutoranya abagize Itsinda ry'Abasangirangendo ubyitondeye, uzasangamo nibura umuntu umwe uzakomeza kugukubita ingabo mu bitugu agushishikariza gushikama. Abantu bamwe bashoboye kurundarunda ubutunzi bwinshi, babikoze kubera ko byari bikenewe. Bashoboye kugira umuco w'ugushikama kubera ko byari ngombwa; urebye ibihe barimo *bagombaga gushikama.*

Abashoboye gufata umuco w'ugushikama bameze nk'abaronse urukingo rubakingira ugutsindwa. Hatitawe ku nshuro bakubitwa, basoreza ku ntera ya nyuma y'urwego. Rimwe na rimwe wagira ngo hariho "Umuranganzira" uba yihishe, akaba ashinzwe kugora abantu abanza kubanyuza mu bintu bitandukanye by'urucantege. Ba bandi rero bagwa babyuka, bagakomeza kugerageza, ni bo bagera iyo bajya; maze isi ikabashimagiza, iti: "Buravooo! Nari nzi ko mubishoboye!" Nta muntu n'umwe uriya Muranganzira yemerera kwishimira intsinzi ihebuje atabanje gutsinda ikizami cy'ugushikama. Birumvikana ko abadashobora kugikora nta manota bahabwa!

Naho abashobora "gukora icyo kizami," bahabwa ibihembo byinshi cyane kubera ugushikama kwabo. Bagororerwa kugera ku ntego iyo ari yo yose baba bakurikiranye. Si ibyo gusa! Baronka kandi ikindi kintu gifite agaciro kenshi karuta ak'ikindi kintu cyose umuntu yagenerwa. Icyo kintu ni ubumenyi bw'uko "buri gutsindwa kuzana muri ko imbuto y'amahirwe ingana na ko."

Zamuka urenge aho watsindiwe.

Hariho amarengayobora kuri iri hame. Babikuye mu buzima banyuzemo abantu bake bazi imbaraga z'ugushikama. Ni bo bemeye gusa ko ugutsindwa ari ikintu cy'akanya gato. Ni bo bahora bashyira ugushaka kwabo mu bikorwa ku buryo ugutsindwa kwabo kugeraho kugahindukamo intsinzi. Twe rero dukurikiranira ubuzima ku ruhande, tubona umubare munini cyane w'abagwa ntibazongere kweguka ukundi. Tubona bake bafata igihano cy'ugutsindwa *nk'ikirungo cy'ingufu zabo.* Ni amahirwe kuri aba kuko batemera kwiga isomo ry'ubuzima ryo "kugendesha vitesi isubira inyuma." Cyakora icyo tutabona, icyo abenshi muri twe tudakeka ko kiriho, ni ingufu zitagaragara kandi ndakumirwa ziza kurengera ba bandi bahanganye no gucika intege. Niba tugiye kuvuga kuri izo ngufu, mureke tuzihe izina ry' "ugushikama," turikomeze gutyo. Ikintu kimwe twese tuzi, ni uko iyo umuntu "acika intege," nta ntsinzi n'imwe ifite agaciro ageraho mu byo yaba arimo byose.

Mu gihe ndimo nandika iyi mirongo, nubuye amaso ndeba imbere yanjye, uruhererekane rw'amazu, mbona Broadway[202] idasanzwe, "Imva y'Ibyifuzo" n' "Ibaraza ry'Amahirwe." Abantu, baturutse imihanda yose, bagiye baza muri Broadway, bashaka kumenyekana, ubukire, ubutegetsi, urukundo cyangwa se ikindi kintu icyo ari cyo cyose abantu bita intsinzi. Rimwe ujya kurabukwa, ukabona umuntu yavuye mu murongo w'imbaga y'abashakisha, nuko isi ikamenya ko hari undi muntu washoboye guhangana na Broadway. Nyamara kwigarurira Broadway ntibyoroshye, ntibinagerwaho vuba. Broadway yemera ubuhanga bw'umuntu, ikemera ubuvumbuzi, igahemba ifaranga; gusa *iyo* umuntu yanze guhagarika ibyo yiyemeje gukora.

Hanyuma ubwo tukamenya ko wa muntu yavumbuye ibanga ryo kwigarurira Broadway. Iryo banga iteka ryose riziritse ku ijambo rimwe: *ugushikama!*

Iryo banga rivugwa mu buzima busharira bwa Fannie Hurst,[203] washoboye kwigarurira "Great White Way"[204] abikesha ugushikama. Yaje i New York mu mwaka wa 1915 kugira ngo ahindure impano ye yo kwandika ayikuremo ubukire. Uko guhindura ntikwaje ako kanya ariko igihe cyarageze kuraza. Umwari Hurst yamaze imyaka ine yimenyereza umuziki, yigira ku ndirimbo "The Sidewalks of New York."[205] Yirirwaga mu kazi, akarara "mu kwizera." Mu gihe ukwizera kwabaga kugabanutse, ntabwo yavugaga, ati: "Ndakwemeye Broadway, uratsinze!" Ahubwo we yaravugaga, ati: "Uko biri kose Broadway, ushobora gutsibura bamwe, ariko njye kirazira! Nzakugeza aho urekera."

Imwe mu nzu zitangaza ibitabo, The Saturday Evening Post,[206] yamwandikiye inshuro 36 imuhakanira mbere y'uko agera ku ntsinzi akemererwa gutangaza inkuru. Umwanditsi "usanzwe," kimwe n'undi muntu wese "usanzwe" waba ari mu mwuga, yakabaye yari guhita ahagarika umwuga we akimara kwangirwa bwa mbere. Yamaze imyaka ine asiragira hirya no hino kuko yari yarafashe umwanzuro-ndakuka wo kugera ku ntsinzi.

Nuko imbuto z'umuruho zitangira guhisha. Igihe cyari kigeze, wa Muranganzira utagaragara yari yaramaze gutegurira Fannie Hurst ikizami no kwemeza ko yagikoze. Guhera icyo gihe, abatangaza ibitabo bahoraga mu nzira igana iwe. Amafaranga yarisukiranyije ku buryo nta gihe gihagije yari afite cyo kuyabara. Nuko abakora amasinema na bo baza kumumenya, maze ifaranga, ntugire ngo ni ibiceri, ryisuka nk'umwuzure.

Mu magambo make, urabona icyo ugushikama gushobora kugeza ku muntu. Ni na cyo cyabaye kuri Fannie Hurst. Aho ari ho hose uzasanga abagabo n'abagore bararonse ubukire, uzamenye ko babanje kugira ugushikama. Broadway iha usabiriza wese agatasi k'icyayi hamwe n'umugati ariko "ishaka" ugushikama kuri ba bandi bakurikiranye igihembo kigari.

Kate Smith[207] aravuga, ati "Amina" namara gusoma ibi. Yamaze imyaka myinshi aririmba, nta faranga, nta kiguzi mbere y'uko ashobora gusingira indangururamajwi. Broadway yaramubwiye, iti: "Ngwino uyifate, niba ushobora kuyishyikira." Arayifata bya nyabyo kugeza ubwo umunsi umwe w'ibyishimo bye, Broadway yo yumvise irambiwe. Ni ko kumubwira, iti: "Ibi nabyo! Ntabwo uzi kumenya igihe wakubiswe, ngaho hitamo ikiguzi cyawe, maze ujye kugikorera kuko ufite ibyiringiro. Umwari Smith yahisemo igiciro cye maze yishyurwa ikiguzi cyinshi.

Ushobora kwitoza ugushikama.

Ugushikama ni imiterere y'umutima, bityo rero gushobora gusigasirwa. Kimwe n'indi miterere y'umutima, ugushikama na ko gushingiye ku mpamvu ziboneye. Zimwe muri izo ni izi zikurikira:

1. *Kugira intego iboneye.* Kuba umuntu azi icyo ashaka, ni yo ntambwe ya mbere ndetse yaba ari na yo ifite agaciro gasumba ak'izindi mu gukuza ugushikama. Kugira impamvu ikomeye bitera umuntu kurenga ibibazo byinshi.
2. *Ugushaka.* Biroroha guterura intego no kuyikomezanya ugushikama iyo umuntu akurikirana ikintu ashaka mu buryo buhebuje.
3. *Kwigirira icyizere.* Kwigirira icyizere ko umuntu ashoboye gushyira mu ngiro gahunda bitera kuyikomezanya ugushikama. (Kwigirira icyizere bishobora kugerwaho umuntu agendeye ku mabwiriza asobanurwa mu Mutwe uvuga ku "Kwitongera.")
4. *Kugira gahunda ziboneye.* Gahunda ziteguye kabone n'ubwo zaba zitaranoga kandi bikigoye kuzishyira mu ngiro na zo zituma habaho ugushikama.
5. *Ubumenyi nyabwo.* Kumenya ko gahunda umuntu afite zihamye, uhereye ku byo umuntu yanyuzemo cyangwa se ibyo yabonye, bitera ugushikama. "Gufinda" aho "Kumenya" bisenya ugushikama.
6. *Ubufatanye.* Kumva abandi, kwakira uko bikwiye ibyabo hamwe n'ubufatanye bwuzuzanya bigaragara nk'ibizamura ugushikama.
7. *Ububasha bwo kwitegeka.* Umuco wo guhuriza hamwe ibitekerezo, umuntu agamije gushyiraho gahunda zizamufasha kugera ku ntego iboneye, uyobora ku kudacika intege.
8. *Imico.* Ugushikama gufitanye isano ya hafi n'imico y'umuntu.

Umutima wiyubaka wigaburira ibyo unyuramo buri munsi. Ubwoba, gica mu banzi bose, bushobora gutsinsurwa binyuze *mu kwihata gusubiramo ibikorwa by'ubutwari.* Buri wese mu babonye imirimo ikorwa mu gihe k'intambara azi ibi bivuzwe.

Sesengura uko uhagaze mu rwego rw'ugushikama.

Mbere y'uko tuva kuri iyi ngingo ivuga ku kudacika intege, reka turebe uko uhagaze mu rwego rw'ugushikama; bityo ushobore kumenya, niba hari aho utujuje urugero nyarwo muri iyi ndangagaciro. Wisuzume uko bikwiye ushikamye, ingingo ku yindi; hanyuma urebe ibyo waba utujuje muri biriya bintu 8 biranga ugushikama. Uku kwisuzuma gushobora kugufasha kuvumbura "ibintu kuri wowe" byatuma wongera kwitegeka imyitwarire nyayo.

Aha ni ho ushobora gutahura ibikubangamiye bifatika bikubuza kugera ku ntsinzi nyayo ushaka. Hano urahasanga "ibimenyetso" byerekana ugucika intege kimwe n'impamvu zigutera zicucitse kure cyane mu ruhande ndotero rw'umutima wawe. Sesengura neza uru rutonde, hanyuma ugerageze kuruhanganisha nawe ubwawe utabogamye niba koko ushaka kumenya uwo uri we ndetse n'icyo ushoboye gukora. Izi ni ingeso zigomba gukosorwa n'uwo ari we wese ushaka kurundarunda ubutunzi.

1. Kudashobora kumenya cyangwa se gusobanura neza neza mu buryo buboneye icyo ushaka.
2. Guhora wimura gahunda, haba hari impamvu cyangwa se idahari. (Akenshi bishyigikiwe n'impamvu hamwe n'ibisobanuro byinshi by'urwitwazo).
3. Kutagira ubushake bwo kwakira ubumenyi bwihariye.
4. Kudashobora gufata icyemezo. Inenge yo guhora "usunikira inshingano abandi" igihe cyose ugezweho, aho kwiyemeza guhangana n'ibibazo utabogamye. (Akenshi iyi myitwarire na yo ijyana no "kugira impamvu z'urwitwazo").
5. Ingeso yo gushakisha buri gihe impamvu z'urwitwazo aho gushyiraho gahunda zihamye zifasha kuronka ibisubizo.
6. Kubaho nk'uwagezeyo. Kuri iyi ngingo, nta muti wo kuvura iki kibazo kandi nta n'icyizere gihari ku bagifite.
7. Kutita ku bintu, akenshi kugaragarira mu kuba umuntu ahora yiteguye kwemera "ibimushyikira byose," aho guhaguruka ngo ahangane n'ibimubangamiye, abirwanye.
8. Ingeso yo kwitirira abandi amakosa umuntu yakoze no kwakira imibereho mibi kuko nta ho kuyihungira hahari.
9. Kugira ugushaka gufite intege nke, bitewe no kudahitamo impamvu zako zishishikariza igikorwa.
10. Gutangira cyangwa se kwihutira kuva mu byo umuntu yari

agiyemo, ku nshuro ya mbere agihura n'ugutsindwa kw'igihe gito. (Bitewe n'imwe cyangwa se menshi mu masura 6 y'ubwoba).

11. Kutagira gahunda ziteguye, ziri mu nyandiko ku buryo umuntu ashobora kuzisesengura.
12. Ingeso yo kutita ku bitekerezo bishyashya, cyangwa se yo kudafata amahirwe igihe yiyerekanye.
13. Imigirire y'umuntu yo guhora *yifuza*, aho guhora *ashaka*.
14. Ingeso yo "kwemeranya n'ubukene" aho kwiha intego zerekeza ku bukire. Kutagira ubushake na buke bwo *kuba umuntu "wubaka izina," bwo gukora igikorwa "cyubaka izina,"* cyangwa se *gutunga ikintu "cyubaka izina."*
15. Gushakisha inzira zose z'ubusamo zigeza ku bukire, umuntu agerageza kuronka ntacyo atanze bihwanyije agaciro; akenshi bigaragarira mu ngeso yo gukina urusimbi, kugira ngo umuntu yunguke "akayabo."
16. Ubwoba bwo kunegurwa. Kudashobora gukora gahunda no kuzishyira mu ngiro kubera ko umuntu afite ubwoba bw'ibyo abandi bazatekereza, bazakora cyangwa se bazavuga. Uyu mwanzi aza ku mwanya wa mbere kubera ko abaho yihishe mu ruhande ndotero rw'umutima, aho kumenya ko ahihishe bitoroshye. (Soma *Amoko 6 y'ubwoba* mu mutwe uzakurikiraho).

Niba utinya kunegurwa, ...

Reka turebe bimwe mu bimenyetso biranga ubwoba bwo kunegurwa. Abantu benshi bemerera abavandimwe, inshuti, ndetse n'abandi bantu bose muri rusange kwivanga mu cyerekezo cy'ubuzima bwabo, ntibashobore kubaho ubuzima nyabwo bwabo kubera ko batinya kunegurwa.

Abantu benshi bakora amakosa bashyingirwa hanyuma bakayagumamo, bakagira ubuzima busharira, kubera ko batinya ko bazanegurwa baramutse bakosoye ikosa ryakozwe. (Umuntu wese waba yaratsinzwe n'ubu bwoba azi neza ibikomere bidakira butera, mu kwangiza ubushake bw'umuntu bwo kurangamira ikintu yageraho ku rwego rwisumbuyeho hamwe n'urw'ugushaka kuganisha ku ntsinzi).

Amamiriyoni y'abantu ntibakunda gusubira gushaka ubumenyi nyuma yo gusoza amashuri kubera gutinya ko banegurwa.

Imibare myinshi y'abagabo n'abagore, baba abakuru n'abato, batuma abavandimwe babo bangiza ubuzima bwabo bitwaje "inshingano" kubera gutinya kunegurwa. (Inshingano ntabwo zisaba umuntu uwo ari we wese kujya mu bikorwa bibangamiye intego ze zihariye hamwe n'uburenganzira bwo kubaho ubuzima bwe uko abushaka).

Abantu batinya kugerageza amahirwe yabo muri bizinesi kubera gutinya kunegurwa nyuma y'aho bizinesi yabo iramutse ihombye. *Iyo bimeze gutya, ubwoba bwo kunegurwa buba bufite ingufu ziruta izo gushaka intsinzi.*

Abantu benshi batinya kwiha intego zihanitse ndetse buri wese agatinya guhitamo umwuga, kubera gutinya kunegurwa n'abavandimwe n' "inshuti" bashobora kumubwira, bati: "Wikwiha intego zihanitse, abantu bazagufata nk'umusazi."

Ubwo Andrew Carnegie yansabaga kuzamara imyaka 20 ntunganya iyi nyurabwenge y'uko umuntu agera ku ntsinzi, ikintu cya mbere cyanjemo ni ubwoba bw'ibyo abantu bazavuga. Ibyo Carnegie yansabaga byari biri ku rwego rwo hejuru cyane rurenze kure ibyo nari naratekereje mbere. Bidatinze, umutima wanjye watangiye gushaka impamvu z'urwitwazo n'ibisobanuro, byose bifitanye isano n'ubwoba bwo kunegurwa. Numvaga ikintu muri njye kimbwira, kiti: "Ntushobora gukora izi nshingano, ziragutse cyane kandi zirasaba igihe kinini. Abavandimwe bawe bazavuga iki? Uzatungwa n'iki? Nta muntu n'umwe wigeze ahuriza mu nyandiko ibijyanye na firozofiya yo kugera ku ntsinzi, ni iki kikwemeza ko wabikora ukabishobora? Uri nde wowe kugira ngo wihe intego zihanitse gutyo? Ibuka aho uvuka? Ni iki uzi ku bijyanye na firozofiya? Abantu bazagufata nk'umusazi (kandi koko barabikoze)! Kuki nta wundi muntu wabikozeho mbere yawe?

Ibi bibazo n'ibindi bisa n'ibi byanyuzuye mu mutima kandi bisaba kwitabwaho. Byasaga nk'aho isi yose yarimo inyitegereza igamije kungusha mu kimwaro cyo kwemera guhagarika ugushaka ko gusoza inshingano Bwana Carnegie yari yarampaye.

Nari mfite amahirwe agaragara yo kuba nahagarika iyi ntego mbere y'uko isabagira muri njye. Nyuma y'aho, maze kugenzura ubuzima bw'abantu ibihumbi, naje gusanga amahirwe avuka "adafite ubuzima" kandi ku ikubitiro agakenera "guhabwa umwuka w'ubuzima," binyuze mu gushyiraho gahunda ziboneye kandi zihita zishyirwa mu ngiro. Igihe cyo "konsa igitekerezo" ni ako kanya "kikivuka." Buri munota kibaho, ugenda ugiha amahirwe yo gukomeza kugira ubuzima. Ubwoba bwo kunegurwa ni indiba y'ibisenya ibitekerezo byinshi bidashobora kugera ku rwego rwo gutegurwa muri gahunda no gushyirwa mu bikorwa.

Amahirwe ashobora gutegurwa.

Abantu benshi bibwira ko kugira intsinzi mu bintu bifatika bituruka ku "mahirwe yizana." Harimo igice gito cyumvikana kubyemera gutyo, ariko ba bandi bacungira gusa ku mahirwe; akenshi batungurwa n'ibibaca intege, kubera ko hari ikindi kintu k'ingenzi badaha umwanya kigomba kubaho mbere y'uko umuntu yizera kugera ku ntsinzi. Icyo kintu ni ubumenyi bw'uko amahirwe ashobora gutegurwa.

Muri cya gihe cy'Ubukungu Buzahaye, umuhanzi mu buhanga bwo gutanga urwenya, W.C. Fields[208] yahombye amafaranga ye yose. Nuko ashiduka nta kintu na kimwe yinjiza, nta kazi, kandi n'uburyo bwashoboraga kumubeshaho (Ibikorwa byo gutanga urwenya yakoraga) butakiriho. Ikindi kandi, ibyo byabaye yari amaze kurenga imyaka 60 aho abantu benshi bumva ko bamaze "gusaza." Yumvaga ashaka cyane kugaruka mu "kazi" ku buryo yasabye gukora adahembwa mu rundi rwego rushyashya rw'imirimo (mu gukora amafilimi). Mu bibazo yari afite hiyongeyeho ko yaje kugwa avunika ijosi. Kuri benshi iki cyari kuba cyatuma bareka ibyo bakoraga maze bakigendera. Nyamara Fields ntiyacitse intege. Yari azi neza ko nakomeza azageraho "agakubitana" n'amahirwe; kandi koko ni ko byagenze, yabonye amahirwe, ariko atari yo yizanye gusa.

Ubwo yari hafi kuzuza imyaka 60, Marie Dressler[209] yashidutse ari mu buzima busharira, nta n'igiceri afite, nta n'akazi. Na we nyine yarahagurutse ajya gushakisha "amahirwe" kandi yarayabonye. Ugushikama kwe kwamuzaniye intsinzi ihebuje, yaronse mu myaka ya nyuma, hahandi abagabo n'abagore benshi nta gupiganirwa ibintu biba bikibaranga.

Uwitwa Eddie Cantor[210] yahombye amafaranga ye mu igwa ry'ibiciro ku Isoko ry'Imigabane mu 1929; nyamara aracyashakisha kandi ntaracika intege. Yifashishije izi ndangagaciro zombi hamwe n'amaso ye ashishoza, yashoboye kongera kwesa umuhigo wo kwinjiza ibihumbi 10 by'amadorari buri cyumweru. Mu by'ukuri, umuntu udacika intege ashobora kugera ku bintu byinshi nubwo bwose yaba nta zindi ndangagaciro nyinshi afite.

"Amahirwe" yonyine umuntu wese yakwiringira ni "amahirwe" we yihangiye. Aya rero aza aherekeje ugushikama. Urugendo rwayo rugatangirira mu kugira intego iboneye.

Uzafate abantu ijana muhuye, ubaze buri wese ikintu kiruta ibindi aharanira mu buzima; hanyuma uzatangazwa no gusanga 98 muri bo badashobora kukikubwira. Nutsimbarara cyane ngo bakubwire, bamwe bazakubwira umutekano; abenshi bakubwire amafaranga; bake bakubwire ibyishimo; abandi bakubwire kumenyekana no kugira ubutegetsi; hanyuma n'abandi bakubwire gushimirwa ibikorwa biteza imbere umuryango; kugubwa neza mu mibereho; gushobora kuririmba; kubyina cyangwa se kwandika ibitabo. Gusa nta n'umwe muri bo uzashobora kugusobanurira aya magambo cyangwa se ngo akwereke inzira iyobora kuri gahunda bazifashisha kugira ngo bagere kuri ibi byifuzo byabo byagaragajwe mu buryo budasobanutse. Ubukire ntibwitabira ibyifuzo. Ahubwo bwitabira gahunda ziboneye zishyigikiwe n'ugushaka guhebuje kandi bukanyura mu nzira z'ugushikama guhoraho.

Uko wakuhira ugushikama kwawe.

Hariho intambwe 4 zitagoye zigeza ku muco wo gushikama. Izo ntambwe ntizisaba kugira ubwenge bwinshi, ntizisaba amashuri menshi; gusa zisaba igihe cyangwa ingufu mu buryo buringaniye. Izo ntambwe ni izi zikurikira:

1. Kugira intego iboneye ishyigikiwe n'ugushaka guhebuje ko kuyigeraho.

2. Kugira gahunda iboneye ivuzwe mu *ndango* y'ibintu birimo biba.
3. Kugira umutima udadiye utakwemerera kwinjira ibiwuca intege birimo ibyifuzo bisenya by'abavandimwe, inshuti ndetse n'abantu baziranye na nyirubwite.
4. Kugirana imikoranire ya gishuti hagati ya nyirubwite n'undi muntu umwe cyangwa benshi bazamukubita ingabo mu bitugu kugira ngo akomeze gahunda n'intego ye.

Izi ntambwe uko ari enye ni ingenzi kugira ngo hagerwe ku ntsinzi mu buzima ubwo ari bwo bwose. Intego y'amahame 13 avugwa muri iyi firozofiya ni ugufasha umuntu kugira *umuco* wo kunyura muri izi ntera uko ari enye.

Izi ntambwe ni zo zishobora gufasha umuntu kugenga ubuzima bwe mu by'ubutunzi.

Izi ntambwe ni zo ziyobora ku bwisanzure n'ukwigenga kw'ibitekerezo.

Izi ntambwe ni zo ziyobora ku bukire, mu kigero gito cyangwa kinini.

Izi ntambwe ni zo ziyobora mu nzira igana ku butegetsi, kumenyekana no gutuma isi iha agaciro ibyo umuntu akora.

Izi ntambwe uko ari enye ni zo "zitegura amahirwe."

Izi ntambwe ni zo zihindura inzozi zikavamo ikintu gifatika.

Ni zo kandi ziyobora ku gutsinsura ubwoba, ugucika intege n'ukutita ku bintu.

Hari ibihembo bihebuje ku bantu bose biga uko batera izi ntambwe enye. Ni umugisha kuba umuntu ari we wakwiha "itiki" hamwe no guha ubuzima ubushobozi bwo gutanga icyo bwasabwa cyose.

Uko watsinda ibikugoye.

Ni izihe mbaraga zidasanzwe ziha abantu badacika intege ubushobozi bwo gutsinda ibibagoye? Mbese ugushikama k'umuntu kwaba gushyira mu mutima we ibikorwa bidasanzwe bya roho cyangwa se by'uruhurirane rubera mu mutwe bigatuma yakorana n'imbaraga zirenze kamere? Cyangwa se urwego rw'Ubumenyi Butagira Iherezo rwaba ruza ku ruhande rwa wa wundi ukomeza kurwana, yaramaze gukubitwa inshuro, mu gihe isi yose iba ihanganye na we?

Ibi bibazo n'ibindi bisa na byo byari byuzuye mu mutwe wanjye ubwo narebaga umuntu nka Henry Ford, watangiriye ku busa, hanyuma akaza kubaka inganda zihebuje, nta kindi twavuga yahereyeho uretse ugushikama. Cyangwa se tukareba Thomas A. Edison, wari waramaze mu ishuri amezi atageze kuri atatu nyamara ugushikama k'uyu muhanga uyoboye abandi ku isi akakubyaza imashini "ivuga," ituma amashusho anyeganyega, ndetse n'itara ry'amashanyarazi; tutibagiwe n'ibindi bintu nkenerwa 50 yahanze.

Nagize umugisha uhebuje wo kugenzura imikorere ya Bwana Edison na Bwana Ford, umwaka ku wundi mu gihe k'imyaka myinshi; bityo ibyo mvuga mbihera kuri ubwo bumenyi nungutse, nkemeza ko muri abo bombi nta kindi kintu uretse ugushikama kwabazaniye ubutunzi bwinshi.

Iyo umuntu agerageje gukora ubusesenguzi butagize aho bubogamiye, asanga mu gihe cya kera abahanuzi, abafirozofe, abakora ibitangaza hamwe n'abanyamadini barifashishije ugushikama, guhuriza hamwe imbaraga zabo no kugira intego iboneye kugira ngo bagere ku bikorwa byabo.

Fata urugero rw'inkuru idasanzwe kandi itangaje ya Mohammed.[211] Usesengure ubuzima bwe, umugereranye n'abandi bantu bageze ku ntego zabo muri ibi bihe by'imirimo n'ubutunzi bishyashya; urasanga bose bafite ikintu ntagereranywa bahuriyeho. Icyo kintu ni ugushikama.

Niba ushaka koko kumenya imbaraga zidasanzwe ziha umurego igikorwa cy'ugushikama, uzasome ibitabo bivuga ku buzima bwa Mohammed, cyane cyane icyanditswe na Essad Bey.[212] Inkuru ikurikira, yatangajwe na Thomas Sugrue[213] mu kinyamakuru cya Herald-Tribune,[214] iraguha ishusho rusange izwi mu mateka ya muntu ivumburwa n'abafata umwanya wo gusoma inkuru yose y'urugero nyarwo rw'ingufu z'ugushikama.

UMUHANUZI UHEBUJE UHERUKA ABANDI.

Inkuru yasubiwemo na Thomas Sugrue.

Mohammed yari umuhanuzi nyamara nta gitangaza yigeze akora. Ntiyari "umutambyi." Nta mashuri asanzwe yari yarize; kandi yatangiye ubutumwa bwe arengeje imyaka 40. Ubwo yatangazaga ko ari Intumwa y'Imana, azanye ubutumwa bw'idini ry'ukuri, yarannyezwe ndetse yitiranwa n'uwataye umutwe. Abana "bamuteye icyondo" naho abagore bamutera imyanda. Yaciwe mu mugi yavukagamo wa Mecca[215] ndetse n'abayoboke be bamburwa ibicuruzwa byabo maze na bo barangazwa bamukurikira iy'ubutayu. Mu myaka 10 ibanza agitangira kwigisha nta kindi yari afite uretse kwakira icibwa rye, ubukene no gusuzugurwa. Nyamara mbere y'uko indi myaka 10 ishira, yari umutegetsi wa Arabia,[216] umuyobozi wa Mecca n'Umukuru w'idini rishyashya ku isi ryakwiriye bidatinze rigera ku ruzi rwa Danube[217] rirakomeza kugeza mu misozi ya Pyrenees[218] kugeza ubwo ingufu yari yarihaye zirangiye. Izo ngufu zari mu byiciro bitatu: ingufu z'ijambo, agaciro k'isengesho hamwe n'*ubusamana* bw'umuntu.

Nta wari asobanukiwe imirimo Mohammed yari yarakoze. Yavukaga mu muryango ukennye w'abayobozi muri Mecca. Kubera ko Mecca ryari ihuriro ry'abantu bavuye imihanda yose, hakaba ibuye ritangaje Kaaba,[219] hakaba umugi munini w'ubucuruzi ndetse n'ihuriro ry'inzira z'ubucuruzi, yagaragaraga nk'idakiranuka; bityo abana boherezwaga mu butayu kurerwa n'aba-Bedouins.[220] Nguko uko Mohammed na we yarezwe n'aba-Bedouins, akura imbaraga n'*ubuzirandwara* ku mata yahabwaga n'abo "babyeyi" bo mu butayu. Yakoraga umurimo wo kuragira intama; nuko umunsi umwe aza kuronka akazi ko kuyobora abantu bakoraga ingendo ndende cyane zo mu mahanga mu bucuruzi bw'umukire w'umupfakazi. Gutyo ashobora gutembera ibice byose byo mu Burasirazuba bwo Hagati,[221] aganira n'abantu benshi bafite imyemerere itandukanye ndetse ashobora no kubona uko Ubukirisitu bwasubijwe inyuma n'ihangana rishingiye ku myumvire itandukanye mu bice byabwo. Ubwo yari agize imyaka 28, wa mupfakazi Khadija[222] aramubenguka, amugira umugabo. Se wa Khadija yaba atarashakaga uwo mubano, nyamara umukobwa we amuha inzoga arasinda maze bituma aha urwo rugo umugisha w'ababyeyi atabizi. Mu myaka yindi 12 yakurikiyeho, Mohammed yabayeho nk'umucuruzi w'umukire wubashywe kandi w'umuhanga cyane. Nuko atangira kujya atemberera mu butayu. Umunsi umwe atahana umurongo wa mbere wa Korowani; nuko abwira Khadija ko yabonekewe na Malayika Mukuru Gaburiyeli maze akamubwira ko agomba kuba Intumwa y'Imana.

Korowani, ijambo ry'Imana ryamutangarijwe, ryari ikintu cyegereye kuba igitangaza mu buzima bwa Mohammed. Ntiyari yarigeze aba umusizi, nta mpano y'*ijambo* yari afite. Nyamara imirongo yo muri Korowani nk'uko yari yarayihawe kandi nk'uko yayisubiriragamo abayoboke, yari ikoze mu buryo bunyuze butigeze bugerwaho n'abandi basizi b'umwuga bo muri ayo moko yose. Iki kintu cyari igitangaza ku Barabu. Kuri bo, impano y'ijambo, yari impano ihebuje, umusizi na we yari uko. Ikindi kandi, Korowani yigishaga ko abantu bose bareshya imbere y'Imana, kandi ko isi yakabaye igihugu gifite ubwisanzure, igihugu cya Isilamu. Ni iyi nzira rero y'imitekerereze yo kwitandukanya hamwe n'ugushaka kwa Mohammed ko gusenya bya bigirwamana 360 byari mu mbuga ya Kaaba byatumye acibwa. Ibyo bigirwamana byatumaga amoko atuye mu butayu aza Mecca, kandi ibyo byari bisobanuye ubucuruzi. Bityo rero, abacuruzi bo muri Mecca, "abashakabukungu," ba bandi bakoraga imirimo nk'iyo yakoraga, baramuhiga karahava. Nuko aza kubahunga yisubirira mu butayu, maze atangira "gusaba isi ubutegetsi."

Isilamu iba iratangiye. Mu butayu haba haturutse itara ritajyaga kuzima — ingabo ziharanira ubwisanzure, zirwana nk'umuntu umwe kandi ziteguye gushira nta gushinyiriza. Mohammed yasabye Abayahudi n'Abakirisitu kumusanganira muri urwo rugamba, kuko atarimo yubaka idini rishyashya. Yasabaga abemera Imana imwe bose guhuza ukwemera kwabo. Iyo Abayahudi n'Abakirisitu baza kwakira ubwo busabe, Isilamu yari kuba yarigaruriye isi yose. Ntibabwakiriye. Ntibanemeye uburyo bushyashya bwa Mohammed bw'intambara irimo impuhwe. Ubwo ingabo z'Intumwa y'Imana zinjiraga Yeruzalemu, nta muntu n'umwe wishwe azizwa ukwemera kwe. Ubwo ingabo "z'Abakirisitu b'i Burayi" zinjiraga muri uwo mujyi nyuma y'amasekuruza menshi mu ntambara zo kubohora "ubutaka butagatifu," nta Mwisilamu n'umwe, yaba umugabo, umugore cyangwa se umwana warokotse. Cyakora Abakirisitu hari igitekerezo kimwe cy'Abayisilamu bemeye — ahantu ho kwigira, ari ho Kaminuza.

UMUTWE WA 10: UBUBASHA BW'ISANGIRANGENDO

INGUFU ZIYOBOYE

Intambwe Njyabukire ya Cyenda

UBUBASHA ni ingenzi kugira ngo umuntu agere ku ntsinzi mu kurundarunda ifaranga.

Gahunda ntizayega nta n'icyo zamara hatabayeho ububasha buhagije bwo gutuma zishyirwa mu ngiro. Uyu mutwe urasobanura uburyo umuntu ashobora kuronka no kwifashisha ububasha.

Ububasha bwasobanurwa nk' "ubumenyi bufite icyerekezo kandi buteguye mu buryo bw'inyurabwenge." Ububasha, nk'uko iri jambo rikoreshejwe hano, busobanuye ingufu ziteguye kandi zihagije ku buryo zituma umuntu ahindura ugushaka kwe kukavamo ikindi kintu binganya agacirofaranga. Ingufu ziteguye zibaho iyo habayeho guhuriza hamwe imbaraga z'abantu babiri cyangwa benshi, bafite intego bahuriyeho bagakora mu buryo bw'ijyanishamitima.

Ububasha burakenerwa mu kurundarunda ifaranga. Ububasha kandi ni ngombwa mu kugumana ifaranga nyuma yo kurironka!

Reka tugaragaze uko umuntu aronka ububasha. Niba ububasha ari "ubumenyi bwateguwe," reka tugenzure aho ubumenyi buturuka. Ubumenyi buturuka aha hakurikira:

1. *Ku rwego rw'Ubumenyi Butagira Iherezo.* Uko iyi soko y'ubumenyi ishobora kuvomwaho bisobanuwe mu wundi mutwe; kandi bigerwaho hifashishijwe ugushushanya mu bwenge guhanga.
2. *Mu bunararibonye bwa muntu.* Ubunararibonye bwa muntu (cyangwa se igice kimwe cyabwo giteguye cyangwa se cyabitswe mu buryo bufite injyana) wabusanga mu nzu za rusange z'amasomero zifite ibikenewe byose. Igice kinini cy'ubu bumenyi cyigishwa mu mashuri na Kaminuza bya Leta; aho usanga butondetse kandi buteguye mu buryo bwa gihanga.
3. *Mu bushakashatsi-ngiro hamwe no mu bushakashatsi rusange.* Muri sayansi, kimwe no mu buzima busanzwe, abantu bagenda bunguka buri munsi andi makuru, bakayashyira ku murongo hanyuma bakayabika. Aha ni ho umuntu agomba gushakira iyo adafite ubumenyi akeneye yagakuye mu "bunararibonye bwe." Aha na ho hagomba gukoreshwa ugushushanya mu bwenge guhanga.

Ubumenyi bushobora kuronkwa buturutse muri ayo "masoko" yavuzwe haruguru. Ubwo bumenyi bwahindurwamo "ububasha" binyuze mu kubutegura muri gahunda ziboneye, hanyuma izo gahunda zigatangazwa nk'ibikorwa bifatika.

Mu gusuzuma ariya masoko atatu y'ingenzi y'ubumenyi bizafasha umuntu kumenya ibibazo yazahura na byo aramutse yiringiye ingufu ze wenyine mu "guhuriza hamwe" ubumenyi azakenera hamwe no kubutegura muri gahunda ziboneye zigatangazwa nk'ibikorwa bifatika. Niba gahunda ze zagutse kandi zuzuye, kandi akaba ateganya ikintu kigari, muri rusange agomba kuzana abandi bantu bafatanya na we mbere y'uko yabasangiza ibijyanye n'ububasha bukenewe.

Kuronka ububasha binyuze mu isangirangendo.

"Isangirangendo" ryasobanurwa nk' "Ihuza ry'ubumenyi n'ingufu mu migirire ifite injyana mu bwuzuzanye ihuriweho n'abantu babiri cyangwa benshi, bagamije kugera ku ntego iboneye."

Nta muntu n'umwe wagira ububasha nyabwo atifashishije "Isangirangendo." Muri umwe mu mitwe yabanje hagarutswe ku mabwiriza agenderwaho mu gushyiraho gahunda zifashishwa mu guhindura ugushaka kukavamo ikindi kintu bihwanyije agacirofaranga. Nuramuka ushyize ayo mabwiriza mu ngiro ukabikora mu buryo ujijukiwe kandi udacika intege, hanyuma ugashishoza mu guhitamo itsinda ryawe ry'Abasangirangendo; uzaba umaze kuzuza kimwe cya kabiri k'intego yawe kabone n'ubwo uzaba utaratangira kubirabukwa.

Ni yo mpamvu rero ugomba gusobanukirwa "ibitagaragarira amaso" bigize ingufu z'ububasha uronkera mu guhitamo uko bikwiye Itsinda ry'Abasangirangendo. Hano harasobanurwa ibintu bibiri biranga ihame ry'Isangirangendo: kimwe kiravuga ku rwego rw'ubutunzi, ikindi ku rwego rw'imitekerereze. Ku rwego rw'ubutunzi, ikiriranga ni ikibonabose: agaciro mu by'ubutunzi kabonwa na buri muntu wiyegereza itsinda ry'abantu bahuje umutima na we bakamugenera babishishikariye inama, ibitekerezo n'ubufatanye muri byose mu buryo bw'ubwuzuzanye budakemangwa. Ubu buryo bwo gufatanya mu mikorere bwagiye buba akenshi imbarutso y'ubutunzi buhebuje. Gusobanukirwa uku kuri guhebuje byaba ari byo bizaha icyerekezo ubutunzi uzagira.

Mu rwego rw'imitekerereze, biragoye gusobanukirwa agaciro k'Isangirangendo. Cyakora ushobora gukura igisobanuro mu mvugo ikurikira: "Nta mitima ibiri ihurira hamwe hatabayeho ihangwa ry'ingufu zitagaragara kandi zidafatika zagereranywa n'umutima wa gatatu."

Umutima wa muntu ufite isura y'ingufu, kandi igice cyazo kikagira ishusho ya roho. Iyo imitima y'abantu babiri ihuye mu njyana y'ubwuzuzanye, "*uturemaroho*" tw'ingufu ziva muri buri mutima turakorana, tukihuriza hamwe; ari byo bibyara "urwego rw'imitekerereze" rw'Abasangirangendo.

Ihame ry'Isangirangendo — cyangwa agaciro karyo mu by'ubutunzi

— narigaragarijwe bwa mbere na Andrew Carnegie mu myaka irenga 50 ishize. Kuvumbura iri hame ni byo byatumye mpitamo inshingano yo mu buzima bwanjye.

Itsinda ry'Abasangirangendo rya Bwana Carnegie ryari rigizwe n'abakozi bakabakaba 50; bakaba bari bamukikije mu ntego imwe yo gukora no kugurisha ibyuma. Yemezaga ko ubutunzi bwe bwose abukesha ububasha yaronse yifashishije guhuza umutima we n'iya bariya bakozi bafatanyaga.

Sesengura ubuzima bwa buri muntu wagize ubutunzi. Urasanga abenshi bagize icyo baronka, baba babizi cyangwa batabizi, barifashishije Ihame ry'Isangirangendo.

Ububasha nyabwo nta yindi nzira buronkwamo!

Uko wakongera ububasha bw'ubwonko bwawe.

Ubwonko bw'umuntu bushobora kugereranywa na bateri. Ni ibintu bizwi ko bateri nyinshi zitanga ingufu zirenze iza bateri imwe. Ikindi kandi ni ibintu bizwi ko bateri imwe itanga ingufu zingana n'umubare w'ibyumba byayo hamwe n'ubushobozi bwabyo.

Ubwonko na bwo bukora nk'uko. Ibi bivuze ko ubwonko na bwo burutana mu bushobozi. Bigatuma havugwa ko ubwonko bwinshi bukorana cyangwa se bwahujwe mu njyana y'ubwuzuzanye butanga ingufu z'igitekerezo zisumba iz'ubwonko bumwe; nk'uko bateri nyinshi zitanga ubushyuhe bwinshi buruta ubw'imwe.

Tugendeye kuri iri shushanya-mvugo biratugaragarira ko ibanga ry'ububasha bufitwe n'abantu biyegereza abandi bantu bafite "ubwonko" riri mu Ihame ry'Isangirangendo.

Ubu noneho hakurikiyeho indi mvugo idufasha gusobanukirwa urwego rw'imitekerereze rufitanye isano n'Ihame ry'Isangirangendo. Iyo ubwonko bw'abantu buhujwe kandi bugakorana mu bwuzuzanye, "ingufu" zibyarwa n'iyo mikoranire ziboneka muri buri bwonko bwa buri wese mu bagize iryo tsinda.

Birazwi ko Henry Ford yatangiye umwuga we agorwa n'ubukene, nta mashuri nta n'ubumenyi afite. Birazwi kandi ko mu gihe gito cyane cy'imyaka 10, Bwana Ford yashoboye gutsinsura ibyo bibazo byose; ku buryo mu myaka 25 yashoboye kuzamuka aba umwe mu baherwe bo muri Amerika. Ubihuze n'uko intambwe idasanzwe ibanguka Bwana Ford yateye yagaragaye amaze kuba inshuti magara ya Thomas A. Edison; bityo uratangira gusobanukirwa uko umutima umwe ushobora gufasha undi kubona icyerekezo. Komeza kandi urebe uko Bwana Ford yageze ku ntsinzi itagereranwa ubwo yari amaze kumenyana na Harvey Firestone,[223] John Burroughs[224] hamwe na Luther Burbank[225] (buri wese muri aba yari afite ubwonko bufite ubwenge bwinshi); bityo urabona ikindi kimenyetso ko umuntu ashobora kuronka ububasha biturutse mu guhuza imitima mu mubano wa gishuti.

Abantu bafata imiterere, imico n'ingufu z'ibitekerezo bijyanye n'iby'abo bahura *mu mirimo* mu njyana y' "urukundo" n' "ubwuzuzanye." Mu gukorana na Edison, Burbank, Burroughs na Firestone, Bwana Ford yashoboye kongera ku ngufu z'ubwonko bwe izindi ngufu mbatura-roho z'ubwonko bw'abo bagabo bane bose. Ikindi kandi yashoboye kwigarurira no gukoresha ihame ry'Isangirangendo rivugwa muri iki gitabo.

Iri hame nawe ryakwigaragarije!

Twigeze kuvuga kuri Mahatma Gandhi.

Reka dusesengure uko yashoboye kugira ububasha butangaje. Byasobanurwa mu magambo make. Yaronse ububasha binyuze mu guhuriza hamwe imitima y'abantu barenga miriyoni 200, mu njyana y'ubwuzuzanye bwa roho n'imibiri yabo, bagamije intego imwe.

Mu magambo make, Gandhi yakoze igitangaza. Kubera ko bidasanzwe kubona abantu barenze miriyoni 200 bakorera mu bwuzuzanye, nta gahato. Niba ukemanga ko iki ari igitangaza *uzafate igihe* ugerageze guhuza abantu babiri abo ari bo bose mu bwuzuzanye mu mikorere.

Buri muntu wese uyoboye bizinesi azi ukuntu bigoye gufasha abakozi gukorera hamwe mu njyana imwe n'ubwo baba buzuzanya mu gihe bategeranye.

Nk'uko wabibonye, "urwego rw'Ubumenyi Butagira Iherezo" ruza ku mwanya wa mbere ku rutonde rw'aho umuntu akura "ububasha." Iyo abantu babiri cyangwa benshi bakorana mu buryo bw'ubwuzuzanye, kandi berekeza ku ntego imwe iboneye, muri uko kwihuza, baronkeramo ububasha buvuye mu "kigega" rusange cy'urwego rw'Ubumenyi Butagira Iherezo. Uru rwego ni yo "soko" ihebuje ivomwamo "ububasha." Ni iyi soko abahanga ndetse n'abandi bayobozi b'indashyikirwa "bavomamo" (baba babizi cyangwa se batabizi).

Andi "masoko" abiri akurwamo ubumenyi bufasha kurundarunda ubutunzi ntiyizewe; ni nko kwizera ibyumvisho bitanu by'umuntu. Nta wagendera buri gihe ku byumvisho gusa.

Mu mitwe ikurikiraho, haragarukwa ku buryo bwo gukorana n'urwego rw'Ubumenyi Butagira Iherezo.

Iyi si inyigisho ku iyobokamana. Ikindi kandi amahame agarukwaho muri iki gitabo nta ho agomba gusanishwa n'ikintu kigamije kwivanga mu myemerere y'umuntu uwo ari we wese, byaba mu buryo butaziguye cyangwa buziguye. Iki gitabo kivuga gusa ku guha umusomyi amabwiriza y'uko yahindura intego ye iboneye y'ugushaka kwe akagukuramo ikindi kintu binganya agacirofaranga.

Soma, *utekereze* hanyuma uzirikane ibyo ugenda usoma. Bidatinze, uzashiduka byose bikwifunguriye; kandi nawe wabisobanukiwe; kuko, ubu ugenda ubona ibisobanuro byihariye bitangwa muri buri mutwe.

Ububasha bw'amarangamutima yubaka.

Ifaranga "riratinya" kandi biragora kurisobanukirwa. Kurironka bisaba "kuriguyaguya" no kuryegukana binyuze mu nzira zimwe n'izo umukunzi wiyemeje akoresha ku mukobwa yabengutse. Nyamara nubwo bwose ari ibintu bihurirana bitateguwe, "ingufu" zikoreshwa mu "kwiyegereza" ifaranga ntabwo zitandukanye cyane n'izikoreshwa mu "kwiyegereza" umukobwa. Izo ngufu iyo zikoreshejwe mu buryo nyabwo bwo gukurikirana ifaranga zigomba kuba zivanze n'ukwizera. Zigomba kuba zivanze n'ugushaka. Zigomba kuba zivanze n'ugushikama. Zigomba gushyirwa mu ngiro binyuze mu gutegura gahunda, kandi iyo gahunda na yo igomba gushyirwa mu bikorwa.

Iyo ifaranga ritangiye kuza ku kigero bavuga ko ari "ifaranga *risuma*," risanganira urikusanya mu buryo butagoye nk'uko amazi amanuka umusozi. Habaho isoko y'ububasha butagaragara idasanzwe, twagereranya n'umugezi. Cyakora uwo mugezi ufite ibyerekezo bibiri bihabanye: kimwe gitemba gikomezanya n'abazamuka mu bukire, ikindi kigacunshumukana abanyabyago bose (ku buryo batazigera bashobora kuwikuramo), kikabamanura mu butindi n'ubukene.

Umuntu wese washoboye kurundarunda ubutunzi yashoboye kubona ko ibi byerekezo bibaho mu buzima. Bikaba bishingiye ku mitekerereze y'umuntu. Kugira amarangamutima yubaka ni byo bigize icyerekezo cy'umugezi werekeza ku bukire. Na ho amarangamutima asenya ni yo atemba agana mu cyerekezo cy'ubukene.

Iki ni igitekerezo cy'agaciro katagereranwa ku muntu urimo akurikira iki gitabo kugira ngo azashobore kurundarunda ubutunzi.

Niba uri mu ruhande rw'umugezi aho ingufu zigukurura zikujyana mu bukene, ibi bivuzwe hano byakubera ingashya yongera gutuma wibatura ukajya mu rundi ruhande. Byagufasha gusa ari uko ubishyize mu ngiro. Kubisoma no kubyibazaho gusa, mu ruhande urwo ari rwo rwose ntacyo bizakugezaho.

Akenshi ubukene n'ubukire bihinduranya imyanya. Iyo ubukire butsimbuye ubukene, izo mpinduka zigerwaho binyuze muri gahunda ziteguye neza, kandi zashyizwe mu ngiro mu buryo buboneye. Ubukene bwo nta gahunda bugomba. Nta bufasha bukenera, kubera ko "burasumira," kandi ntibugira imbabazi. Ubukire buratinya kandi ntibwiyizera. Bugomba "*imitoma*."

NTA NZITIZI ZIBAMBIRA UMUTIMA,
KERETSE IZO TWEMERA!

ARI BUKENE, ARI BUKIRE,
BOSE NI ABANA BA BITEKEREZO!

UMUTWE WA 11: AMAYOBERA YO GUHA INDI SHUSHO AMARANGAMUTIMA YEREKEZA KU GITSINA

Intambwe Njyabukire ya Cumi

GUHINDURA, mu magambo yoroshye, bisobanura "guha indi shusho," cyangwa se "kwerekeza ikintu cyangwa ingufu aho bihindukamo ikindi kintu."

Amarangamutima yerekeza ku gitsina atuma habaho imiterere y'umutima.

Kubera ko hariho ubumenyi bukeya kuri iyi ngingo, iyi miterere y'umutima akenshi isanishwa n'ibibonwa n'amaso. Nyamara ibintu tubonesha amaso byagiye bigoreka ibyo umutima wabona, kubera guhabwa icyerekezo mu buryo budakwiye abantu benshi bagiye bahura na byo, mu gushaka ubumenyi ku bijyanye n'igitsina.

Amarangamutima yerekeza ku gitsina afite *imimaro* 3 y'ingenzi, ari yo:

1. Gukomeza iyororoka ry'ikiremwamuntu.
2. Gusigasira ubuzima (mu bivura, ni umuti utagereranywa).
3. Guhindura intege nke zikavamo ubuhanga binyuze mu *guha indi ishusho* inzira y'amarangamutima.

Guhindura inzira y'amarangamutima yerekeza ku gitsina biroroshye gusobanura. Bisobanuye guhindura ibitekerezo by'umutima bifite ishusho igaragaza ubushake bw'umubiri bwerekeza ku gitsina bikaba ibitekerezo by'*indi shusho.*

Ugushaka gushingiye ku gitsina ni ko gufite ingufu kurusha ibindi byose *muntu* ashaka. Iyo umuntu ayobowe n'uku gushaka, akuza muri we ubushake bw'ugushushanya mu bwenge, ubutwari, ububasha bwo kwitegeka, ugushikama hamwe n'ububasha bwo guhanga usanga abantu badafite mu bindi bihe. Ubushake bwo guhuza ibitsina rero burakomeye cyane kandi bufite ingufu ku buryo abantu bashobora gushyira mu kaga ubuzima bwabo cyangwa izina ryabo maze bakishora mu bikorwa bigambiriye guhuza ibitsina. Nyamara kandi izo ngufu iyo ziyobowe mu kindi cyerekezo, zibatura *ugushushanya mu bwenge*, ubutwari, n'ibindi; byakoreshwa nk'imbaraga zidahangarwa mu guhanga mu buvanganzo, mu bugeni cyangwa se no mu rundi rwego urwo ari rwo rwose rw'umwuga cyangwa undi muhamagaro; byumvikane ko hano harimo n'umuhamagaro wo kurundarunda ubutunzi.

Gushobora guhindura ingufu z'amarangamutima yerekeza ku gitsina bisaba kwifashisha ububasha bwo "kwitegeka," kandi umumaro uvamo ni mahwi n'izo ngufu! *Ugushaka kwerekeza ku gitsina* ni karemano kandi kurasanzwe. Uko gushaka ntigushobora kandi ntikugomba gupfukiranwa cyangwa kuburizwamo. Ahubwo kugomba guhabwa icyerekezo binyuze mu zindi nzira zungura umubiri, umutima ndetse na roho by'umuntu. Iyo kudahawe iyi nzira, binyuze mu guhindurwa, kwishakira iyako mu nzira zisanzwe z'umubiri.

Amazi y'umugezi ashobora gutangirwa by'igihe gito binyuze mu iyubakwa ry'ibyuzi biyatangira ariko amaherezo yishakira inzira. Uko ibi bimeze ku mazi ni na ko bigendekera amarangamutima yerekeza ku gitsina. Ashobora gupfukiranwa no guhagarikwa by'igihe gito ariko imiterere yayo ituma ahora ashakisha uko yakwigaragaza. Iyo adahinduwe ngo ahabwe ingufu ziyayobora mu buvumbuzi, yishakira indi nzira itaboneye.

Isano hagati y'intsinzi na kamere zinezeza cyane zerekeza ku gitsina.

Nyirimigisha ni wa wundi wavumbuye uko aha icyerekezo amarangamutima yerekeza ku gitsina akayifashisha mu mbaraga zihanga.

Ubushakashatsi bwagaragaje ibi bikurikira:

1. Abantu bagiye bagera ku ntsinzi zihebuje ni ba bandi bafite kamere yerekeza ku gitsina inezeza cyane: abantu basobanukiwe ubuhanga bwo guha indi shusho ingufu z'amarangamutima yerekeza ku gitsina.
2. Abagabo bashoboye kurundarunda ubutunzi bwinshi ndetse bakagera ku bikorwa by'indashyikirwa mu buvanganzo, mu bugeni, mu nganda, mu bwubatsi no mu mirimo isaba ubuhanga bwihariye bagiye bakubitwa ingabo mu bitugu n'umugore.

Ibi byavumbuwe mu bushakashatsi bwakozwe, bwanditswe mu nyandiko zivuga ku buzima bw'abantu ndetse n'iz'amateka zimaze imyaka irenga ibihumbi bibiri. Ahagiye hagaragara ibimenyetso bifitanye isano n'ubuzima bw'abagabo n'abagore bagize intsinzi zihebuje, byanagaragaye ko bari bafite kamere zerekeza ku gitsina zinezeza cyane.

Amarangamutima yerekeza ku gitsina ni "ingufu ndakumirwa" zitabangamirwa n'umubiri "utayegayezwa." Iyo abantu bagengwa n'aya marangamutima, baronka ingufu zihebuje mu byo bakora. Sobanukirwa n'uku kuri bityo biragufasha kandi gusobanukirwa imvugo yemeza ko icyerekezo cyahawe amarangamutima yerekeza ku gitsina kibamo ibanga ry'ububasha buhanga.

Umuntu aramutse ashahuwe, aba yambuwe isoko y'ingenzi yo kugira icyo yakora. Ibi ni ko bimeze no ku kimasa cyakonwe. Mu gutanga gihamya y'ibi, uzarebe uko inyamaswa iyo ari yo yose iba imeze iyo bamaze kuyikona. Ikimasa gisigara gifite ubwitonzi nk'ubw'imbyeyi iyo bamaze kwangiza imyanya ndangagitsina yacyo. Kwangirika kw'igitsina ku mugabo kumwambura imbaraga zose zo kurwana zari zimurimo. Ni na ko bimeze ku kimasa. Kwangirika kw'igitsina ku mugore na ko gufite ingaruka zimwe n'izo zivuzwe.

Ibintu 10 bikangura imbaraga z'umutima.

Umutima wa muntu wumvira ibikangura imbaraga zawo maze ukazamuka ku ntera zo hejuru zo gusakaza ibiwuje, ari byo ugushishikara, ugushushanya mu bwenge guhanga, ugushaka guhebuje, n'ibindi. Ibintu bikangura imbaraga z'umutima mu buryo bworoshye ni ibi bikurikira:

1. Ugushaka kugaragaza *ubushake bwerekeza ku gitsina.*
2. Urukundo.
3. Ugushaka gukomeye ko kumenyekana, kugira ububasha, cyangwa se kuronka ubutunzi bw'ifaranga.
4. Umuziki.
5. Ubushuti hagati y'abahuje ibitsina cyangwa abatabihuje.
6. Ihuriro ry'Abasangirangendo babiri cyangwa se benshi rishingiye ku mikoranire y'ubwuzuzanye hagamijwe gutera intambwe mu "*bya roho*" cyangwa se mu "*by'isi.*"
7. Gusangira umubabaro, nk'uhurirwaho n'abatotezwa.
8. Ukwitongera.
9. Ubwoba.
10. Ibiyobyabwenge n'ibisindisha.

Ugushaka kugaragaza ubushake bwerekeza ku gitsina kuri ku mwanya wa mbere ku rutonde rw'ibikangura imbaraga z'umutima, "bikawufasha gutsinda" maze "bigatangiza" igikorwa kigaragarira amaso. Umunani muri ibi bintu 10 bikangura imbaraga z'umutima birasanzwe kandi birubaka. Bibiri birasenya. Uru rutonde rutangajwe hano kugira ngo uzarwifashishe usesengura ibintu by'ingenzi bikangura imbaraga z'umutima. Duhereye kuri ubu bushakashatsi, turabona ko ku mpande zose, amarangamutima yerekeza ku gitsina ari yo yiganje kandi afite ingufu nyinshi mu bikangura imbaraga z'umutima.

"*Bamenya*" yaravuze ngo umuhanga ni umuntu "ufite umusatsi muremure," urya ibiryo bidasanzwe, ubaho wenyine, hanyuma akaba ari we utererwaho urwenya rwose. Igisobanuro kinoze cy'umuhanga ni iki: "Umuntu wavumbuye uko yongera umuvuduko w'ibitekerezo bye ku buryo ashobora kugirana itumanaho n'isoko y'ubumenyi adasanganwe iyo ibitekerezo bye biri kugendera ku muvuduko usanzwe."

Umuntu utekereza ntiyabura kubaza ibibazo kuri iki gisobanuro. Icya mbere, ni iki: "Ni gute umuntu yagirana itumanaho n'amasoko y'ubumenyi adasanzwe mu buryo bw'imitekerereze busanzwe?"

Ikindi kibazo kikaba iki: "Mbese haba hariho amasoko y'ubumenyi avomwaho gusa n'abahanga bahebuje?" Niba ari uko biri, ayo masoko ni ayahe? Ni gute umuntu yayageraho?"

Turaguha urugero aho nawe ubwawe wibonera iyo migirire ndetse bityo ugahita ubona igisubizo kuri biriya bibazo byombi.

"Abahanga" bahangirwa mu rwego rw'*Icyumvisho cya gatandatu.*

Ukuri kw'icyumvisho cya gatandatu kumaze kugaragazwa bihagije. Icyumvisho cya gatandatu ni *ugushushanya mu bwenge guhanga.* Ubushobozi bw'ugushushanya mu bwenge guhanga ni bumwe abantu benshi batiyambaza na rimwe mu buzima bwabo bwose; cyangwa se bikabaho bibagwiririye. Abantu bake cyane ni bo bakoresha ubu bushobozi babigennye mbere kandi mu ntego bizeho. Abashobora gukoresha ubu bushobozi ku bushake, kandi basobanukiwe icyo bukora, ni bo "bahanga."

Ubushobozi bw'ugushushanya mu bwenge guhanga ni ihuriro ritaziguye hagati y'*uruhande nyumvisho rw'umutima wa muntu,* (urwego ruzirikana ibyo muntu a*zi)* n'urwego rw'Ubumenyi Butagira Iherezo. Ibyo mu madini bakunze kwita *amayerekwa* hamwe n'ibindi bivumburwa by'ibanze cyangwa se andi mahame ahangwa, byose bibera ku rwego rw'ugushushanya mu bwenge guhanga.

Aho ibitekerezo bishyashya bituruka.

Iyo ibitekerezo byisutse mu mutima w'umuntu biturutse mu byo bakunze kwita "ibyiyumvo," biba bivuye ahantu hamwe hasa cyangwa hakomatanyije muri aha hakurikira:

1. Urwego rw'*Ubumenyi Butagira Iherezo.*
2. Urwego *ndotero rw'umutima wa muntu* (urwego ruzirikana ibyo muntu *atazi*). Aha ni ho hari ikigega cyakira ubutumwa buje mu nzira y'ibyumvisho, hamwe n'*ibyiyumvo by'ibitekerezo* ibyo ari byo byose bigera ku bwonko binyuze ku byumvisho bitanu.
3. Biturutse ku mutima w'undi muntu uba arekuye igitekerezo cyangwa se ishusho yacyo bivuye ku ruhande ndotero rw'umutima we.
4. Biturutse kandi ku kigega cy' "urwego ndotero rw'umutima" rw'undi muntu.

Nta yandi masoko azwi aturukamo "ibitekerezo."

Iyo imbaraga z'ubwonko zakanguwe, binyuze muri kimwe muri bya bintu 10 bikangura imbaraga z'umutima, ziba zishobora kuzamura umuntu akajya hejuru y'imipaka y'ibitekerezo bisanzwe, maze zigatuma "abona" intera ihari, urwego ndetse n'imiterere y'ibitekerezo atari kubona ari ku rwego rwo hasi, tuvuge nk'urwego umuntu aba ariho iyo arimo ashakira ibisubizo ibibazo bigaruka kenshi muri bizinesi no mu mirimo yindi muri rusange.

Iyo umuntu yazamuwe mu bitekerezo mu rwego rwo hejuru binyuze mu mbaraga izo ari zo zose zikangura umutima, icyo gihe aba ameze nk'uwazamutse mu ndege ari mu kirere ku buryo ashobora kureba ibiri hirya y'imipaka atashoboraga kubona mu gihe aba ari ku butaka. Ikindi kandi umuntu uri kuri urwo rwego rw'imitekerereze ntabwo "*imirebere*" ye iba igitangirwa no kurwana n'imibereho ya buri munsi ya yindi ishingiye ku kubona ibikenerwa by'ibanze bitatu bijyanye n'ibiryo, imyambaro n'aho kuba. Aba ari mu "*isi y'ibitekerezo*" aho ibitekerezo bisanzwe biba bitakigaragara nk'uko imisozi n'ibibaya hamwe n'ibindi byatangiraga indoro ye biba bitakiriho iyo indege yamuzamuye hejuru.

Iyo umuntu ari mu kirere muri iyi "ndege" y'ibitekerezo, urwego rw'ubushobozi buhanga rw'umutima we ruronka ubwisanzure bwo gushyira mu ngiro igikorwa icyo ari cyo cyose. Inzira iba yamaze guharurwa aho "icyumvisho cya gatandatu" kinyura. Icyo gihe kiba gishobora kwakira ibitekerezo ubusanzwe bitari kugera ku muntu mu buryo bundi ubwo ari bwo bwose. "Icyumvisho cya gatandatu" ni ubushobozi butandukanya umuhanga n'umuntu usanzwe.

Uko wazamura ubushobozi buhanga.

Urwego rw'ubushobozi buhanga ruhora rwiteguye kandi rwakira ibintu biturutse ku "ruhande ndotero rw'umutima," kandi uko uru rwego rukoreshwa ni na ko umuntu agenda arwiringira kandi akarusaba kumwungura ibitekerezo. Ubu bushobozi buronkwa kandi bugatezwa imbere no kwifashishwa gusa.

Kiriya kintu bita "*umutimanama*" gikorera mu rwego rw'icyumvisho cya gatandatu.

Abahanzi, abanditsi, abacuranzi n'abasizi bahebuje bagera kuri iyo ntera kubera ko bagize umuco wo gutega amatwi rya "jwi rito rituje" ribavugishiriza imbere mu mutima ryifashishije "ugushushanya mu bwenge guhanga" kwabo. Ni ikintu kizwi neza ko abantu bagira ibitekerezo bidasanzweho bityaye babironka binyuze muri ibyo bintu byitwa "ibyiyumvo." Hari umuhanga mu mbwirwaruhame utajya *yuzuzwa* iyo arimo atanga ibiganiro igihe cyose aba ataravuga afunze amaso, bityo agatangira gusangiza abandi ibiva mu "gushushanya mu bwenge guhanga" kwe. Ubwo yari abajijwe impamvu afunga amaso buri gihe mbere yo kugera ku butumwa nyamukuru, yarabasubije, ati: "Mbikora ngamije kuvuga ngendeye ku bitekerezo bingeraho *bivuye imbere muri njye.*"

Hari umwe mu Banyamerika b'indashyikirwa mu icungamutungo wagiraga akamenyero ko gufunga amaso mu gihe cy'iminota 2 cyangwa 3 mbere yo gufata icyemezo. Umunsi umwe bamubajije impamvu agenza atyo, arabasubiza, ati: "Iyo amaso yanjye afunze, nshobora kwifashisha urwego rw'ubwenge buhebuje."

Uko umuhanga yaronkaga ibitekerezo binoze cyane.

Nyakwigendera Dogiteri Elmer[226] R. Gates wo muri Chevy Chase[227] muri Maryland yashoboye kugira ibihangano birenze 200, ibyinshi muri byo ari ngenderwaho mu bundi bushakashatsi. Ibyo byose yabikuye mu guteza imbere no gukoresha ugushushanya mu bwenge guhanga. Uburyo yakoreshaga burumvikana kandi bufite icyo bwamarira ushaka wese kugera ku rwego rw'abahanga ari na rwo, nta gushidikanya, Dogiteri Gates yarimo. Dogiteri Gates yari umwe mu bahanga bahebuje cyakora batanditsweho cyane mu isi.

Muri raboratwari ye, yagiraga icyo yitaga "icyumba cyihariye cyo guhana amakuru." Cyari icyumba gifunze ku buryo nta jwi ryakwinjira rivuye hanze kandi gikoze ku buryo amatara yose yashoboraga kuzimwa. Harimo akameza gato kamwe kariho impapuro zandikwaho. Imbere y'ako ku rukuta hariho aho bazimiriza amatara. Iyo Dogiteri Gates yabaga ashaka gukura amakuru mu mbaraga z' "ugushushanya mu bwenge guhanga" kwe, yinjiraga muri icyo cyumba, akicara kuri ya meza, akazimya amatara, hanyuma *akayobora ibitekerezo bye byose* ku bintu by'ingenzi *bizwi* byamufasha ku kintu yabaga ashaka guhanga, akaguma gutyo kugeza igihe ibitekerezo bijyanye n'ibitari bizwi mu bifitanye isano n'ibyo arimo guhanga bitangiye "kwisuka" mu mutima we.

Rimwe hari igihe ibitekerezo byisukiranyije cyane ku buryo yamaze amasaha atatu yandika. Ibyo bitekerezo bimaze guhagarara, hanyuma akareba ibyo yanditse, yasanze harimo amahame adafite ikindi kintu bihwanye mu bumenyi bwa gihanga bwari buzwi. Ikindi kandi, igisubizo ku kibazo yibazaga cyari mu byo yanditse.

Dogiteri Gates yatungwaga no "kujya kwicara ategereje *kumva ibitekerezo*" bigenewe abantu n'amasosiyete. Amwe mu masosiyete manini akomeye muri Amerika yamwishyuraga agatubutse ku isaha kubera "kujya kwicara ategereje *kumva ibitekerezo* byayo."

Ubushobozi bwo gutekereza mu buryo busanzwe akenshi bugira inenge kubera ko bugendera gusa ku byo umuntu yanyuzemo. Nyamara ntabwo ubumenyi bwose buvuye mu byo umuntu yanyuzemo buba bwuzuye. Ibitekerezo umuntu aronse bivuye ku rwego rw'ubushobozi buhanga ni byo "ntamakemwa," kubera ko biba biturutse ahantu hizewe cyane kurusha ibyo umuntu atekereza mu buryo busanzwe.

Inzira zifashishwa n'abahanga zakwigaragarije nawe.

Itandukaniro rinini hagati y'*umuhanga n'umuhanzi* usanzwe ni uko ibyo umuhanga akora byose yifashisha urwego rwe rw'ugushushanya mu bwenge guhanga, mu gihe uvumbura ibintu mu buryo busanzwe ataruzi. Umuhanga muri sayansi akoresha ububasha bwe bwombi, ugushushanya mu bwenge *gusanisha* n'ugushushanya mu bwenge *guhanga.*

Dufate urugero. Umuhanga muri sayansi atangira ibyo azahanga ategura kandi agenda ahuriza hamwe ibitekerezo bizwi cyangwa amahame azwi agendeye ku bunararibonye, yifashishije ugushushanya mu bwenge *gusanisha* kwe (ubushobozi busanzwe bwo gutekereza). Iyo abonye ubumenyi yaronse mu byo yanyuzemo budahagije mu kumufasha kugera ku cyo ashaka guhanga, nibwo yiyambaza izindi nzira zihariye zituruka ku bushobozi *buhanga.* Uko ibi abahanga babikora bigenda bitandukana bitewe n'umuntu, cyakora muri rusange bikorwa bitya:

1. Akangura imbaraga z'umutima we ku buryo usigara uri gukorera ku rwego rwo hejuru rudasanzwe, yifashishije kimwe muri bya bintu 10 bikangura imbaraga z'umutima twavuze cyangwa se ikindi kintu gishishikaza umutima yihitiyemo.
2. Yerekeza ibitekerezo bye ku bintu bizwi (uko ikintu ashaka kizaba kimeze) bizaranga icyo ashaka guhanga; nuko akarema mu mutima we ishusho nyayo y'icyo kintu (azahanga) kitaramenyekana (we akibona mu bitekerezo kitaranoga). Agumana iyo shusho mu mutima we kugeza igihe iyo shusho izatwarwa n'uruhande ndotero rw'umutima we; nuko agatuza, akarinda umutima we ikindi gitekerezo icyo ari cyo cyose cyawinjiramo ahubwo agategereza igisubizo kizawigaragazamo.

Rimwe na rimwe hari ubwo igisubizo kiza cyuzuye kandi kidatinze. Ubundi hakaba ubwo kiza kitaboneye, bitewe n'urwego rw'imikoreshereze y'icyumvisho cya gatandatu cyangwa se ubushobozi buhanga.

Bwana Edison yagerageje uburyo ibihumbi icumi butandukanye yifashishije *ugushushanya mu bwenge gusanisha* mbere y'uko agera ku bushobozi buhanga akajya yabona igisubizo kinoza itara ry'amashanyarazi. Izo nzira ni na zo yakoresheje ubwo yahangaga "phonograph."[228]

Hariho ibimenyetso byinshi byizewe bigaragaza k' "ugushushanya mu bwenge guhanga" kubaho. Ibi bimenyetso byigaragaza mu gusesengura ubuzima bw'abantu babaye abayobozi mu mirimo bakoraga kandi batarigeze biga amashuri menshi. Lincoln ni urugero rwihariye rw'umuyobozi uhebuje wakoze ibikorwa byinshi by'indashyikirwa, kubera ko yashoboye kuvumbura no gukoresha ubushobozi bwe bw'ugushushanya mu bwenge guhanga. Yavumbuye ko afite ubu bushobozi kandi atangira kubukoresha biturutse mu rukundo yabayemo ubwo yari amaze kumenyana na Anne Rutledge; iyi mvugo ikaba ifite ikintu kinini isobanuye mu nyigo igamije kugaragaza aho ingufu z'ubuhanga zituruka.

Ububasha bw'ingufu zerekeza ku gitsina.

Amateka agaragaramo abayobozi benshi bafite ibikorwa byinshi bagezeho babikesha imbaraga batewe n'abagore batumye imitima yabo ikuza ubushobozi buhanga bwabo, binyuze mu gukangura ugushaka kwerekeza ku gitsina kwabo. Napoleon Bonaparte[229] yari umwe muri abo. Iyo umutima we wabaga "*ufite ububyutswe*" buturutse ku mugore we wa mbere Josephine, nta mwanzi wamuhagararaga imbere. Ubwo "imitekerereze myiza" ye cyangwa se "isanzwe" yamugezaga kugushyira Josephine iruhande, yatangiye gusubira inyuma. Ugutsindwa kwe no guhungira ku kirwa cya St. Helena[230] na byo ntibyari kure.

Iyo biba byadushobokeraga twakavuze abagabo benshi bazwi n'Abanyamerika, bazamutse mu ntera yo hejuru mu bikorwa byabo babishishikarijwe n'abagore babo; hanyuma bakaza gusubira inyuma ndetse no kugwa kandi bari barikwije ifaranga n'ububasha; ibyo bikabashyikira ari uko baretse umugore wabo "ushaje" bagafata undi. Napoleon si we mugabo wenyine wavumbuye ko ububasha bw'ingufu zerekeye ku gitsina, *buturutse ku muntu nyawe,* buba bufite imbaraga zisumbuyeho kurusha ikindi kintu icyo ari cyo cyose cyahangwa n'ibitekerezo bisanzwe.

Umutima wa muntu ukangurwa n'ingufu ziwushishikaza!

Izihebuje muri izo kandi nyinshi cyane ni iz'*ubushituzi* bwerekeza ku gitsina. Iyo umuntu yamaze gufata no guha indi shusho izi ngufu, zimugeza aho ashobora kujwigiriza ubwoba n'utundi tubazo dushobora kumuhanantura ku rwego rw'imirebere rwo hasi.

Reka twiyibutse bamwe mu bagabo bageze ku bikorwa by'indashyikirwa. Buri wese muri bo yagiraga imyitwarire yerekeza ku gitsina ihanitse. Nta gushidikanya ko ubuhanga bagaragaje bufitanye isano n'ingufu zerekeza ku gitsina zabaranze. Muri abo twavuga:

George Washington
Thomas Jefferson
Napoleon Bonaparte
Elbert Hubbard
William Shakespeare[231]
Elbert H. Gary
Abraham Lincoln
Woodrow Wilson Ralph
Wald Emmerson
John H. Patterson
Robert Burns
Andrew Jackson[232]
Enrico Caruso[233]

Urebye nawe mu zindi nyandiko zivuga ku buzima bw'abantu wakongera uru rutonde. Nubishobora uzashakishe urebe ko hari umuntu wabona wagize intsinzi ihanitse waba atari afite imyitwarire yerekeza ku gitsina iteye imbere.

Niba udashaka kureba mu nyandiko zivuga ku batakiriho, reba ku rutonde rw'abo uzi bariho ubu bafite ibikorwa by'indashyikrwa, maze urebe ko harimo uwo wambwira ufite imyitwarire yerekeza ku gitsina itanezeza.

Ingufu zerekeza ku gitsina ni zo mbaraga zihanga abahanga. *Nta na rimwe hazabaho umuyobozi uhebuje, umwubatsi cyangwa se umuhanzi udafite izi ngufu.*

Byumvikane ko nta wakwibeshya ku bivuzwe maze ngo agaragaze ko abafite ingufu zerekeza ku gitsina bose ari abahanga. Muntu agera ku rwego rw'abahanga gusa iyo akanguye imbaraga z'umutima we, ku buryo na wo wifashisha izo mbaraga zihari binyuze mu nzira z'ugushushanya mu bwenge guhanga. Ikiyoboye ibindi muri ibi bintu bikangura umutima bigatuma uko "kunoza" kubaho ni ingufu zerekeza ku gitsina. *Gutunga* gusa izo ngufu ntibihagize kugira ngo bireme umuhanga. Izo ngufu zigomba guhindurwa aho kuba izo guhuza imyanya ndangagitsina ahubwo *zigahindurwamo* ikindi kintu cy'indi *shusho* y'ugushaka hamwe n'ingiro yako, mbere y'uko izo ngufu zizamura umuntu zikamugeza ku rwego rw'abahanga.

Aho kugira ngo abantu bazamuke mu buhanga babikesha ubushake buhebuje bwerekeza ku gitsina, abenshi mu bantu *bariyandavuza* biturutse mu kudasobanukirwa no gukoresha nabi izi mbaraga zihebuje, bakazikoresha mu buryo *bumwaye* nkaho na bo ari inyamaswa.

Impamvu akenshi abantu batagera ku ntsinzi mbere yo kuzuza imyaka 40.

Nyuma y'ubusesenguzi nakoreye ku bantu barenga ibihumbi 25, nasanze abantu bake ari bo baronka intsinzi mu byo bagiyemo mbere y'uko buzuza imyaka 40; ndetse akenshi batera intambwe nyayo iyo barengeje imyaka 50. Iki kintu gitangaje cyatumye niyemeza gusesengura byimbitse impamvu zigitera.

Ubwo bushakashatsi bwagaragaje impamvu y'ingenzi abantu benshi bagera ku ntsinzi, batabishobora mbere y'imyaka hagati ya 40 na 50. Iyo mpamvu ni uko abo bantu bakunze "gushora" ingufu zirenze urugero mu marangamutima yerekeza ku gitsina agambiriye guhuza imyanya ndangagitsina. Abantu benshi ntibazi *na gato* ko ingufu zerekeza ku gitsina zifite undi mumaro urenze kure uwo guhuza imyanya ndangagitsina. Abenshi mu bawuvumbura, babigeraho nyuma y'igihe kirekire, *baramaze gutakaza imyaka myinshi* mu gihe ingufu zerekeza ku gitsina zari ku rwego rwo hejuru, mbere y'uko bagera ku myaka hagati ya 45 na 50. Iyi myaka ikurikirwa akenshi n'intsinzi itagereranywa.

Kugeza ku myaka 40 cyangwa kuyirengaho gato, ubuzima bw'abantu benshi bugaragaramo ibikorwa bihoraho byo kwangiza imbaraga zakabaye zikoreshwa mu buryo bubafasha. Amarangamutima yabo amwe aboneye kandi afite imbaraga bayashora imihanda yose mu buryo bufutamye. Muri iyi migirire y'igitsina gabo ni ho havuye imvugo ngo "imfizi ntiyimirwa."

Ugushaka kwerekeza ku gitsina kurenze andi marangamutima yose ya muntu. Kubera iyi miterere, iyo *gufashwe kandi kugahabwa icyerekezo* kigana ingiro itari ya yindi yo guhuza imyanya ndangagitsina, gushobora kuzamura umuntu kukamugeza ku bikorwa by'indashyikirwa.

Igihebuje mu bikangura imbaraga z'umutima.

Mu mateka hagaragaramo abantu benshi bageze ku rwego rw'abahanga bifashishije ibikangura imbaraga z'umutima by'ibikorano nk'inzoga n'ibindi biyobyabwenge. Edgar Allen Poe[234] yanditse igitabo "*Raven*"[235] amaze kunywa inzoga z'ubwoko bwa wisiki, bityo "arota inzozi muntu atigeze kurota mbere." James Whitcomb Rily[236] yasohoye inyandiko ye isumba izindi ubwo yari yanyoye inzoga. Wasanga ari yo mpamvu yabonye "ukwivanga gufite injyana hagati y'ibiriho n'inzozi, abona urushyo rw'ingano hejuru y'uruzi, abona igihu hejuru y'uruzi." Robert Burns yanditse ibinoze ubwo yari yanyoye ibisindisha; agira, ati: "*Kuva Kera Nshuti, Tuzaba Tutarafata Ikirahuri cy'Ubugwaneza, Kuva Kera Nshuti.*"

Reka rero twibukiranye ko amaherezo abo bantu bangije ubuzima bwabo. Rurema yateguye uburyo bwe bufasha abantu gukangura imbaraga z'imitima yabo, bityo bagashobora kwinjira mu bitekerezo byiza kandi bidakunze kugirwa na buri wese — ndetse nta muntu uzi aho bituruka! Nta kintu na kimwe kiraboneka cyasimbura imbaraga z'umwimerere wa Rurema zikangura umutima.

Ni ikintu kizwi neza n'abahanga mu kumenya imyitwarire ya muntu, ko hariho isano ya hafi hagati y'ugushaka kwerekeza ku gitsina hamwe n'imbaraga za roho — iki kintu kikaba gisobanura imyitwarire idasanzwe y'abantu bajya mu "mihuro" izwi nk' "izahuradini;" imenyerewe mu baturage batarajijuka.

Isi iyobowe n'amarangamutima y'umuntu, kandi icyerekezo cy'amateka y'abayituye gitangwa na yo. Abantu bakora ibyo "bakora" bidaturutse cyane mu "gutekereza gusanzwe," ahubwo ahanini babitewe n' "ibyiyumvo." Ubushobozi buhanga bw'umutima bwifashishwa binyuze mu byiyumvo aho kuba gusa mu "*gutekereza gusanzwe.*" Amarangamutima afite ingufu kurusha ayandi ni ayerekeza ku gitsina. Hariho ibindi "*bikanguzo* by'imbaraga z'umutima" kandi bimwe byavuzwe, nyamara nta na kimwe muri byo cyageza ku ngufu z'igikanguzo cyerekeye ku gitsina, habe na byose bihurijwe hamwe.

Igikangura imbaraga z'umutima ni ikintu icyo ari cyo cyose, cyaba kidatinze cyangwa se ari ikizahoraho, cyongerera ingufu igitekerezo. Ibintu 10 bikangura imbaraga z'umutima byasobanuwe ni byo akenshi byifashishwa. Binyuze muri izo nzira, umuntu ashobora gusabana n'urwego rw'Ubumenyi Butagira Iherezo, cyangwa akinjira, abyitegetse, mu kigega cy'Uruhande ndotero rw'umutima, rwaba urwe cyangwa se urw'undi muntu; *ibi bikaba bikorwa gusa n'abahanga.*

Ikigega muntu avomamo ingufu bwite za rukuruzi.

Umwarimu wahuguye abacuruzi barenga ibihumbi 30 yavumbuye ikintu kidasanzwe cy'uko abantu bafite amarangamutima yerekeza ku gitsina ashabutse, bavamo abacuruzi nyabo. Igisobanuro cy'ibi ni uko "ikintu kigaragaza imyitwarire ya muntu" cyitwa "ingufu bwite rukuruzi z'umuntu" ntaho gitandukaniye n'*ingufu zerekeza ku gitsina.* Abantu bafite izi ngufu zerekeza ku gitsina ku rwego rwo hejuru, akenshi bagira na rukuruzi izana abandi bantu. Binyuze rero mu kuzikoresha hamwe no kuzisobanukirwa, izi ngufu zishobora kwifashishwa mu nyungu zihebuje mu mibanire hagati y'abantu. Izo ngufu zishobora kugezwa ku bandi binyuze muri izi nzira zikurikira:

1. *Guhana ukuboko abantu basuhuzanya.* Kwakira ukuboko k'umuntu mu gusuhuzanya kugaragaza bidatinze niba hariho ingufu bwite rukuruzi cyangwa se niba ntazo.
2. *Ijwi mu mivugire.* Rukuruzi cyangwa ingufu zerekeza ku gitsina

ni ikintu gishobora kugaragarira mu "*bushyuhe*" bw'ijwi, uko rifite injyana njyamuziki cyangwa se inezeza.

3. *Igihagararo cyangwa se intambuko.* Abantu bafite amarangamutima yerekeza ku gitsina ari ku rwego rwo hejuru batambukana ibakwe, harimo ukwiyizera n'umutuzo.
4. *"Ihumuzabitekerezo."* Abantu bafite amarangamutima yerekeza ku gitsina ari ku rwego rwo hejuru bayahuza n'ibitekerezo byabo, bakaba babikora ari bo babyitegetse; gutyo, bikaba byagera no ku bandi begeranye.
5. *Kunoza umubiri.* Abantu bafite amarangamutima yerekeza ku gitsina ari ku rwego rwo hejuru, bagenzura cyane uko bagaragara mu bandi. Muri rusange, bahitamo imyambarire ijyanye n'uko bateye, igihagararo cyabo n'uko bumva ibintu.

Iyo bahitamo abazacuruza, abayobozi ba serivisi z'ubucuruzi bareba abantu *mbere na mbere* bafite ireme ryihariye ry'ingufu bwite rukuruzi zikenewe mu kugurisha. Abantu badafite amarangamutima yerekeza ku gitsina, ntibazashobora *gushabuka* cyangwa se *gushabutsa* abandi; kandi uko gushabuka ni ikintu cy'ingenzi mu bucuruzi, tutitaye ku cyo umuntu yaba agurisha cyose.

Yaba ari utanga imbwirwaruhame, umwigisha, uburanira abandi cyangwa se ucuruza; iyo adafite ingufu zerekeza ku gitsina, aba "yaratsinzwe," tumurebeye mu rwego rw'uko yashobora guha abandi icyerekezo. Kuri ibi kandi, wongereho ko abantu benshi bashobora guhabwa icyerekezo n'ibyo *bumva* iyo amarangamutima yabo yagezweho na byo; bityo urasobanukirwa akamaro k'ingufu zerekeza ku gitsina mu bushobozi bw'ucuruza. Abayobozi b'abacuruzi, bagera kuri izo nzego zo hejuru, kubera ko baba barashoboye *guhindura ingufu zerekeza ku gitsina* zikavamo ugushabuka mu bucuruzi; baba babizi cyangwa se batabizi. Muri iyi mvugo, dushobora gusangamo igisobanuro gifatika cyo guhindura ingufu zerekeza ku gitsina.

Umucuruzi usobanukiwe uko *akura umutima we ku bijyanye n'igitsina nyirizina*, hanyuma akawuyobora mu *rugwiro n'ubushake byuje ingufu zo kugurisha ibyo acuruza*, nk'uko yakabigenje arimo ashaka kugera ku ntego yo guhuza imyanya ndangagitsina; aba yaramaze kuronka *ubuhanga bwo guhindura amarangamutima yerekeza ku gitsina*; yaba abizi cyangwa atabizi. Abenshi mu bacuruzi bahindura ingufu zabo zerekeza ku gitsina, babikora batabizi na gato batanazi uko bikorwa.

Guhindura amarangamutima yerekeza ku gitsina bigomba ukwitegeka kwinshi kuri hejuru y'uko umuntu usanzwe yaha umwanya mu igerwaho ry'iyi ntego. Ba bandi babona bigoye kugira ukwitegeka guhagije kugira ngo habeho ukwihindura kw'ingufu zerekeza ku gitsina, babigeraho buhoro buhoro. Nubwo bwose kugera kuri iyi ntego bisaba kwitegeka "ibintu bimwe na bimwe," ibihembo bikurikiraho birenze kure ingufu zisabwa.

Imyemerere y'ibinyoma yerekeye ku gitsina yangiza imyitwarire y'umuntu.

Abantu benshi ntibababarirwa kutagira ubumenyi ku byerekeranye n'igitsina. Ingufu zerekeza ku gitsina zagiye zumvikana bitari byo, zigaharabikwa, zinnyegwa n'abadafite ubumenyi kandi bagambiriye ikibi mu mitima yabo.

Abagabo n'abagore bazwi ko bagize umugisha — banawugize koko — wo kuronka ingufu zerekeza ku gitsina zo ku rwego rwo hejuru, akenshi bafatwa nk'abantu bo kugenzurwa. Aho kwitwa ko bagize umugisha, bahimbirwa ko bavumwe.

Amamiriyoni y'abantu, yewe no muri iyi myaka abantu barimo bahuguka, bishyizemo kumva ko baciriritse kubera aya makuru y'ikinyoma avuga ko kugira amarangamutima yerekeza ku gitsina yo ku rwego rwo hejuru ari impamvu y'umuvumo. Nanone, izi mvugo zigaragaza ibyiza by'amarangamutima yerekeza ku gitsina, ntizigomba gufatwa nk'impamvu y'ubuhehesi cyangwa ubwomanzi. Amarangamutima yerekeza ku gitsina, ayobora ku ndangagaciro gusa, iyo akoreshejwe mu buryo bw'ubwenge kandi harimo no gushishoza. Ashobora gukoreshwa mu buryo budakwiye, kandi akenshi ni byo bibaho, ku buryo atesha agaciro umubiri n'umutima, aho kugira ngo abyubake.

Nk'uko byasobanuwe n'umwanditsi, ubwo yavumburaga ibi, buri muyobozi w'indashyikirwa yashoboye gusesengura imikorere ye, yabaga ari umuntu wageze ku ntsinzi abikesha icyerekezo akomora ku "mugore." Akenshi "uwo mugore" yabaga ari umuntu usanzwe, utarinjiraga cyane muri ibyo bikorwa, wabaga azwi buke cyangwa atazwi na rubanda. Rimwe na rimwe, umugabo yabaga yarahawe icyerekezo n' "undi mugore."

Buri muntu wese ujijutse azi ko gushabuka kurenze urugero guturutse ku nzoga n'ibindi biyobyabwenge ari ikintu cyangiza gishamikiye ku kutifata. Nanone kandi abantu bamwe ntibazi ko gutwarwa n'ubushake mpuzabitsina bishobora kwangiza no kubangamira ingufu zihanga ku rwego rumwe n'urw'ibiyobyabwenge cyangwa wisiki.

Umuntu wahungabanyijwe n'ubushake mpuzabitsina ntaho atandukaniye n'ikigoryi! Bombi baba baratakaje ububasha bwabo bwo gutekereza mu buro busanzwe hamwe n'ukwitegeka. Akenshi abarwara *hypochondria,*[237] (indwara itariho, nyirubwite yishyizemo mu mutwe we gusa), batangirana n'ingeso bakuza muri bo kubera kutamenya umurimo nyawo w'ibitsina.

Biragaragara ko kutagira ubumenyi ku buryo amarangamutima yerekeza ku gitsina ahindurwamo ikindi kintu, bitera ibibazo byinshi abo bantu batabufite, ndetse no ku rundi ruhande, bikababuza inyungu ihanitse bagakuye muri ubwo bumenyi.

Ahanini iryo bura ry'ubumenyi ku bijyanye n'igitsina rituruka ku kuba, ku ruhande rumwe iyo ngingo yaragiye ivugwaho ibintu bidasanzwe, ku rundi ruhande, abantu bakirinda kuyivugaho. Ubwo bugambanyi "bushyize imbere" ibidasanzwe no gucececka ku bijyanye n'igitsina, bwagize ku mitima y'urubyiruko, ingaruka zimwe n'iz'iyo mitekerereze yo kubabuza kugira ubumenyi. Icyavuyemo ni uko hiyongereye amatsiko hamwe n'ubushake bwo kuronka ubumenyi bwisumbuyeho kuri iyo ngingo "ibujijwe." Igiteye isoni ku banyamategeko bose n'abaganga bamwe na bamwe, ni uko amakuru atigeze aboneka mu buryo bworoshye, kugira ngo hahugurwe abujuje ibisabwa na bo bazigishe urubyiruko.

Intsinzi ishyika nyuma y'imyaka 40.

Ni gake umuntu ashobora kugira intsinzi iturutse ku "buhanzi" mu byo arimo byose mbere y'imyaka 40. Umuntu usanzwe agera ku rwego rwo hejuru rw'intsinzi mu mikorere iyo ageze mu myaka iri hagati ya 40 na 60. Kwemeza ibi mbishingira ku makuru yavuye ku bihumbi by'abagabo n'abagore nasesenguye. Ibi kandi byakongerera imbaraga abashaka gucibwa intege n'uko baba "bataragerayo" kandi begereje imyaka 40; cyangwa se baba baterwa ubwoba mu gihe barimo begereza "imyaka y'ubusaza cyangwa ubukecuru," bari hafi y'icyitegererezo cy'imyaka 40. Ni nk'ihame, imyaka hagati ya 40 na 50 ni iyo izana imbuto nyinshi. Umuntu ntagomba kwegera iyi myaka afite ubwoba no guhangayika; ahubwo agomba kuba afite ukwizera hamwe n'uguteganya bihanitse.

Niba ushaka icyitegererezo cy'uko abantu benshi badashobora kugera ku budasa mu mikorere mbere y'imyaka 40, uzasesengure ibyanditswe ku bantu b'ingenzi bagize intsinzi bazwi n'Abanyamerika, uzakibona. Henry Ford yageze ku ntsinzi ye ihebuje ari uko ageze hejuru y'imyaka 40. Andrew Carnegie yari arengeje imyaka 40 ubwo yatangiraga gusarura imbuto z'imbaraga ze. James J. Hill yari agikora ku iposita ku myaka 40. Intsinzi ye ihebuje yayigezeho nyuma y'iyo myaka. Ibyanditswe ku Banyamerika bakoze mu nganda no mu by'ubukungu, bigaragaza ko intsinzi ihebuje ya muntu ayigeraho akenshi hagati y'imyaka 40 na 60.

Hagati y'imyaka 30 na 40, muntu atangira kwiga, (iyo bibayeho ko hari icyo yiga) ibanga riri mu "guhindura ingufu." Kurivumbura akenshi bishyikira umuntu atabizi; kandi akenshi umuntu urivumbura ntaba azi ko yarivumbuye. Ashobora gusanga ububasha bwe bwo kugira ibyo ageraho bwariyongereye ahagana ku myaka iri hagati ya 35 na 40; ariko akenshi, ntaba azi icyateye izo mpinduka. Akabona "*amahame agenga ibyaremwe*" atangiye gushyira ubwuzuzanye hagati y'amarangamutima yerekeza ku gitsina n'ayerekeza ku rukundo, ubwo aba ageze hagati y'imyaka 30 na 40; ku buryo ashobora kwifashisha izi ngufu zihebuje, maze akazikomatanya, akazikoresha nk'izimushishikariza igikorwa.

Voma imbaraga ku ruganda rw'amarangamutima yawe.

Amarangamutima yerekeza ku gitsina yonyine afite ingufu nyinshi ziyobora ku gikorwa; nyamara izo ngufu ni nka serwakira, akenshi biragora kuziha icyerekezo. Iyo amarangamutima yerekeza ku rukundo n'ayerekeza ku gitsina ahuye, atanga umutuzo ugana ku ntego, imikorere iboneye, ibitekerezo bihamye hamwe no kutarengera. Ni nde muntu wagorwa no gusesengura no gusobanukirwa ibyavuzwe hamwe no kubijyanisha n'ubunararibonye bwe yaramaze kuzuza imyaka 40?

Iyo umugabo ayobowe n'ugushaka ko kunezeza umugore, gushingiye gusa ku marangamutima yerekeza ku gitsina, yagera ku ntsinzi ihebuje; kandi muri rusange arabishoboye. Cyakora ibikorwa bye bishobora kutagira gahunda inoze, ntibibe ku murongo; hanyuma bikaba byasenya, iyo umugabo ayobowe n'impamvu y'amarangamutima yerekeza ku gitsina nyirizina gusa agambiriye kunezeza umugore; icyo gihe ashobora kwiba, kujya mu buriganya bundi ndetse no kuba yakwiyahura. Nyamara iyo amarangamutima yerekeza ku rukundo yahujwe n'ayerekeza ku gitsina, uwo mugabo ayobora ibikorwa bye atabangamira ubuzima, atarengera kandi agendeye ku bitekerezo nyabyo.

Amarangamutima yerekeza ku rukundo, akangura urukundo n'ayerekeza ku gitsina ni yo ashobora kuzamura umuntu ku ntera ihebuje y'intsinzi. Urukundo ni amarangamutima afata umwanya nk'uwa "feri" y'imodoka; bityo rugatuma habaho kutarengera, kuguma ku kigero gikwiye no gukomezanya ingufu zubaka. Aya marangamutima uko ari atatu iyo ahujwe ashobora kuzamura umuntu ku rwego rw'abahanga.

Amarangamutima ni imiterere y'umutima. Rurema yahaye muntu "imikorere y'umutima" igendera ku mahame ameze nk'agenderwaho mu ikorwa ry'ibinyabutabire. Ni ikintu kizwi ko hifashishijwe kuvanga ibintu, umuhanga mu butabire ashobora gukora uburozi bwica buturutse mu kuvanga ibintu, nyamara buri kintu mu byavanzwe kikaba nta kibazo cyatera kiri cyonyine, mu gihe cyaba gifashwe mu rugero nyarwo. Amarangamutima na yo ashobora guhuzwa ku buryo budakwiye akaba uburozi. Amarangamutima yerekeza ku gitsina hamwe n'ay'ishyari, iyo ahujwe, ashobora kwambura umuntu ubushobozi bwo gushyira mu gaciro akamuhindura nk'igikoko cyasaze.

Kugaragara mu mutima w'umuntu kwa rimwe cyangwa se menshi mu marangamutima asenya gushobora kwangiza ubushobozi bw'umuntu bwo kubona ukuri no kutabogama, biturutse ku mikorere yihariye y'*uruganda rw'umutima.*

Inzira igeza ku kuba "umuhanga" igizwe no gukuza, kugenzura hamwe no gukoresha amarangamutima yerekeza ku rukundo, akangura urukundo n'ayerekeza ku gitsina. Mu magambo make bikorwa gutya:

Hora ushishikariza aya marangamutima kuba ari yo ayobora ibitekerezo by'umutima wawe kandi ugendere kure amarangamutima asenya. Erega burya "Umutima watewe na Kamenyero" kandi ugaba amashami mu bitekerezo *wuhiwe.* Hifashishijwe ububasha bwo "kwitegeka," umuntu ashobora kwima "ikaze" amarangamutima amwe, hanyuma akakira ayandi. Kugenzura umutima hifashishijwe ingufu zo "kwitegeka" ntibigoye. Kugenzura bituruka mu guhozaho hamwe n'akamenyero.

Ibanga ryo kugenzura riri mu gusobanukirwa uko "guhindura" bikorwa. Iyo amarangamutima asenya ayo ari yo yose yinjiye mu mutima w'umuntu, ashobora "guhindurwamo" amarangamutima aboneye cyangwa yubaka binyuze mu buryo bworoshye bwo guhindura ibitekerezo.

Nta yindi nzira igeza ku kuba "umuhanga" uretse umuhate ushingiye ku bushake bwa nyirubwite. Umuntu ashobora kugera ku ntera zo hejuru mu butunzi cyangwa se muri bizinesi yifashishije gusa imbaraga z'amarangamutima yerekeza ku gitsina, ariko amateka arimo ingero nyinshi zitugaragariza ko bene uwo muntu ashobora — akenshi ni ko biri, ashobora kuba agendana imyitwarire imwe n'imwe imubuza kugumana cyangwa se kwishimira ubwo butunzi. Ibi rero bikwiye gusesengurwa, bigatekerezwaho kandi bikazirikanwa kuko birimo ukuri, kandi kuramutse kumenyekanye kwafasha abagore kimwe n'abagabo. Kutamenya ibi, byagiye bicutsa ibihumbi by'abantu umurage wabo w'ibyishimo, kabone n'ubwo bari bafite ubutunzi.

Ukunda nyabyo ntatsindwa burundu.

Insigaramutima z'urukundo ntizibagirana. Zigumaho, zigakomeza kuyobora no guha abantu icyerekezo na nyuma cyane y'aho isoko yarwo iba yarakamye. Nta kidasanzweho kiri muri ibi. Umuntu uwo ari we wese waba yaranyuzweho n'urukundo nyarwo, azi ko rusiga ibimenyetso bihoraho mu mutima w'umuntu. Ibisigara by'urukundo ntibishira kuko urukundo "rugizwe na roho." Umuntu udashobora gukangurwa n'imbaraga z'urukundo ngo zimugeze ku ntsinzi zo ku rwego rwo hejuru aba yarataye ukwizera — aba yarapfuye, nubwo bwose yaba agaragara nk'uriho.

Subiza amaso inyuma urebe bya bihe, hanyuma unezeze umutima uzirikana ibihe by'umunezero mu rukundo rw'icyo gihe wagize. Ibyo bizoroshya ibibazo n'imiruho ya none. Bizaguha inzira unyuramo uhunga ibitanejeje byo mu buzima; kandi — nta wamenya, umutima wawe ushobora kwakira ibitekerezo cyangwa se gahunda bishobora guhindura uko uhagaze mu by'ubukungu cyangwa se mu bya roho, muri icyo gihe cyo gutembereza ibitekerezo mu isi idasanzwe.

Niba utekereza ko uri umunyabyago kubera ko wakunze hanyuma urukundo rukaza kwigendera, ikuremo icyo gitekerezo. Umuntu wakunze mu buryo nyabwo, nta bwo atsindwa burundu. Urukundo rugira ayarwo kandi ruratungurana. Ruza rushaka kandi rukagenda rudateguje. Rwakire kandi urwishimire mu gihe rugihari, nyamara irinde guta igihe uhangayikishwa n'igenda ryarwo. Guhangayika ntibizarugarura.

Ikuremo kandi ibitekerezo by'uko urukundo ruza rimwe gusa. Urukundo rushobora kuza rwongera rugenda inshuro nyinshi, cyakora nta "rukundo" rusa n'urundi mu nshuro ebyiri rushyikira umuntu umwe. Byashoboka ko habaho, kandi ni ko biri, byashoboka ko habaho urukundo umuntu acamo rukamusigira ikimenyetso kinini ku mutima kurusha urundi; cyakora ubuzima bwose umuntu anyuramo mu rukundo, bumugirira akamaro keretse kuri wa wundi urugirira inzika no kurukwena iyo rwigendeye.

Ntabwo hakabayeho gucika intege kubera urukundo; nta byakabayeho kandi iyo abantu baba basobanukiwe itandukaniro hagati y'amarangamutima yerekeza ku rukundo n'ayerekeza ku gitsina. Itandukaniro rinini ni uko urukundo rushamikiye kuri roho, naho igitsina kigashamikira ku mubiri. Nta buzima muntu anyuramo busiga ikimenyetso cy'ingufu za roho ku mutima we bushobora kwangiza, keretse biturutse ku kudasobanukirwa cyangwa ishyari.

Nta gushidikanya, amarangamutima yerekeza ku rukundo ni cyo kintu gitunganye cyane kurusha ibindi mu byo muntu anyuramo. Azamura umuntu, akamuhuza n'urwego rw'Ubumenyi Butagira Iherezo. Iyo ahujwe n'amarangamutima akangura urukundo n'ayerekeza ku gitsina, ashobora kuzamura umuntu ku ngazi, akamugeza ku ntera yo hejuru y'ubushobozi buhanga. Amarangamutima yerekeza ku rukundo n'ayerekeza ku gitsina n'akangura urukundo ni yo agize inyabutatu ihoraho y'umuhanga ugera ku ntego.

Urukundo ni irangamutima rigizwe n'impande nyinshi, amashusho menshi n'amabara menshi. Cyakora ishusho y'urukundo irusha izindi kurutera gukomera no *kugurumana,* ni ya yindi ibumbatiye ukwihuza kw'amarangamutima yerekeza ku rukundo n'ayerekeza ku gitsina. Umubano w'abashakanye udahuriye ku bwiza budashira bw'urukundo kandi rurimo imibonano mpuzabitsina ku kigero gisanzwe, ntabwo uzabamo ibyishimo; bityo ntutera kabiri. Urukundo rwonyine ntiruzana umunezero w'abashakanye, nk'uko n'imibonano mpuzabitsina yonyine itabishobora. Iyo aya marangamutima yombi ahujwe, umubano w'abashakanye ushobora kuzana imiterere y'umutima yegereye iya roho ku rwego rwo hejuru, rushobokera umuntu wazamutse ku rundi rwego rw'imibonere y'ibintu kuri iyi si.

Iyo amarangamutima akangura urukundo yiyongereye ku yerekeza ku rukundo hamwe n'ayerekeza ku gitsina, ibyari byitekeye hagati y'uruhande nyumviro rw'umutima[238] w'umuntu hamwe n'urwego rw'Ubumenyi Butagira Iherezo bikurwaho. Ubwo umuhanga aba yavutse!

Impamvu umugore ashobora kubaka cyangwa *kubika* umugabo we.

Hano haratangwa uburyo bw'imyumvire buramutse bwumvikanye uko bikwiye, bukaba bwagarura ubwuzuzanye mu ngo nyinshi zigaragaramo imibanire idahwitse. Ukutumvikana, akenshi kugaragarira mu mvugo zisesereza zihoraho mu bashakanye, gushobora kuba gufitanye isano no *kudasobanukirwa* n'amarangamutima yerekeza ku gitsina. Iyo amarangamutima yerekeza ku rukundo n'akangura urukundo ahujwe no gusobanukirwa amarangamutima yerekeza ku gitsina byuzuzanya, nta kudahuza kubaho hagati y'abashakanye.

Nyirimigisha ni umugabo ufite umugore usobanukiwe imikoranire nyayo y'amarangamutima yerekeza ku rukundo, ayerekeza ku gitsina n'akangura urukundo. Iyo hariho imbaraga ziturutse ku *butegetsi* bw'izi nzego "*zitunganye*" uko ari eshatu, nta murimo n'umwe ugaragara nk'uvunanye, kubera ko na bya bindi bisaba ingufu nke cyane bikorwa na byo mu izina ry'urukundo.

Ni imvugo ya kera, igira, iti: "Umugore ashobora kubaka cyangwa *kubika* umugabo we;" cyakora impamvu y'iyi mvugo akenshi ntigaragara. "Kumwubaka" cyangwa "*kumwubika*" ni umusaruro wo kugira cyangwa kubura imyumvire y'amarangamutima yerekeza ku rukundo, ayerekeza ku gitsina n'akangura urukundo.

Iyo umugore atumye umugabo we ata agaciro yamubonagamo hanyuma akakabona mu bandi, biba biturutse ku kutamenya kwe, cyangwa se ku kutika ku ngingo zirebana n'amarangamutima yerekeza ku rukundo, ayerekeza ku gitsina n'akangura urukundo. Iyi mvugo irumvikanisha ko higeze kubaho urukundo nyarwo hagati y'umugabo n'umugore. Ibi kandi, ni ko bimeze ku mugabo utuma agaciro umugore we yamubonagamo "gapfa."

Abashakanye akenshi bajya impaka ku tuntu twinshi duto. Nyamara iyo utwo tuntu dusesenguwe uko bikwiye, basanga impamvu nyayo yatwo ari ukutita kuri mugenzi we cyangwa kutagira ubumenyi ku byavuzwe kuri izi ngingo.

Nta gaciro k'ubutunzi butarimo umugore.

Ikintu cya mbere mu bitera imbaraga umugabo ni ugushaka gukora ibinezeza umugore. Mu minsi ya kera cyane, mu ntangiriro z'amateka ya muntu, umuhigi wabaga intwari, yabikoraga ashaka kunezeza umugore. Imiterere y'umugabo ntiyigeze ihinduka kuva icyo gihe. "Umuhigi" wa none ntabwo atahana uruhu rw'inyamaswa y'ishyamba, ahubwo we agaragaza ugushaka kwe kwerekeza ku gitsina "atahana" imyenda iboneye, imodoka cyangwa ubutunzi. Umugabo aracyafite ubushake bwo kunezeza umugore nk'ubwo yari afite mu bihe bya kera mu ntangiriro z'amateka. Icyahindutse gusa ni uburyo bwo kumunezeza. Abagabo barundarunda ubutunzi bwinshi, hanyuma bakazamuka ingazi y'ubutegetsi no kumenyekana, babikora akenshi ari ukugira ngo "bahaze" *ugushaka kwabo ko kunezeza abagore.* Nta bagore bari mu buzima bwabo, abagabo benshi nta gaciro babona k'ubutunzi bwabo. *Uku gushaka k'umugabo kugamije kunezeza umugore ni ko guha umugore ingufu zo "kubaka" cyangwa se "kubika" umugabo.*

Umugore usobanukiwe imiterere y'umugabo, maze akaba afite uburyo ayiyobora, nta mpamvu n'imwe yamutera ubwoba ko abandi bazamutwara uwe. Abagabo bashobora kuba "ibitangaza," bafite imbaraga zitavogerwa mu gihe hari ibyo bari gukora mu mirimo n'abandi bagabo, nyamara bakayoborwa mu buryo bworoshye n'abagore bihitiyemo.

Abagabo benshi ntibemera ko bahabwa icyerekezo mu buryo bworoshye n'abagore bakunda, kuko biba mu miterere y'umugabo gushaka kugaragara ko ari we ukomeye kurusha ibindi biremwa. Ikindi kandi, umugore w'umunyabwenge asobanukiwe iyi mico y'umugabo, bityo mu buhanga bwe ntatuma iba ikibazo.

Abagabo benshi bazi ko bahabwa icyerekezo n'abagore bihitiyemo — abagore babo, inshoreke zabo, ba nyina cyangwa se bashiki babo — nyamara ariko bitwararika kugaragara *bivumbuye* ku cyerekezo bahabwa kubera ko bafite ubwenge buhagije, butuma basobanukirwa ko nta mugabo ugira ibyishimo cyangwa uba yuzuye, adafite icyerekezo cy'inyongera giturutse ku mugore nyakuri. Umugabo utazirikana uku kuri gukomeye, yiyambura ububasha bwagiye bukora ibikomeye mu gufasha umugabo kugera ku ntsinzi, kandi bufite ingufu kurusha izindi mbaraga zose zikomatanyije.

UMUTWE WA 12: URUHANDE NDOTERO RW'UMUTIMA

UMUHUZA

Intambwe Njyabukire ya Cumi n'Imwe

"URUHANDE NDOTERO RW' UMUTIMA ni ahantu mu mutima aho igitekerezo cyose cyageze ku "rwego nyumviro rw'umutima" ruzirikana ibyo muntu azi binyuze mu byumvisho bitanu, kibikwa; akaba ari na ho ibitekerezo bishobora gushakirwa nk'uko ibaruwa zishakirwa mu kabati zabitswemo.

Urwo rwego rwakira kandi rukabika ibyinjijwe n'ibyumvisho byose rutitaye ku bwoko bwabyo. Ku bushake, ushobora kwinjiza ku "ruhande ndotero rw'umutima" wawe gahunda iyo ari yo yose, igitekerezo icyo ari cyo cyose cyangwa intego iyo ari yo yose ushaka guhinduramo ikindi kintu kigaragarira amaso cyangwa se bihwanyije agacirofaranga. Uruhande ndotero rw'umutima rwakira mbere na mbere ugushaka kwiganje mu mutima kandi kwahujwe n'ibyiyumvo n'amarangamutima, twavuga nk'urugero rw'amarangamutima y'ukwizera.

Zirikana ibivuzwe ugendeye ku mabwiriza yavuzwe mu Mutwe uvuga ku "Gushaka," ku ntera esheshatu zavuzweho; hamwe n'amabwiriza yatanzwe mu mutwe uvuga ku buryo bwo gutegura no gushyira mu ngiro gahunda; bityo urasobanukirwa akamaro k'iki gitekerezo.

Uruhande ndotero rw'umutima rukora amanywa n'ijoro. Rubinyujije mu nzira kugeza uyu munsi muntu adasobanukiwe, rwifashisha ingufu z'urwego rw'Ubumenyi Butagira Iherezo, maze rukaronka ububasha bwo guhindura ugushaka k'umuntu kukavamo ikindi kintu kinganya na ko agaciro, kandi rukabikora rwifashishije uburyo bufatika bwo kuzuza ikigenderewe.

Ntushobora kugenga ku *buryo bwuzuye* urwego ndotero rw'umutima wawe, ariko ushobora kurwohereza gahunda iyo ari yo yose, ugushaka uko ari ko kose cyangwa se intego iyo ari yo yose wifuza ko ihindurwamo ikintu kigaragarira amaso. Ongera usubiremo, mu Mutwe uvuga ku "Kwitongera," amabwiriza y'uko wakwifashisha uruhande ndotero rw'umutima.

Hariho ibimenyetso byinshi byemeza ko "uruhande ndotero rw'umutima" ari umuhuza hagati y'urwego nyumviro rw'umutima, ruzirikana ibyo muntu azi hamwe n'urwego rw'Ubumenyi Butagira Iherezo. Ni ihuriro ryafasha umuntu gukorana ku bushake bwe n'ingufu z'urwego rw'Ubumenyi Butagira Iherezo. Ni rwo rwonyine rufite ibanga ry'uko ibitekerezo bibereye mu mutwe, bihindurwa, hanyuma bikagira *ishusho y'ibindi bisa na byo "ku bwa roho."* Ni yo nzira yonyine isengesho rishobora koherezwa ku isoko ishobora gutanga igisubizo.

Uko wakongerera ingufu zihanga uruhande ndotero rw'umutima wawe.

Ubushobozi bwo guhanga bw'urwego ndotero rw'umutima wa muntu buratangaje kandi ntibugira urugero. Bumurikira umuntu mu buryo buteye ubwuzu.

Nta na rimwe mvuga ku bijyanye n'uruhande ndotero rw'umutima niyibagije ubuto n'ubumenyi bwo hasi byanjye kuri iyi ngingo; ahanini, byaba biterwa n'uko ibizwi kuri iyi ngingo ari bike cyane.

Kubera ko wamaze kwemera ukuri k'uko uruhande ndotero rw'umutima rubaho kandi ukanasobanukirwa ububasha bwarwo bwo guhindura ugushaka kwawe kukavamo ibindi bintu bigaragarira amaso cyangwa se binganya na ko agacirofaranga; nyuma y'ibi, urasobanukirwa byuzuye amabwiriza yatanzwe mu Mutwe uvuga ku "Gushaka." Urasobanukirwa impamvu wakomeje kwihanangirizwa ko ugomba kuba ufite ugushaka kuboneye kandi kwanditse ku rupapuro. Urasobanukirwa kandi agaciro k'ugushikama mu gushyira mu ngiro amabwiriza.

Amahame 13 ni "*ibikanguzo*" bigufasha kugira ubushobozi bwo kugera ku rwego ndotero rw'umutima wawe no kuruha icyerekezo. Ntucike intege nudashobora kubigeraho ku nshuro ya mbere ubikoze. Zirikana ko uruhande ndotero rw'umutima rushobora gusa *guhabwa icyerekezo ku bushake binyuze mu kamenyero,* kandi hifashishijwe amabwiriza yatanzwe mu Mutwe uvuga ku "Kwizera." Ntabwo uragera igihe cyo gusobanukirwa neza neza "ukwizera." Ihangane. Wicika intege.

Bimwe mu byavuzwe mu Mitwe ivuga ku "Kwizera" no ku "Kwitongera" biragarukwaho hano, mu gikorwa cyo gufasha uruhande ndotero rw'umutima. Zirikana ko urwo rwego rukora ku bushake bwarwo, *washyiramo ingufu ngo uruhe icyerekezo cyangwa utabikora.* Ibi rero birakubwira ko ibitekerezo by'ubwoba n'ubukene, hamwe n'ibindi bitekerezo byose bisenya bifata umwanya w'ibikanguzo by'urwego ndotero rw'umutima; *keretse* iyo ibyo bitekerezo byose ushoboye kubisobanukirwa mu buryo bwimbitse hanyuma ugaha urwo rwego ifunguro riboneye aho rukura ibyo rukoresha.

Nta na rimwe uruhande ndotero rw'umutima ruba rudakora. Nudashobora kurwinjizamo ugushaka kwawe, ruzakoresha ibitekerezo birugeraho *biturutse ku kutitakubintu kwawe.* Twasobanuye ko ibitekerezo byubaka n'ibisenya bihora buri gihe bigera ku ruhande ndotero rw'umutima wawe, biturutse muri ya masoko 4 twavuze mu Mutwe uvuga ku "Mayobera yo guha indi shusho amarangamutima yerekeza ku gitsina."

Guhera ubu, birahagije niba uzirikana ko uriho *umunsi ku munsi* wibereye rwagati mu bitekerezo bikomeza kugera ku rwego ndotero rw'umutima wawe, nyamara wowe utabizi. Bimwe muri ibyo bitekerezo ni ibisenya, ibindi ni ibyubaka. Ubu rero, ukaba uri mu rugamba rwo gufunga inzira iturukamo ibitekerezo bisenya; no kuyobora ibitekerezo by'ugushaka byubaka ku ruhande ndotero rw'umutima wawe.

Numara kugera kuri ibi bivuzwe haruguru, uzaba wamaze kuronka urufunguzo rutuma winjira mu ruhande ndotero rw'umutima wawe. Ikindi kandi, uzashobora kugenzura uwo muryango byuzuye, ku buryo nta gitekerezo udashaka kizongera kugera mu ruhande ndotero rw'umutima wawe.

Ibyo umuntu ahanga byose bitangira ari ibitekerezo. Nta kintu na kimwe muntu ashobora guhanga atabanje kukigira nk'igitekerezo. Binyuze mu gushushanya mu bwenge, ibitekerezo bikorwamo gahunda. Iyo ugushushanya mu bwenge guhawe icyerekezo, gushobora gukoreshwa mu gushyiraho gahunda cyangwa intego zizageza umuntu ku ntsinzi mu mirimo yahisemo.

Ibitekerezo byose bigomba guhindurwamo ikindi kintu kigaragarira amaso kingana na byo, iyo byinjijwe ku bushake mu ruhande ndotero rw'umutima, bigomba guca mu nzira z'ugushushanya mu bwenge, hanyuma bikaba byahujwe n'ukwizera. "Kuvanga" ukwizera na gahunda cyangwa intego "bigomba" gushyikirizwa uruhande ndotero rw'umutima, bishobora gukorwa gusa binyuze mu gushushanya mu bwenge.

Ugendeye ku bivuzwe haruguru urabona ko gukoresha ku bushake "serivisi" z'uruhande ndotero rw'umutima bisaba guhuriza hamwe no gukoresha amahame yose avugwa muri iki gitabo.

Orohera amarangamutima aboneye abigukorere.

Uruhande ndotero rw'umutima, akenshi rufata icyerekezo cy'ibitekerezo bivanze n'amarangamutima, kurusha bya bindi biturutse ku rwego rw'imitekerereze isanzwe. Mu by'ukuri, hari byinshi bishyigikiye imvugo yemeza ko ibitekerezo byuje amarangamutima ari byo bituma uruhande ndotero rw'umutima rugira icyo rukora. Ni ikintu kizwi cyane ko amarangamutima cyangwa imbamutima biyoboye abantu benshi. Niba ari ukuri ko uruhande ndotero rw'umutima rwumvira rudatinze kandi rukajya mu njyana y'ibitekerezo bivanze n'amarangamutima; ni iby'agaciro gusobanukirwa ay'ingenzi mu marangamutima. Hariho amarangamutima yubaka arindwi n'ayandi asenya arindwi. Asenya, afite uko yiyinjiza mu bitekerezo by'umuntu, hanyuma ibyo bitekerezo bikayaha kugera ku ruhande ndotero rw'umutima. Amarangamutima yubaka yo agomba kwinjizwa ku ruhande ndotero rw'umutima binyuze mu ihame ry'UKWITONGERA, hifashishijwe ibitekerezo umuntu ashaka gushyikiriza urwo rwego. (Uko bikorwa byasobanuwe mu Mutwe uvuga ku "Kwitongera").

Aya marangamutima cyangwa se ibi byiyumvo ndangamutima byagereranwa n'umusemburo mu mugati, kuko ari yo atuma habaho inzira, ituma igitekerezo gihinduka kikava ku rwego rutuje kikajya ku rwego rw'igikorwa. Bityo rero, umuntu yahita asobanukirwa impamvu ibitekerezo byahujwe n'amarangamutima, ari byo bihita byakirwa kurusha ibitekerezo biturutse gusa "mu mitekerereze atarimo."

Urimo uritegura guha icyerekezo no kuyobora urwego ndotero rw'umutima wawe, kugira ngo uruhe ugushaka kwawe guhangarije ifaranga, ukaba wifuza ko guhindurwamo ikindi kintu bihwanyije agacirofaranga. Ni ngombwa rero ko usobanukirwa uko witwara mu kwiyegereza uru rwego. Ugomba kuba uvuga ururimi rwarwo, bitaba ibyo, ntiruzite ku byo warushyikirije. Rusobanukiwe neza imvugo ikoresha amarangamutima cyangwa imbamutima. Reka rero dusobanure amarangamutima yubaka arindwi y'ingenzi hamwe n'andi arindwi asenya; bityo ushobore gushakira mu yubaka no kwirinda asenya, ubwo uraba uha amabwiriza uruhande ndotero rw'umutima wawe.

AMARANGAMUTIMA ARINDWI YUBAKA.

1. Amarangamutima y'ugushaka.
2. Amarangamutima y'ukwizera.
3. Amarangamutima y'urukundo.
4. Amarangamutima yerekeza ku gitsina.
5. Amarangamutima y'amashagaga.
6. Amarangamutima nkangurarukundo.
7. Amarangamutima y'icyizere.

Habaho andi marangamutima yubaka ariko aya arindwi ni yo afite ingufu kandi akaba ari yo akoreshwa kenshi mu bushobozi buhanga. Igarurire aya marangamutima uko ari arindwi (nta kundi wayigarurira uretse kuyakoresha); na ho andi uzayaronka ubwo uzaba uyakeneye. Zirikana ko urimo wiga igitabo kizagufasha guteza imbere muri wowe "ihugukirabutunzi" binyuze *mu kuzuza mu mutima wawe amarangamutima yubaka.*

AMARANGAMUTIMA ARINDWI ASENYA. (*Ni ayo kwirinda*).

1. Amarangamutima y'ubwoba.
2. Amarangamutima y'ishyari.
3. Amarangamutima y'urwango.
4. Amarangamutima yo guhora.
5. Amarangamutima y'umururumba.
6. Amarangamutima y'urwikekwe.
7. Amarangamutima y'agahinda.

Amarangamutima yubaka n'asenya ntashobora guturana mu mutima mu gihe kimwe. Amwe agomba kuba ari yo ayoboye. Ni inshingano zawe gukora ku buryo amarangamutima yubaka ari yo atanga icyerekezo cy'umutima wawe. Aha ni ho ihame ry'akamenyero rizagufasha. *Tora akamenyero* ko gukoresha no kwifashisha amarangamutima yubaka. Birashoboka ko azawuzura, ku buryo asenya *nta ho yamenera.*

Gukurikiza amabwiriza atangwa hano uko yakabaye kandi mu buryo buhoraho bizagufasha kuyobora uruhande ndotero rw'umutima wawe. Kugaragara kw'irangamutima risenya rimwe ryonyine, kurahagije kugira ngo *kurimbure* amahirwe yawe yose yo kuronka ubufasha buvuye ku ruhande ndotero rw'umutima.

Ibanga ry'isengesho riboneye.

Niba waritegereje, wabonye ko abantu benshi biyambaza isengesho iyo ibindi byose "*byanze*!" Cyangwa bagasenga basubiramo amagambo adafututse, babikora gusa mu buryo bwo kurangiza uwo muhango. Ikindi kandi, kubera ko abantu benshi basenga babikora nyuma y'uko ibindi byose "byanze," bajya gusenga imitima yabo yuzuye ubwoba no gushidikanya, *ari na yo marangamutima uruhande ndotero rw'umutima rukoresha* rukayohereza ku rwego rw'Ubumenyi Butagira Iherezo. Arashyika, akaba ari yo marangamutima yakirwa kandi akifashishwa n'urwo rwego mu bikorwa byarwo.

Niba urimo usengera ikintu, nyamara ukaba ufite ubwoba ko utazakibona; cyangwa se ko isengesho ryawe ritazabona igisubizo kivuye ku rwego rw'Ubumenyi Butagira Iherezo, *urarushywa n'ubusa*!

Rimwe na rimwe, hari ubwo isengesho rironka igisubizo cy'icyo umuntu yasabye mu isengesho. Niba warigeze uronka icyo wasengeye, subiza amaso inyuma, urebe uko umutima wawe "wari umeze" muri icyo gihe ubwo warimo usenga; bityo, urabona ukuri ko ibivuzwe hano atari amagambo gusa!

Uburyo ushobora guhana amakuru n'urwego rw'Ubumenyi Butagira Iherezo busa cyane n'ubwifashishwa na radiyo mu kohereza amajwi. Niba usobanukiwe amahame agenga imikorere ya radiyo, birumvikana ko uzi ko ijwi ridashobora koherezwa ritarahindurwa ku kigero ugutwi k'umuntu kudashobora kumva. "Sitasiyo yohereza" ya radiyo, ifata ijwi ry'umuntu ikarihindura irikuba inshuro nyinshi cyane z'amamiriyoni atabarika. Ni ubu buryo bwonyine ingufu z'iryo jwi zishobora koherezwa zinyuze mu kirere. Nyuma y'iri hindura, izo ngufu, mbere zari zifite ishusho y'imbaduko y'ijwi, zoherezwa kuri "sitasiyo yakira," maze iyo radiyo yakira igahindura izo ngufu ku kigero cy'imbaduko y'umwimerere ku buryo zumvikana nk'ijwi.

Uruhande ndotero rw'umutima ni umuhuza, ruhindura amasengesho y'umuntu, rukayashyira mu mvugo yumvwa n'urwego rw'Ubumenyi Butagira Iherezo; rugatanga ubutumwa buri mu isengesho; hanyuma rukagarukana igisubizo, kigaragara mu ishusho ya gahunda cyangwa igitekerezo kiboneye bifasha mu kuronka icyo umuntu yasengeye. Sobanukirwa iri hame, bityo urabona ko gusoma amagambo asanzwe ari mu gitabo cy'amasengesho, bidashobora kandi bitazigera biba uburyo bwo guhana amakuru hagati y'umutima w'umuntu n'urwego rw'Ubumenyi Butagira Iherezo.

UMUTWE WA 13: UBWONKO

INSAKAZA IKABA N'INYAKIRA Y'IBITEKEREZO

Intambwe Njyabukire ya Cumi n'Ebyiri

MU MYAKA irenga 40 ishize, umwanditsi afatanyije na ba nyakwigendera Dogiteri Alexander Graham Bell hamwe na Dogiteri Elmer R. Gates, bagaragaje ko buri bwonko bw'umuntu ari sitasiyo yohereza kandi ikanakira imvubura z'igitekerezo.

Mu mikorere imwe n'iy'amahame akoreshwa na radiyo yohereza amajwi, buri bwonko bw'umuntu bufite ububasha bwo kwakira imvubura z'ibitekerezo bivuye mu bundi bwonko.

Ugendeye ku bivuzwe muri iki gika kibanza, gereranya kandi wongere usesengure ibivugwa ku gushushanya mu bwenge guhanga, nk'uko byagarutsweho mu Mutwe uvuga ku "Gushushanya mu bwenge." Ubushobozi bw'ugushushanya mu bwenge guhanga ni "radiyo yakira" y'ubwonko, ikakira ibitekerezo bivuye mu bwonko bw'abandi bantu. Ni inzira y'itumanaho hagati y'urwego nyumviro rw'umutima, hamwe n'andi masoko ane aho umuntu ashobora gukura ingufu zibatura igitekerezo.

Iyo umutima wakanguwe n'imvubura zo ku rugero rwo hejuru, uba wahugukiye kwakira ibitekerezo biwugeraho biturutse hanze yawo. Uku guhuguka ko ku rwego rwo hejuru kubaho binyuze mu marangamutima yubaka cyangwa asenya. Binyuze mu marangamutima, imbaduko y'igitekerezo ishobora kongererwa ingufu.

Amarangamutima yerekeza ku gitsina ari ku mwanya wa mbere turebye ingufu n'ubukana byayo. Ubwonko bwakanguwe n'amarangamutima yerekeza ku gitsina bugira umuvuduko wo hejuru mu mikorere yabwo birenze uko bwakora igihe ayo marangamutima atuje cyangwa se atariho.

Umusaruro uva mu guhindura ingufu zerekeza ku gitsina ni ukongera imbaduko y'ibitekerezo ku rwego rwo hejuru ku buryo "ugushushanya mu bwenge guhanga" kuronka ingufu nyinshi zo kwakira ibitekerezo. Ku rundi ruhande kandi, iyo ubwonko bwatangiye gukora ku kigero cyo hejuru, buba bukurura ibitekerezo biri mu bwonko bw'abandi bantu; kandi bugaha ibitekerezo bihari ya marangamutima akenewe mbere y'uko byakirwa kandi bigakoreshwa n'uruhande ndotero rw'umutima.

Uruhande ndotero rw'umutima ni "sitasiyo yohereza" y'ubwonko yifashishwa mu gutangaza imbaduko z'ibitekerezo. Ugushushanya mu bwenge guhanga ni "sitasiyo yakira" yifashishwa mu gufata ingufu z'igitekerezo.

Ugendeye kuri izo ngingo z'ingenzi zivuga ku ruhande ndotero rw'umutima hamwe n'ubushobozi bw'ugushushanya mu bwenge guhanga; byombi bigize sitasiyo *yohereza* n'*iyakira* ibibera mu "ruganda rw'itangazamakuru" ryo mu mutwe, uzirikane ko ihame ry'ukwitongera, ari bwo buryo ushobora kwifashisha kugira ngo "sitasiyo itangaza amakuru" yawe itangire gukora.

Wifashishije amabwiriza atangwa mu Mutwe uvuga ku "Kwitongera," wahawe amakuru y'uko ugushaka guhindurwamo ikindi kintu binganya agacirofaranga.

Ibikorwa bya "sitasiyo yawe y'itangazamakuru ry'umutima" ntibigoye. Ufite gusa amahame atatu ugomba kuzirikana no kugenderaho, mu gihe uraba wifuza gukoresha *sitasiyo yawe itangaza amakuru*; ari yo, ihame ryo gukoresha uruhande ndotero rw'umutima, iry'ugushushanya mu bwenge guhanga hamwe n'iry'ukwitongera. Ikizagukangura kigatuma aya mahame uko ari atatu uyashyira mu ngiro cyasobanuwe — kandi byose bitangirira mu "gushaka."

Ingufu zihebuje ntizigaragarira amaso.

Mu myaka yashize, muntu yakomeje kugendera ku byumvisho bye bigaragarira amaso, maze n'ubumenyi bwe buguma gusa ku bintu bifatika, yashoboraga kubona, gukoraho, gufata ibipimo by'uburemere n'uburebure.

Ubu dutangiye kwinjira mu bihe bitangaje cyane — ibihe bizagira icyo bitwigisha ku ngufu zitagaragarira amaso z'isi idukikije. Byashoboka ko muri ibi bihe, tuzaronka ubumenyi bushyashya, butwereka ko "undi wundi uri muri twe," afite ingufu zirenze "uwo tubona twirebye mu ndorerwamo."

Rimwe na rimwe abantu baganira batabitindaho bavuga ku "bitagaragarira amaso," — ibintu badashobora kumva bakoresheje kimwe mu byumvisho 5; kandi iyo twumvise ibivugwa, byakabaye bitwibutsa ko *twese tugengwa n'ingufu zitagaragarira amaso kandi zidafatika.*

Inyokomuntu yose ntigira ububasha bwayifasha guhangara no kugenga ingufu zitagaragara zihishe mu miraba yo mu nyanja. Muntu nta bushobozi afite bwo gusobanukirwa ingufu zitagaragarira amaso za "*gravity*,"[239] ingufu zituma isi ikomeze kugenda mu isanzure "ntihanuke," zituma umuntu ahagarara ntagwe kandi isi ikomeza kugenda; muntu nta n'ububasha afite bwo kugenga izo ngufu. Muntu, nta na gito yakora ku ngufu z'inkuba; ni na ko bimeze ku ngufu zitagaragarira amaso z'amashanyarazi.

Ikindi kandi, ibi si byo byonyine bigaragaza ubumenyi buke bwa muntu ku bijyanye n'ibintu bitagaragarira amaso kandi bidafatika. Muntu ntasobanukiwe ingufu n'*ubuhanga* bitagaragara byihishe mu butaka bw'isi — *ingufu zimuha icyo kurya cyose, umwenda wose wo kwambara na buri noti y'ifaranga afite mu mufuka.*

Inkuru itangaje y'ubwonko.

Igiheruka nyamara kitari icya nyuma, ni uko muntu hamwe n'ibyo yize n'umuco w'injijuke afite, asobanukiwe bike cyangwa se nta na byo ku ngufu zitagaragarira amaso (izihebuje mu ngufu zose zitagaragara) *z'igitekerezo*. Asobanukiwe ibintu bike ku bwonko hamwe n'ibice byabwo bifite inzira nyinshi cyane zinyuranamo, aho ingufu z'igitekerezo zihindurirwamo ikindi kintu biganya agaciro. Cyakora, arimo yinjira mu bihe bishobora kuzazana urumuri kuri iyi ngingo. Abashakashatsi b'abahanga batangiye kwibanda kuri iki kintu bita "ubwonko." N'ubwo bakiri mu ntangiriro yo hasi mu bushakashatsi bwabo, bamaze kuronka ubumenyi buhagije ku buryo bagaragaje ko urusobekerane rw'itumanaho ryo mu bwonko rugizwe n'imirongo myinshi cyane igenda ihuza uduce tw'ubwonko; iyo mirongo ingana na 1 wongeyeho amazero miriyoni 15.

Dogiteri C. Judson,[240] wo muri Kaminuza ya Chicago, yaravuze, ati: "Uwo mubare uratangaje, ku buryo imibare ikoreshwa ku *myakazuba*[241] yandikwa n'abiga isanzure n'imibumbe iririmo ari mito cyane ... Byaragaragajwe ko hariho hagati ya miriyari 10 na 14 z'uturemangingo-myakura mu bwonko bw'umuntu, kandi tuzi ko dutondetse mu buryo buboneye. Izo ntondeke ntabwo zabayeho zitunguranye. Zarateguwe. Uburyo bushya bwavumbuwe muri iyi minsi mu rwego rwa *electro-physiology*,[242] bwagaragaje ko hari ibikorwa bituruka mu bice bimwe na bimwe by'uturamangingo cyangwa uturema-mikaya duto tugizwe na *micro-electrodes*,[243] iyo dutubuwe hifashishijwe radiyo hagaragara ko dutandukanye hagati yatwo ku kigero cya kimwe cya miriyoni cya *volt*.[244]

Ntabwo byumvikana ko urwo rusobe "rw'utumashini tunyuranamo," rwaba ruriho gusa kugira ngo rukore umurimo wonyine wo gukuza no kwita ku mubiri. Mbese aho ntibishoboka ko iyo mikorere iha amamiriyari y'uturemangingo tw'ubwonko inzira y'ihanamakuru hagati yatwo, yaba inatanga kandi uburyo bw'ihanamakuru n'izindi ngufu zidafatika kandi zitagaragarira amaso?

Ikinyamakuru *The New York Times* cyigeze gutangaza inkuru igaragaza ko nibura rimwe mu mashuri makuru n'umwe mu bashakashatsi b'abahanga mu bijyanye no gusobanukirwa ibibera mu mutwe wa muntu, barimo bakora ubushakashatsi bwimbitse kandi bakaba barageze ku myanzuro isa n'iyavuzwe hano ndetse no mu Mutwe ukurikiyeho. Iyo nkuru yasesenguraga imirimo yakozwe na Dogiteri Rhine[245] hamwe n'abo bafatanyije bo muri Kaminuza ya Duke. Bavuze ibi:

"IYEREKWA"[246] NI IKI?

Hashize ukwezi tuvuze muri iki kinyamakuru bimwe mu bintu by'ingenzi byagezweho na Professor[247] Rhine hamwe na bagenzi be bo muri Kaminuza ya Duke. Ku bushakashatsi bwakorewe ku bantu ibihumbi 100 hagamijwe kureba niba ibyitwa "iyerekwa" n' "ubuhanuzi"[248] bibaho.

Ibyavuye muri ubu bushakashatsi byagarutsweho mu nshamake zatangajwe mu nimero 2 zibanza z'ikinyamakuru *Harper's Magazine*. Mu nimero ya 2 yasohotse vuba aha, umwanditsi, E. H. Wright aragerageza kuvuga mu nshamake icyavuye mu bushakashatsi hamwe n'icyumvikana kuri bwo, mu birebana n'imiterere y'ubu buryo bwo "kumva" ibintu kwa muntu adakoresheje imyanya y'ibyumvisho.

Kuba hariho uburyo bw'ihanamakuru hagati y'abantu hadakoreshejwe imyanya y'ibyumvisho kimwe n'ububasha bwo "kwerekwa" no "guhanura" ibintu bitaraba ni ibintu birimo kwemerwa ko bishoboka cyane nyuma y'ubu bushakashatsi bwa Rhine. Abemera ko bafite ubwo bushobozi babazwaga kuvuga amakarita atandukanye batayarebyeho kandi nta kindi cyumvisho bakoresheje ngo bayamenye. Ku bagabo n'abagore basaga 20, byagaragaye ko bashoboraga gukomeza kumenya amazina y'amakarita kandi bigaragara ko "nta na rimwe mu nshuro nyinshi cyane babikoze, batomboza cyangwa se bibagwiririye."

Mbese ni gute babigenzaga? Bene izi mbaraga, nubwo twemeranyijwe ko zibaho, ntizigaragarira imyanya y'ibyumvisho. Nta rugingo rw'umubiri rukorana na zo. Byagaragaye kandi ko ubwo bushakashatsi buhuza, umuntu yaba ari kure mu birometero byinshi cyangwa se muri icyo cyumba cyakorerwagamo. Mu gitekerezo cya Bwana Wright, ibyavumbuwe bigaragaza ko nta gusobanura "*telepathy*" cyangwa "*clairvoyance*" hifashishijwe ihame rya "*radiation*."[249] Ingufu zose zizwi uyu munsi zikoresha "*radiation*," zigenda zigabanuka uko intera iva ku isoko yazo igenda yiyongera. Nyamara kuri "*telepathy*" na "*clairvoyance*" si uko bigenda. Ahubwo zigenda zihinduka bitewe n'ikintu zerekejweho, nk'uko bigenda ku zindi ngufu zacu twebwe abantu zifitanye isano n'ubwonko. Ku bitandukanye n'ibyo abantu benshi bavuga, ntizivugururura iyo umuntu asinziriye cyane cyangwa ari hafi gusinzira; ahubwo biba iyo ari maso wese kandi ahugutse. Rhine yavumbuye ko ikiyobyabwenge gishobora kugabanya ububasha bw' "uwerekwa" mu gihe igikanguzo cyo kibuzamura mu ntera buri gihe. Uwabikoze ku rwego rwo hejuru ntashobora kurenza urwego ariho keretse ashyizemo imbaraga zidasanzwe.

Umwanzuro Wright yagezeho kandi yizeye ni uko "iyerekwa" n' "ubuhanuzi" ari impano zisa. Ibi bivuze ko ubushobozi butuma umuntu yasoma ikarita kandi yubitse ku meza, ari na bwo bwifashishwa mu gusoma igitekerezo kiri mu wundi mutima. Hari byinshi bishingirwaho mu kwemera ibi bivuzwe. Mu bugenzuzi bwakozwe, izo mpano zagaragaye muri buri wese mu bantu 2 bari bazifite. Buri wese yari afite imbaraga z'umubiri zenda kungana. Ibibakingiriza, inkuta, ukutegerana, byose ntacyo byabahinduyeho. Wright yishingikirije ibi maze yanzura ko "ibyo bintu birenze ibyumvisho bisanzwe by'umubiri" nk'inzozi zihanura, "kumva" akaga mbere y'uko kabaho n'ibindi nk'ibyo na byo byaba bifitanye isano n'ubwo bushobozi.

Usoma iki gitabo nta na hamwe asabwa kwemera iyi myanzuro keretse abonye bikwiye; cyakora ukuri kw'ibyo Rhine yavumbuye kuracyatangaje.

Uko abantu bahuza ibitekerezo mu mirimo ikorerwa mu matsinda.

Tugendeye ku byatangajwe na Dogiteri Rhine, bijyanye n'uko umutima witwara mu byo yise "uburyo burenze ibyumvisho," nanjye nshimishijwe no kongera ku buhamya bwe ibi bikurikira. Njye n'abo dukorana twavumbuye icyo twakwita imikoranire nyayo ikangura imbaraga z'umutima ku buryo "icyumvisho cya gatandatu" kivugwa mu Mutwe ukurikiyeho gishobora kugezwa aho gikoreshwa mu buryo bufatika.

Uburyo nsobanura hano bujyanye n'imikoranire ya hafi mu kazi hagati yanjye n'abandi bakozi babiri. Binyuze mu kureba ko iryo hame rikora, twavumbuye uko dukangura imbaraga z'imitima yacu, (twifashishije ihame "ry'Abajyanama batagaragara" rivugwa mu Mutwe ukurikiyeho), ku buryo duhuza imitima yacu uko ari itatu tukayikoramo umwe; maze tugashaka ibisubizo by'ibibazo bitandukanye twagejejweho n'abakiriya bacu.

Uko tubikora biroroshye. Twicara ku meza nk'abari mu nama, hanyuma tugasobanura neza neza mu buryo bwimbitse ikibazo dufite kigomba kwigwaho, nyuma y'ibyo tugatangira kukiganiraho. Buri wese agatanga igitekerezo icyo ari cyo cyose kimujemo. Igitangaje kuri ubu buryo bwo gukangura imbaraga z'umutima, ni uko bushyira buri wese mu bari mu nama ku rwego ashobora gukura amakuru ku masoko atazi y'ubumenyi budafite aho buhuriye n'ibyo yigeze anyuramo mu buzima bwe.

Niba wasobanukiwe amahame yasesenguwe mu Mutwe uvuga ku "Isangirangendo," nta gushidikanya ko uhita ubona ko iyi nama na yo ari uburyo bwo gushyira mu ngiro Ihame ry'Isangirangendo.

Ubu buryo bwo gukangura imbaraga z'umutima, binyuze mu biganiro byuzuzanya bireba gahunda imwe, bikozwe n'abantu 3 biratanga ishusho nyayo kandi ifatika y'ishyirwa mu ngiro ry'Ihame ry'Isangirangendo.

Mu guhitamo gukurikira gahunda nk'iyi, umunyeshuri w'iyi firozofiya ashobora kuharonkera ihame rihebuje rya Carnegie, ryanavuzweho mu ntangiriro y'iki gitabo. Niba ibi ntacyo ubyumvamo kugeza ubu, shyira ikimenyetso kuri uru rapapuro, hanyuma uzagaruke wongere uhasome numara gusoza Umutwe uheruka w'igitabo.

INTANGIRIRO
Y'IBYO UMUNTU AGERAHO BYOSE
NI UGUSHAKA.

HORA UZIRIKANA IBI MU MUTIMA WAWE.

UMUTWE WA 14: ICYUMVISHO CYA GATANDATU

UMURYANGO WINJIZA MU NGORO Y'UBUHANGA.

Intambwe Njyabukire ya Cumi n'Eshatu

IHAME RYA 13 rizwi nk'icyumvisho cya gatandatu, aho urwego rw'Ubumenyi Butagira Iherezo rushobora guhana amakuru kandi ruzayahana ku bushake n'umuntu, nta mbaraga cyangwa agahato arushyizeho.

Iri hame ni ryo gasongero k'iyi nyurabwenge. Rishobora gusanishwa, kumvikana cyangwa se gushyirwa mu ngiro gusa ari uko andi cumi n'abiri abanza yamaze kumvikana.

Icyumvisho cya gatandatu ni "*icyumba*" cy'uruhande ndotero rw'umutima, twise "urwego rw'ugushushanya mu bwenge guhanga." Icyo cyumba kandi cyiswe "inyakirabitekerezo," aho inama, gahunda hamwe n'ibitekerezo byinjirira mu mutima. Rimwe na rimwe ibyo bitekerezo byitwa "ibyiyumvo" cyangwa "amayerekwa."

Biragoye gusobanura icyumvisho cya gatandatu. Ntibishoboka kugisobanurira umuntu utaracengera neza neza andi mahame agenga iyi mitekerereze; kubera ko bene uwo muntu aba adafite ubumenyi n'ubunararibonye byagereranywa n'icyumvisho cya gatandatu. Gusobanukirwa icyumvisho cya gatandatu bigerwaho binyuze gusa mu gufata umwanya wo kuzirikana kugamije kuzamura imikorere y'umutima, byose *bihereye imbere mu muntu.*

Numara gucengerwa n'amahame avugwa muri iki gitabo, uzaba umaze kwitegura kuba wakakira nk'ukuri imvugo ubusanzwe wagafashe nk'ibinyoma; ni ukuvuga ko wifashishije icyumvisho cya gatandatu, uzaburirwa ibyago bikugarije, bityo ushobore kubyirinda "*ku gihe*;" kandi ushobore kurabukwa amahirwe, bityo uyacakire "*ku gihe.*"

Numara gukuza muri wowe icyumvisho cya gatandatu, uzabona "umumarayika murinzi" uzahora aza kugukubita ingabo mu bitugu uko ubisabye, kandi akazagufungurira ibihe byose umuryango ukwinjiza mu ngoro y'ubuhanga bushishoza.

Ibitangaza by'icyumvisho cya gatandatu.

Umwanditsi w'iki gitabo, ntiyemera kandi ntakora ubuvugizi ku kubaho kw'ibitangaza ku mpamvu z'uko asobanukiwe bihagije imiterere y'isi, bityo akaba azi ko *Rurema atajya abusanya n'amahame yashyizeho.* Ntibishoboka cyane gusobanukirwa n'amwe mu mahame ye, ku buryo ibiyavuyemo bigaragara nk' "ibitangaza." Icyumvisho cya gatandatu, na cyo kiri ku ntera yo kuba igitangaza kurusha ikindi kintu icyo ari cyo cyose nigeze mpura na cyo mu buzima.

Icyo umwanditsi azi, ni uko hariho *Ingufu*, cyangwa "*Uwiremye Mbere Ya Byose*," cyangwa se "*Ubumenyi,*" byinjira muri buri karemangingo k'ibiriho ku isi, kandi bikinjira muri buri kintu kigize ingufu zifatika muntu abona; umwanditsi kandi, akaba azi ko ubu "Bumenyi Butagira Iherezo," ari bwo buhindura imbuto zikabyara ibiti; bugatuma amazi atemba ajya epfo yubahiriza ihame rya "rukuruzi," bugakurikiranya ijoro n'amanywa, itumba n'impeshyi; buri kintu cyose kikaguma mu mwanya wacyo, kandi hagakomeza kubaho amasano bifitanye adahinduka. Hifashishijwe amahame y'iyi firozofiya, ubu Bumenyi bwafasha mu guhindura ugushaka k'umuntu, kukavamo ikintu gifatika kigaragarira amaso. Ibyo umwanditsi avuga arabizi kubera ko yabikozeho ubushakashatsingiro kandi na we byamubayeho.

Binyujijwe mu mitwe yabanje kandi intambwe ku yindi, wagiye uyoborwa kuri iri hame risoza. Niba waramaze gucengerwa n'amahame yabanje, ubu witeguye kwakira, *udashidikanya,* ibintu bitangaje bivugwa hano. Niba utarasobanukirwa neza neza andi mahame, ugomba kubyuzuza mbere y'uko ushobora kwemera, mu buryo buboneye, niba ibivugwa muri uyu mutwe ari ukuri cyangwa impuha.

Ubwo narimo nyura mu "cyuhagiro" cy'igikorwa cyo "kuramya intwari," nisanze ndimo ngerageza kwigana abantu "nemeraga." Ikindi kandi navumbuye ko ukwizera nagiranye icyo gikorwa cyo kwigana izo "mana" zanjye kwampaye ubushobozi buhebuje bwo kubigeraho neza neza.

Emera abantu b'ibirangirire bahe icyerekezo ubuzima bwawe.

Sinigeze mpagarika burundu uyu muco wo "kuramya intwari." Ubuzima nanyuzemo bwanyigishije ko ikintu kigaragiye kuba indashyikirwa ari ugukora ku buryo uba nkayo, uyigana mu byiyumvo no mu ngiro, uko bishoboka kose.

Kera ntaranarota kwandika umurongo w'igitabo cyangwa se ngo ntange imbwirwaruhame, nafashe umuco wo guha icyerekezo gishyashya imyitwarire n'imyumvire yanjye, nkabikora ngerageza kwigana abagabo icyenda bagize ubuzima n'ibikorwa byantangazaga cyane. Abo bagabo icyenda bari: Emerson, Paine, Edison, Darwin, Lincoln, Burbank, Napoleon, Ford na Carnegie. Buri joro mu myaka myinshi, nagiranaga mu bitekerezo byanjye inama n'aba bagabo nitaga "Abajyanama Batagaragara."

Nabikoraga mu buryo bukurikira. Nijoro mbere yo kujya kuryama, narahumirizaga, hanyuma nkabona mu bitekerezo byanjye iri tsinda twicaranye mu nama. Muri uwo mwanya nabaga nejejwe no kwicarana mu nama n'abantu nafataga nk'indashyikirwa; hanyuma kandi nkaba ari njye wabaga nyoboye iryo tsinda nkora nk'umuyobozi w'izo nama.

Nari mfite intego iboneye mu kuganisha ibitekerezo byanjye muri izo nama za nijoro. Intego yanjye kwari ukwongera kubaka imiterere n'imyitwarire yanjye ku buryo bigaragaramo indangagaciro n'imyitwarire by'abo bajyanama. Maze kubona ko nagombaga gutsinsura akaga nahuye na ko kubera kuvukira mu buzima bwo kutamenya no kutizerana, nihaye inshingano yo "kongera kuvuka" ku bushake mbinyujije mu buryo navuze haruguru.

Guhanga imico n'imyitwarire wifashishije igikorwa cy'Ukwitongera.

Nari nsobanukiwe ko abantu bose bagiye baba "abo bari bo" kubera ibitekerezo n'ugushaka byiganje mu mitima yabo. Nari nzi ko ugushaka guhebuje gutuma umuntu ashakisha inzira kuzasohoreramo ari na ko gushobora kwihinduramo ikindi kintu gifatika. Nari nzi ko Ukwitongera ari ikintu gikomeye mu guhanga imico n'imyitwarire by'umuntu. Mbese mu by'ukuri ni ryo hame ryonyine umuntu yifashisha mu guhanga imico n'imyitwarire.

Nifashishije gusobanukirwa aya mahame agenga imikorere y'umutima, nari mfite ibikenerwa byose kugira ngo nongere kwihangira imico n'imyitwarire. Muri izo nama zo mu bitekerezo, nasabaga buri wese uyirimo kumpa ubumenyi nifuzaga ko anyongerera, mubwira amagambo natuye; ngira ntya:

"Bwana Emerson, ndashaka kuronka mbikuye kuri wowe uburyo buhebuje wasobanukiwe isi bikaba byarakuranze ubuzima bwose. Ndagusaba kwinjiza mu mutima wanjye indangagaciro zose wari ufite, zatumye usobanukirwa hanyuma ugashobora kugendana n'amahame ayoboye isi."

"Bwana Burbank, ndagusaba kumpa ubumenyi bwatumye ushobora gushyira mu njyana imwe amahame agenga isi; ku buryo washoboye guhindura "igitovu kigata amahwa yacyo hanyuma kikaba ikintu kiribwa." Nyereka inzira ingeza ku bumenyi bwagufashije gutuma icyatsi kigira ibibabi bibiri ahari kimwe."

"Nawe Napoleon, binyuze mu kukwigana, ndagusaba kumpa ubushobozi butangaje wari ufite bwo gutuma abantu bavumbura ibintu kandi bakazamuka mu butwari hamwe no mu bushake bwo gukora ibikorwa by'agatangaza. Kandi umpe kuronka umutima w'ukwizera guhamye, kwagufashije guhindura ugutsindwa wagize ukagukuramo intsinzi ndetse ugashobora gutsinsura inzitizi zikomeye wahuye na zo."

"Bwana Paine, ndashaka ko umpa ibyakuranze mu bwisanzure mu bitekerezo, ubutwari hamwe n'ubufutuke watanganaga ibyo wemera!"

"Bwana Darwin, ndifuza ko umpa ukwihangana gutangaje hamwe n'ubushobozi bwo gusesengura impamvu n'ingaruka, nkabikora ntabogamye nta n'icyo nangije; nk'uko wabitanzeho ingero mu bushakashatsi bwawe bwerekeye ubumenyi bw'*ibya kamere*.

"Bwana Lincoln, ndashaka kugira mu myitwarire yanjye umuco wo gusobanukirwa mu buryo nyabwo ubutabera, uw'ugushikama mu gutegereza, gusobanukirwa no guseka ibisekeje, gusobanukirwa imiterere ya muntu hamwe no kwihanganira ibyakubayeho biri mu byakuranze."

"Bwana Carnegie, ndifuza ko umpa gusobanukirwa bisesuye amahame agenga *uguhuriza hamwe ingufu* wifashishije uko bikwiye mu kubaka sosiyete ya bizinesi nini cyane."

"Bwana Ford, ndifuza guhabwa nawe imigirire yawe y'ugushikama, gukurikirana, gutuza hamwe n'ukwiyizera byagufashije gutsinsura ubukene no gushyira ibintu ku murongo, guhuriza hamwe no kuruhura muntu; ku buryo nanjye nashobora gufasha abandi kugukurikiza."

"Bwana Edison, ndifuza guhabwa nawe umutima uhebuje w'ukwizera wifashishije mu kuvumbura amenshi mu mabanga y'isi, ukampa umutima wo gukomeza igikorwa ubutagihagarika byatumye ushobora kuronka intsinzi aho wakubitiwe inshuro."

Ububasha butungurana buturuka ku gushushanya mu bwenge.

Uburyo navuganaga n'abari muri izo nama "zo mu bitekerezo" bwagendaga buhinduka bitewe n'imyitwarire nabaga ngendereye kuronka. Nakurikiraga ibyagiye bibavugwaho kandi nkabikora mbishyizeho umutima cyane. Nyuma y'amezi menshi ndi muri iyo migirire buri joro, natangajwe no kuvumbura ko abo bantu nabonaga mu bitekerezo batangiye kuba abantu nyabo.

Buri wese muri abo bagabo icyenda yatangiye kugira imico yihariye yantangaje. Urugero: Nka Lincoln yagize ingeso yo gukererwa buri gihe, hanyuma yaza akinjira agenda nk'umuyobozi usesekaye ahantu. Yahoraga atuje mu maso, nta guseka no gukina. Ni inshuro nke namubonye amwenyura.

Cyakora si ko byari bimeze ku bandi. Akenshi Burbank na Paine bo wabonaga bahugutse kandi basubizanya ubwenge bikaba byaragaragaraga ko iyo myitwarire iciye intege abandi bari mu nama. Umunsi umwe Burbank yaje yakererewe. Nuko yinjirana ibakwe, maze asobanura ko yatindijwe no gukora ubushakashatsi aho yageragezaga kureba uko hazajya hasarurwa "*pome*"[250] ku giti icyo ari cyo cyose. Nuko Paine na we asa n'umucyamura, amwibutsa ko ari "pome" yatangije ibibazo byose hagati y'umugabo n'umugore. Nuko Darwin na we aramukwena avuga ko Paine agomba kujya ashishoza, akareba ko nta tuyoka duto duhari ubwo aba agiye gusarura *pome* kuko akenshi dukura tukavamo inzoka nini. Na ho Emerson arababwira, ati: "Nta nzoka, nta *pome* zabaho." Hanyuma Napoleon na we aranzura, ati: "Nta *pome*, nta leta!"

Izi nama zagezeho zigaragara nk'ikintu nyacyo kiriho by'ukuri ku buryo natangiye kugira ubwoba bw'ingaruka zazazikurikira; nuko mpita nzihagarika mu gihe cy'amezi menshi. Gusa kuzikora byari ibintu bidasanzwe ku buryo nari mpangayikishijwe n'uko nzikomeje nazagera aho nibagirwa ko zari inama zifitanye isano gusa n'*ibyo nyuramo mu rwego rw'ugushushanya mu bwenge kwanjye.*

Ubu ni bwo bwa mbere ngize ubutwari bwo kuzivugaho.

Nakomeje kwirinda kuvuga kuri iyo ngingo kuko mu byo nabonye bijyanye n'iyo ngingo, nari nzi ko iyo mbitangaza abantu bari kubifata uko bitari. Uyu munsi mfite ubutwari bwo kubitangaza mu nyandiko kubera ko noneho ntacyita cyane ku byo "bo bavuga" nk'uko nari meze mu myaka ishize.

Kugira ngo hatabaho kunyumva mu buryo butari bwo, ndagira ngo nongere ngaragaze ko ziriya nama zose zari ibitekerezo gusa. Cyakora nubwo bwose buriya buryo bwo kugirana inama bwari bwibereye mu byo nashushanyaga mu bwenge, na bariya tukaba twarahuraga mu biterekerezo gusa, ndumva nejejwe no gutangaza ko banyoboye inzira zihebuje z'imyato; bazamura muri njye kwishimira ibihebuje mu buryo nyabwo, banzamurira ububasha bwo guhanga kandi banshishikariza kugaragaza ibitekerezo bitabogama.

Uko bavoma ku isoko nyoboramutima.

Hari ahantu mu bwonko bakunze kwita "iyerekwa" haba urugingo rwakira imbaduko y'ibitekerezo. Kugeza uyu munsi siyansi ntabwo iratugaragariza aho urwo rugingo rw'icyumvisho cya gatandatu ruteye; cyakora ibi nta mwanya byadutwara. Ikiriho ni uko abantu baronka ubumenyi bwuzuye, binyuze mu nzira zitari iz'ibyumvisho 5 bigaragarira amaso. Muri rusange, ubwo bumenyi buronkwa iyo imbaraga z'umutima zazamutse ku rwego rwo hejuru rudasanzwe. Ikintu gitunguranye gituma amarangamutima ashabuka hanyuma kigatera umutima gutera vuba vuba kurusha uko bisanzwe, ni cyo gishobora gutuma, na ko ni ko biri, ni cyo gituma icyumvisho cya gatandatu gitangira umurimo. Umuntu uwo ari we wese waba yararusimbutse mu mpanuka ikomeye atwaye imodoka, asobanukiwe neza uko icyumvisho cya gatandatu kiza gutabara umuntu, kigafasha mu bice by'amasegonda bike cyane mu kwirinda iyo mpanuka.

Ibivuzwe hano haruguru biraganisha ku nteruro ngomba gutangaza none aha, ivuga ko mu gihe nari muri ziriya nama nagiranaga n' "Abajyanama banjye batagaragara," nasanze umutima wanjye warafungutse birenze uko byari bimeze mbere maze ugashobora kwakira inama, ibitekerezo ndetse n'ubumenyi byangeragaho binyuze ku cyumvisho cya gatandatu.

Akenshi mu gihe nagiye mpura n'ibibazo bitunguranye, ndetse bimwe muri byo byari bikomeye ku buryo nashoboraga kuhasiga ubuzima, nagiye nyoborwa mu buryo butangaje n'ibyo nigiye kuri ba "bajyanama banjye batagaragara."

Intego yanjye y'ibanze mu guhuza bariya bajyanama "mu nama yo mu bitekerezo" kwari uguha icyerekezo ndangamutima urwego ndotero rw'umutima wanjye mbinyujije mu ihame ry'Ukwitongera, ngambiriye kuronka imyitwarire ntari mfite. Mu myaka ya vuba, ibyo nkora bijyanye n'ibyo mvuze haruguru byarahindutse. Kuri ubu, nitabaza abajyanama banjye buri gihe, yaba njyewe cyangwa abakiriya banjye, iyo duhuye n'ikibazo gikomeye. Ibisubizo tubona usanga bitangaje nubwo bwose muri iyi minsi ntakigendera cyane muri iyi nzira yo gushaka ubujyanama.

Ingufu ndakumirwa ziyongera buhoro buhoro.

Icyumvisho cya gatandatu si ikintu umuntu ashobora guterura agatangira kugikoresha uko ashatse. Ubushobozi bwo gukoresha izi ngufu buza buhoro buhoro bunyuze mu gushyira mu ngiro andi mahame yasobanuwe muri iki gitabo.

Tutitaye ku wo uri we cyangwa se ku mpamvu iyo ari yo yose yatumye usoma iki gitabo, ushobora kuronka imigisha utarasobanukirwa ihame risobanurwa muri uyu mutwe. Ibi rero ni ukuri gusesuye niba intego yawe isumba izindi ari ukurundarunda ifaranga cyangwa kuronka ikindi kintu kigaragarira amaso.

Umutwe uvuga ku cyumvisho cya gatandatu washyizwemo kubera ko igitabo cyateguriwe kugaragaza firozofiya yuzuye igaragaza uko abantu bashobora kwiyobora nta kuyoba na guto mu nzira yerekeza ku kintu cyose basaba ubuzima. Ugushaka, ni yo ntangiriro y'icyo umuntu ageraho cyose. Noneho aho umuntu asoreza ni bwa bumenyi bwihariye bwo gusobanukirwa wowe ubwawe, gusobanukirwa abandi, gusobanukirwa amahame agenga isi hamwe no kumenya no gusobanukirwa ibyishimo.

Ubu buryo bwo gusobanukirwa buza bwuzuye bunyuze mu kumenya no gukoresha ihame ry'icyumvisho cya gatandatu.

Ubwo wasomaga uyu mutwe waba washoboye kubona ko wageze aho wumva wazamutse ku ntera yo hejuru y'imbaraga zikangura umutima. Ni byiza cyane! Uzongere ugaruke kuri iki gice nyuma y'ukwezi, wongere ugisome, uzasanga umutima wawe warazamutse mu yindi ntera yisumbuyeho y'ibiwushishikaza. Hanyuma ujye ubisubiramo kenshi utitaye ku bwinshi cyangwa ubuke bw'ibyo wumva wize; hanyuma, uzashiduka wamaze kuronka ububasha buzira gucika intege, butsinsura ubwoba, buhonyora isubikagahunda ridakwiye, hanyuma bukifashisha nta komyi ugushushanya mu bwenge kwawe. Icyo gihe uzaba wamaze kumva *washyikiriye* cya kintu "kitazwi" cyagiye gitera imbaraga umutima w'umuntu wese w'indashyikirwa wagize ibitekerezo biboneye, wabaye umuyobozi, umuhanzi, umunyamuziki, umwanditsi cyangwa se umutegetsi. Bityo rero uzaba uri ku rwego rwo gushobora guhindura ugushaka kwawe kukakubyarira ifaranga cyangwa se ikindi kintu gifatika; mu buryo bumwe bworoshye nk'ubwo wanyuramo uva mu byo wakoraga uramutse uhuye n'ikintu kikubangamira mu ntangiriro.

UMUTWE WA 15: IBIKONOSHWA BITANDATU BY'UBWOBA

FATA UMWANYA USESENGURE IMIGIRIRE YAWE ...

UBWO URABA USOMA UYU MUTWE USOZA, HANYUMA USHAKE UMUBARE W'IBIKONOSHWA BIBUNDARAYE MU NZIRA YAWE.

MBERE y'uko washyira mu ngiro igice icyo ari cyo cyose cy'iyi nyurabwenge, umutima wawe ugomba kuba witeguye kuyakira. Uko kwitegura ntikugoranye. Gutangirira mu kwiga, gusesengura no gusobanukirwa abanzi batatu ugomba gukura mu nzira yawe ari bo: kujijinganya, gushidikanya hamwe n'ubwoba.

Icyumvisho cya gatandatu ntikizashobora gukora igihe cyose iyi miterere itaboneye cyangwa imwe muri yo yaba ikiri mu mutima wawe. Abagize iyi nyabutatu "*idakiranuka*" bafite byinshi bahuriyeho; aho umwe ari n'abandi baba bari hafi aho.

Kujijinganya ni imbuto ishibukaho ubwoba. Zirikana ibi uko uzaba urimo usoma iki gitabo. Kujijinganya kurakura kukabyara gushidikanya, byombi byakwivanga bikabyara ubwoba. Uko "kwivanga" akenshi kuza buhoro buhoro. Ni na yo mpamvu aba batatu ari abanzi gica. Bagaba amashami, bagakura *nta wurabutswe.*

Igice gisigaye cy'uyu mutwe kirasobanura intego igomba kugerwaho mbere y'uko iyi firozofiya ishyirwa mu ngiro. Kiragaragaza kandi ubusesenguzi ku kintu cyateye ubukene abantu benshi kandi gitangaze ihame rigomba gusobanukirwa n'abantu bose bashaka kugwiza ubutunzi, bwaba bufatwa mu rwego rw'amafaranga cyangwa imiterere y'umutima ari na yo ifite agaciro gahebuje kurenza amafaranga.

Intego y'uyu mutwe ni ukugira ngo dusobanukirwe cyane amasura atandatu y'ubwoba n'uko twabwirinda. Mbere y'uko dushobora kwigarurira umwanzi, tugomba kubanza kumenya izina rye, ingeso ze hamwe n'ingando ye. Ubwo uzaba urimo usoma, wisuzume impande zose, urebe isura y'ubwoba, niba buhari, bwaba bukwiziritseho.

Ntugacibwe intege n'ingeso z'aba banzi bigoye kurabukwa. Rimwe na rimwe hari igihe baba bihishe mu ruhande ndotero rw'umutima, aho bigoye kumenya aho bihishe, ndetse binakomeye kubatsinsura.

Amasura atandatu y'ubwoba.

Habaho amasura y'ingenzi atandatu y'ubwoba, akaba yibasira buri muntu mu bihe bitandukanye. Abantu bagira amahirwe yo kutibasirwa na yo yose uko ari atandatu. Turayatondeka dukurikije uko akunda kugaragara:

1. Ubwoba bw'ubukene.
2. Ubwoba bwo kunegurwa.

3. Ubwoba bw'indwara.
4. Ubwoba bwo gutakaza urukundo.
5. Ubwoba bw'izabukuru.
6. Ubwoba bw'urupfu.

Ubundi bwoba bwose bubaho nta mwanya munini bufata, kandi bushobora kubarurwa muri ibi byiciro bivuzwe haruguru.

Ubwoba nta ho butaniye n'imyifatire y'umutima. Muntu ashobora kugenga no guha icyerekezo imyifatire y'umutima we.

Nta kintu na kimwe muntu ashobora guhanga atabanje kugitegura mu ishusho y'igitekerezo. Nyuma y'iyi ngingo, hakurikiraho indi, ndetse yo ifite akamaro kenshi, igira iti "Ibitekerezo umuntu agize, bihita bitangira kwihinduramo ikintu gifatika, byaba ari ibitekerezo umuntu yagize ku bushake cyangwa se ntabwo. Ibitekerezo umuntu aronka nta bushake ashyizemo, (ibitekerezo byoherejwe n'imitima y'abandi bantu), bishobora guha icyerekezo ubuzima bwe mu rwego rw'ubukungu, mu rw'ubushabitsi, mu rw'imirimo ikorwa kinyamwuga cyangwa se mu rwego rw'imibanire; nk'uko byabaho biturutse ku bitekerezo umuntu ahanga we ubwe, akabitegura uko abishaka.

Aha ngaha, turimo gutegura kwerekana ikintu gifite agaciro kanini ku muntu udasobanukiwe impamvu abantu bamwe bagaragara nk' "*abanyamugisha*," mu gihe abandi bahuje "*ikimero*" mu bushobozi, mu mahugurwa bahawe, mu byo banyuzemo mu buzima no mu bushobozi bw'ubwonko bwabo, bagaragara nk' "*abahanzweho n'inzira y'ibyago*." Iki kintu, gishobora gusobanurwa n'intero ivuga ko *buri muntu afite ububasha bwo kugenga mu buryo bwuzuye umutima we,* bityo mu kwifashisha ubwo bubasha, umuntu wese ashobora kurangaza umutima we, maze ibitekerezo bidakeye byoherejwe n'ubwonko bw'abandi bantu bikinjira, cyangwa akawudadira; maze agaha gusa ikaze ibitekerezo yihitiyemo.

Hari ikintu kimwe rukumbi Rurema yahaye muntu ho ububasha: icyo kintu ni ugutekereza. Iki kintu, iyo gihujwe n'ikindi kivuga ko ikintu cyose muntu ahanga, gitangira mu ishusho y'igitekerezo, byombi bihita byegereza gusobanukirwa ihame ry'uko umuntu ashobora gutsinsura ubwoba.

Niba ari ukuri ko buri gitekerezo gitangira kwihinduramo ikindi kintu gifatika bingana, (kandi koko, uku ni ukuri kuzira gushidikanya); ni na ko kuri, ko ibitekerezo by'ubwoba n'ubukene bidashobora guhindurwamo imbuto z'ubutwari n'ubutunzi.

Ubwoba bw'ubukene.

Nta hantu na hamwe ubukene n'ubukire byahurira! Inzira zigana kuri byombi zifata ibyerekezo bihabanye! Niba ushaka ubukire, ugomba kwanga ikintu icyo ari cyo cyose kiri mu nzira y'ubukene. (Ijambo "ubukire," rirakoreshwa mu gisobanuro cyaryo cyagutse, aho rihagarariye umunezero w'umutima mu bijyanye n'ubutunzi bw'ifaranga, kugira roho n'imitekerereze bitekanye, hamwe no kugira umunezero uturuka ku butunzi bw'ibintu bigaragarira amaso). Intangiriro y'inzira njyabukire ni ugushaka. Mu Mutwe wa Mbere, wahawe amabwiriza yose agufasha mu gushyira ugushaka mu ngiro. Muri uyu mutwe uvuga ku *Bwoba*, haratangwa andi mabwiriza yuzuye, ategurira umutima wawe kwifashisha "ugushaka," mu buryo bufatika.

Aha rero, ni ho ugiye kunyura mu isuzuma rizagaragaza ikigero ugezeho usobanukirwa iyi firozofiya. Aha kandi, ni ho ushobora guhinduka umuhanuzi, maze ugashobora "kwerekwa" mu buryo nyabwo, ahazaza uhishiwe n'iminsi. Niba rero ukimara gusoma uyu mutwe, witeguye kwemera ubukene, uranategurire umutima wawe kubwakira. Iki ni icyemezo udashobora kureka!

Nyamara kandi, niba ushaka ubukire, garagaza neza ubwo ari bwo, ndetse n'ingano y'ubuzakunezeza. Usobanukiwe n'inzira njyabukire. Wahawe "ikarita" y'iyo nzira, nuyikurikiza izakugumisha muri iyo nzira. Nutita kugutangira urwo rugendo cyangwa ugahagarara utararusoza, nta wundi uzanengwa uretse wowe. Izi ni inshingano zawe. Nta rwitwazo ruzakuraho ko ubazwa izi nshingano, nuramuka utsinzwe cyangwa ukanga gusaba ubukire bwo mu buzima, kuko kwemera izi nshingano bisaba ikintu kimwe rukumbi; — kuvuga ni ugutaruka, ni ikintu ushobora kugenga — icyo kintu ni imiterere n'imyitwarire y'umutima wawe. Imiterere n'imyitwarire y'umutima ni ubutunzi wigengaho! Ntihahwa, irahangwa!

Ubwoba kirimbuzi.

Ubwoba bw'ubukene ni imiterere y'umutima, nta kindi kirenze icyo! Bufite ubushobozi bwo kwangiza amahirwe y'umuntu yo kugera ku cyo yaba ashaka gukora cyose.

Ubu bwoba bumugaza ubushobozi bwo gutekereza mu buryo busanzwe, bugasenya ubushobozi bw'ugushushanya mu bwenge, bukangiza ukwiyizera mu byo umuntu akora, bukamunga umutima wo gushabuka, bukadindiza umutima wo kwibwiriza, bugategeka inzira yo kutiyizera mu ntego umuntu yihaye, bugashishikariza isubikagahunda nta mpamvu, bukamaraho umutima wo gushabuka kandi bugakuraho burundu ubushobozi bwo kwigenzura. Bwambura umuntu imyitwarire yuje urugwiro, bugasenya ubushobozi bwo gutekereza ibiboneye, "bukarangaza" ubushobozi bwo guhuriza hamwe ingufu; bugatsikamira umutima w'ugushikama, bugahindura ubusa ububasha bwo kwitegeka, bukarimbura umutima wo kwiha intego zo ku rwego rwo hejuru, bugapfukirana umutima uzirikana hanyuma bukinezeza mu "guhamagara" ugutsindwa mu buryo bwose bushoboka. Buhitana urukundo, bukica amarangamutima nyayo y'umutima, bugasubiza inyuma ubushuti ahubwo bukinezeza mu "guhamagara" ibyago mu buryo bwinshi, bugakurura kutagoheka, ubutindi n'intimba. Kandi ibi byose bikabaho, mu gihe nyamara turi mu isi yuzuye ibintu byinshi umutima washaka, nta kindi kintu cyatubuza kubigeraho, uretse kubura intego iboneye.

Nta gushidikanya, ubwoba bw'ubukene ni bwo bwangiza cyane kurusha ubundi bwose, muri buriya uko ari butandatu. Bwashyizwe ku mwanya ubanza kuri uru rutonde, kubera ko ari bwo bigoranye gutsinsura. Ubwoba bw'ubukene bufite inkomoko ku migirire ya muntu, isa n'imuyobora mu kunyunyuza mugenzi we mu by'ubutunzi. Urebye inyamaswa muri rusange ntizigira ubwenge mu buryo zibaho, ubushobozi bwazo bwo "gutekereza" buri hasi cyane. Ni na yo mpamvu, imwe isimbukira indi ikayirya. Naho muntu, kubera ko afite ubushobozi buhanitse bw'ugushushanya mu bwenge, bumuha ubumenyi bwo ku rwego rwo hejuru, akagira n'ubushobozi bwo gutekereza no gushaka ishingiro ry'ibintu, ntabwo arya umubiri wa mugenzi we; ahubwo, anezezwa no "kumurya" mu by'ubutunzi. Muntu akunda ibintu, kugeza ubwo buri tegeko ryose rishoboka ryasohowe rigamije gukumira mugenzi we.

Nta kintu na kimwe gikururira muntu umuruho n'ubwiyoroshye nk'ubukene! Abigeze kunyura muri ubwo buzima basobanukiwe neza neza n'ibivugwa aha.

Ntibitangaje kuba muntu *yatinya* ubukene. Mu by'ukuri, ugendeye ku byo abantu bagiye banyuramo mu bihe byashize, abantu basobanukiwe ko hari abandi bagenzi babo bamwe, badashobora kwiringirwa mu gihe haba harebwa ibijyanye n'ifaranga cyangwa ubundi butunzi bwa hano ku isi.

Muntu ashishikajwe no gushaka ubutunzi, ku buryo agendereye kubugeraho mu buryo ubwo ari bwo bwose — mu nzira zemewe n'amategeko — cyangwa se bibaye ngombwa, mu zindi nzira, kabone n'izitaboneye.

Kwibaza ibibazo umuntu yiyigaho, bishobora kumugaragariza intege nke afite, we adashaka kwemera. Ubu buryo bwo kwisuzuma, bufite agaciro kenshi ku bantu ubuzima "bugomba" *ibirenze ibinengwa* cyangwa ubukene. Mu gihe uzaba urimo wisuzuma, uzirikane ko uri "urukiko" ukaba n' "inteko irenganura," ukaba umushinjacyaha n'umwunganizi w'uregwa, kandi ko ari wowe "urega" n' "uregwa;" kandi ko "uri mu rubanza." Tanga abagabo utazuyaje. Ibaze ibibazo biboneye, kandi wihe n'ibisubizo bitaziguye kandi bikwiye. Numara kwisuzuma, uzimenya bihagije. Niba wumva nk'umucamanza, ushobora kwibogamira muri uku kwisuzuma, uzabwire umuntu ukuzi neza, aguhe amanota mu gihe uzaba urimo ukora iki "kizami." Urimo urashakisha ukuri. *Kumenye, kabone n'ubwo byakugora ndetse mu gihe gito bikaba byagutera ipfunwe!*

Abantu benshi iyo babajijwe icyo batinya cyane mu buzima, barasubiza ngo: "Ntacyo." Nyamara, iki gisubizo kigaragara nk'ikitari cyo, kubera ko hari umubare muto w'abantu bashobora kuvumbura ko bari ku ngoyi, ko bamugajwe kandi ko bakubiswe n'ubwoba, haba kuri roho no ku mubiri. Amarangamutima y'ubwoba yariyorobetse kandi yacengeye imbere, ku buryo umuntu ashobora kwiberaho ubuzima bwose, amubereye umuzigo kandi atazi ko awikoreye. Uburyo bwonyine bwo kugaragaza uyu mwanzi ni ukwikorera ubusesenguzi nta kujenjeka. Nujya gutangira ubwo busesenguzi, winjire urebe imbere kure mu mico n'ingeso byawe. Imbonerahamwe ikurikiyeho iragaragaza bimwe mu byo ugomba gushakisha:

Ibiranga ubwoba bw'ubukene.

1. *Kutagira icyo umuntu yitaho.* Kugaragazwa akenshi no kutiha intego zo ku rwego rwo hejuru; ubushake bwo kwihanganira ubukene; kwakira icyo ari cyo cyose ubuzima bugenera umuntu nk'igihembo nta kubaza; ubunebwe mu bikorwa bya roho n'iby'*amaboko*; kutagira ukwibwiriza n'ugushushanya mu bwenge, ugushabuka hamwe n'ukwitegeka.
2. *Kudashobora gufata ibyemezo.* Ingeso y'umuntu yo guha abandi umwanya, bakaba ari bo bamutekerereza. "Kwigumira hanze y'urugo."
3. *Gushidikanya.* Akenshi kugaragara mu rwitwazo no kwisobanura kugira ngo umuntu ahishe, asobanure cyangwa se asabe imbabazi z'ibyo yatsinzwemo; akenshi byigaragaza mu kugirira ishyari abageze ku ntsinzi cyangwa mu "kubavuga."
4. *Guhora umuntu ahangayitse.* Akenshi kugaragarira mu guhora umuntu ashaka amakosa ku bandi; cyangwa se imigirire ituma uyifite akoresha ubushobozifaranga burenze ubwo afite; kutita k'uko umuntu agaragara mu bandi; gufunga isura byo kubura ibyishimo; gufata ku kigero cyo hejuru ibinyobwa bisindisha rimwe na rimwe harimo n'ibiyobyabwenge; guhorana uburakari; kutagira umutuzo no kwitekerezaho birenze urugero.
5. *Kwigengesera cyane mu buryo buteye impungenge.* Ingeso yo gushakisha buri gihe aho bitagenda muri buri kintu, gutekereza no kuvuga uko gutsindwa bizamushyikira aho guhuriza imbaraga n'ibitekerezo mu nzira y'ugutsinda. Kuba umuntu azi inzira zose zigeza ku byago, nyamara ntashakishe inzira zimufasha kwirinda ugutsindwa. Gutegereza "umwanya nyawo" wo gutangira gushyira mu ngiro ibitekerezo na gahunda, kugeza ubwo uko gutegereza guhinduka akamenyero. Guhora umuntu azirikana abatsinzwe kandi akibagirwa abageze ku ntsinzi. Kubona "umwenge uri mu ndazi" ariko ntiyite ku kureba indazi ubwayo. Guhora buri gihe umuntu abona ibitagenda gusa; bitera kudashobora kugogora ibyo yafunguye, kunanirwa kujya "kwa nta-wutuma-undi," kugira isindwe rya buri gihe, guhumeka bigoranye no guhorana umunabi ku mutima.
6. *Guhora umuntu yimura gahunda nta mpamvu.* Ingeso yo kwimurira ejo ibyo umuntu yakabaye yarakoze umwaka ushize. Guta igihe

kinini mu gushaka urwitwazo n'ibisobanuro by'impamvu umuntu atakoze umurimo yasabwaga. Iki kimenyetso gifitanye isano n'icyo kugira ubwitonzi buteye impungenge mu byo umuntu aba akora, icyo gushidikanya n'icyo guhora umuntu ahangayitse. Kwanga kwemera ingaruka mu byabaye mu gihe byashobokaga kuzirinda. Ubushake bwo kwemera urwaje, aho guhaguruka ngo wirwaneho ushikamye. Kwihanganira ibibazo aho kubyakira no kubikoresha nk'ikiraro gifasha kujya imbere. Gucirirkanya n'ubuzima "ku giceri," aho kubusaba iterambere, ubutunzi, ubukire, kunyurwa hamwe n'ibyishimo. Gutegura icyo gukora mu gihe umuntu azaba atsinzwe, aho "kurwana inkundura" ku buryo nta gukubitwa inshuro gushoboka. Kugira intege nke cyangwa kuzibura mu kwigirira icyizere, mu kugira intego iboneye, ukwitegeka, ukwibwiriza, ugushabuka, guharanira kugera ku bintu byisumbuyeho, gukoresha amafaranga mu buryo nyabwo hamwe no kugira ubushobozi bwo gushyira mu gaciro. Kujya mu mahuriro y'abihanganira ubukene, aho kugendana n'abashakisha kandi baronka ubukire.

Imari ni Musemakweri!

Abantu benshi bakunze kubaza, bati: "Kuki wanditse igitabo kivuga ku mafaranga? Kuki ubukire bubarwa mu mafaranga gusa?" Abenshi bemera — kandi ni ukuri — abenshi bemera ko hari ubundi bwoko bw'ubukire bukenerwa butari amafaranga. Yego, ni byo. Hariho ubukire bundi budashobora kubarwa mu mafaranga. Nyamara kandi, hariho n'amamiriyoni y'abantu bagira, bati: "Mpa amafaranga yose nkeneye, bityo nzashobora kuronka icyo nshaka cyose." Impamvu isumba izindi yatumye nandika iki gitabo ku buryo abantu baronka ifaranga, ni uko hariho amamiriyoni y'abagabo n'abagore bamugajwe n'ubwoba bw'ubukene. Ingaruka z'ubu bwoba ku muntu zasobanuwe na Westbrook Pegler[251]mu nyandiko ikurikira:

Amafaranga ni icyuma cyangwa urupapuro. Hari ubutunzi bw'umutima na roho bwinshi amafaranga adashobora kugura. Nyamara, abantu benshi iyo nta faranga bafite, usanga badashobora kuzirikana ibi no kubigumisha mu mitekerereze yabo. Iyo umuntu yasohotse ari hanze ku muhanda, nta kazi na kamwe ashobora kubona, hari ikintu kiba mu mitekerereze ye kandi gishobora kubonwa ku mwenda ufubitse intugu ze, ku myambarire y'ingofero ye, ku ntambwe ye no ku ndoro ye. Ntashobora gucika ibyiyumvo by'agaciro kari munsi y'ak'abandi bafite akazi gahoraho nubwo bwose aba azi ko we abarenze mu mico, ubwenge n'ubushobozi.

Ku rundi ruhande, aba bantu na bo — n'ubwo baba ari inshuti ze — biyumvamo kuba bafite agaciro kamurenze, bakamureba, rimwe na rimwe, batazi uko byaje, nk'umuntu utazi gufata inshingano. Rimwe na rimwe ashobora kuguza amafaranga, ariko ayo ntaba ahagije ku buryo yamufasha kubaho ubuzima amenyereye; kandi ntashobora kuguza igihe kirekire.

Ikindi kandi kuguza ubwabyo, mu gihe umuntu abikora gusa kugira ngo abone amaramuko, ni ikintu gitera guhangayika kandi bene ayo mafaranga ntagira za "ngufu z'ifaranga umuntu yavunikiye," za zindi zizamura morale ye. Byumvikane ko ibivugwa hano bitareba abatarigeze akazi cyangwa imburamumaro zisanzwe; ahubwo bireba abantu biha intego zo ku rwego rwisumbuyeho kandi bihesha agaciro.

Kuri iki kibazo, ibyo abagore bahura na byo biratandukanye.

Wagira ngo ntitujya tubariramo abagore iyo tureba abatagira epfo na ruguru. Ni bake bagaragara mu mirongo y'abagenerwa ifunguro, baboneka inshuro nke cyane basabiriza ku mihanda kandi ntibaboneka mu kivunge kubera ko batagaragaza ibimenyetso nk'iby'abagabo bashiriwe. Byumvikane ko ntarimo mvuga ba bakecuru batiterura bari ku mihanda, bagize umubare muto cyane ugereranyije n'abagabo batagira icyo gukora. Aha ndashaka kuvuga ahubwo abagore bakiri bato kandi bajijutse. Hashobora kuba hariho benshi muri aba baba bagerwaho n'iki kibazo, nyamara uguhangayika kwabo ntikugaragara hanze. Byashoboka ko bo "biyahura."

Iyo umugabo yaburaniwe aba afite umwanya wo gutekereza cyane. Ashobora gukora ibirometero byinshi agiye guhura n'umuntu ugomba kumuha akazi, yagerayo agasanga bamaze gufata undi mukozi; cyangwa se agasanga ni ya mirimo itagira umushaharafatizo ahubwo ihemba gusa komisiyo ku byo umuntu yacuruje na byo bidafite agaciro kandi bitanagurwa cyane, keretse umuguzi agiriye impuhwe ubicuruza. Iyo yanze ako kazi asubira mu muhanda, nta handi afite ho kujya uretse kugenda gusa. Nuko akiyemeza gukomeza urugendo. Akagendaaa! Akajya arebera mu madirishya mu bubiko bw'amaduka y'ibicuruzwa bigurwa n'abasirimu; bitamugenewe; akumva ameze nk'umuntu ufite agaciro gake, maze agaha umwanya abandi bantu bahagarara bakareba muri ayo maduka kandi bafite na gahunda yo kugira icyo bagura. Arakomeza akazerera aho bategera gari ya moshi, maze akanyura mu isomero kugira ngo aruhure amaguru abashe no kumva amahumbezi. Kubera ibyo bitari muri gahunda yo gushaka akazi, arakomeza akagenda. Ashobora kutabirabukwa, nyamara "ukutagira-aho-agiye" kwe kuramutamaza nubwo bwose mu maso he hatagira icyo hatangaza. Ashobora kuba yambaye uko bikwiye mu myenda aheruka ubwo yari agifite akazi gahoraho, nyamara imyenda ntiyahisha umunaniro.

Akabona ibihumbi by'abandi bantu, baba abakora mu masomero, abanyamabanga, abaganga, abakora mu bwikorezi bashishikaye mu mirimo yabo; nuko akumva abafitiye ishyari mu mutima we. Bo bafite ubwigenge bwabo, agaciro n' "ubusamuntu;" naho we aba ashidikanya ko ari umuntu nyawe; nubwo bwose yaba abijyaho impaka muri we, noneho nyuma y'isaha ku yindi akaba atagishidikanya ukuri kwabyo.

Ni amafaranga atuma habaho ubu budasa muri we. Abonye udufaranga yakongera kuba we ubwe.

Ubwoba bwo kunegurwa.

Nta washobora gusobanura neza uko muntu yafashwe n'ubu bwoba,

cyakora ikizwi ni uko abugira ku kigero cyo hejuru.

Uyu mwanditsi asa n'ushaka guhuza ubwoba bwo kunegurwa na ya kamere ya muntu yo gushaka kwambura mugenzi we ibyo atunze; hanyuma agasobanura ibikorwa bye akoresheje kunegura imico y'uwo mugenzi we. Ni ibintu bizwi ko igisambo kinegura uwo cyibye — ko kandi abanyaporitiki baharanira intebe, batagaragaza indangagaciro zabo n'ibyo bazi gukora, ahubwo bagerageza kubeshyera abo bahanganye.

Abanyenganda b'inyaryenge ntibatinda kwifashisha ubu bwoba bwo kunegurwa bumeze nk'umuvumo ku nyokomuntu. Buri mwaka imideri y'imyenda irahinduka. Ni nde uzana iyo mideri mishya? Uko biri kose ntabwo ari umuguzi w'imyenda, ahubwo ni uyikora. Kuki ukora imyenda ahindura imideri kenshi? Igisubizo kirumvikana. Ahindura imideri kugira ngo ashobora kugurisha imyenda myinshi.

Impamvu ivuzwe haruguru ni na yo igenderwaho n'abakora imodoka. Nta muntu uba yifuza gutwara imodoka itari iy'umuderi usohotse vuba.

Turimo turasobanura uko abantu bitwara babitewe no gutinya kunegurwa mu bintu bito bito byo mu buzima busanzwe. Reka noneho dusesengure imyitwarire ya muntu mu gihe ubu bwoba buba bwibasiye abantu mu mishyikiranire yagutse hagati yabo. Dufate urugero rw'umuntu uwo ari we wese warengeje imyaka y'ubukure mu bitekerezo (ku kigero kiri hagati y'imyaka 35 na 40). Uramutse ushoboye gusoma ibitekerezo by'ibanga mu mutima we, wasangamo ukutemeranya n'inkuru yigishijwe mu migani myinshi mu myaka mike ishize.

Kuki muri iyi minsi y'ugusobanukirwa kwisumbuyeho, umuntu usanzwe we akomeje kwirinda guhakana ziriya nkuru? Igisubizo ni uko "atinya kunegurwa." Abagabo n'abagore bagiye batabwa mu nkekwe kubera ko batinyutse kugaragaza ko batemera abazimu. Ntibitangaje ko dukomora ku bakurambere bacu inzirikanamyifato ituma dutinya kunegurwa. Mu gihe kitari kera *kunegura* byaherekezwaga n'ibihano bikakaye — ibi ni ko bikiri mu bihugu bimwe na bimwe.

Ubwoba bwo kunegurwa bwambura muntu imbaraga z'ukwibwiriza, bugasenya ububasha bwe bw'ugushushanya mu bwenge, bukagabanya ubushobozi bwe bwo "kuba we ubwe," bukamwambura ukwiyizera hanyuma bukamwangiza mu bundi buryo bwinshi. Ababyeyi akenshi bangiza abana babo mu buryo butasanwa mu gihe babanegura. Nyina w'umwe mu bana twabyirukanye yakundaga kumuhana akenshi buri munsi amukubita, agasoza icyo gikorwa amubwira, ati: "Ntuzagira imyaka 20 utarinjira gereza!" Uwo mwana yajyanwe mu kigo ngororamuco afite 17!

Kunegura ni imwe muri "serivisi" buri muntu akungahayeho. Buri wese ayifite mu "kigega" cye, maze akayitanga yihera abandi, yaba asabwe cyangwa yibwirije. Abafitanye amasano n'umuntu ni bo banyabyaha gica bashinjwa cyane. Iki kintu cyagafashwe nk'icyaha (mu by'ukuri ni icyaha gikabije) ku mubyeyi utuma umwana we akurana imyitwarire yo kwisuzugura kubera guhora anegurwa mu buryo butari bwo. Abakoresha basobanukiwe kamere ya muntu bashobora kuronka ubufasha bwose buri mu bakozi babo, binyuze mu kutabanegura, ahubwo mu kubabwira ibyubaka. Ababyeyi na bo bashobora kugera kuri iyo ntego mu bana babo. Kunegura bitera ubwoba mu mutima w'umuntu cyangwa inzika; ariko nta na rimwe bizubaka urukundo.

Ibimenyetso biranga ubwoba bwo kunegurwa.

Ubu bwoba na bwo bukwiye hafi ya hose ku isi nk'uko bimeze ku bwoba bw'ubukene, kandi ingaruka zabwo zangiza ibyo umuntu yakagezeho; cyane cyane kubera ko ubu bwoba busenya ubushobozi bwo kwibwiriza kandi bugasubiza inyuma ugushushanya mu bwenge. Ibimenyetso by'ingenzi mu biranga ubwoba bwo kunegurwa ni ibi bikurikira:

1. *Kwitekerezaho birenze urugero.* Akenshi bigaragarira mu kuryoherwa n'uburakari, gutinya kuvuga no guhura n'abandi umuntu atamenyereye, kunyeganyeza amaboko n'amaguru mu buryo budasanzwe umuntu ari kumwe n'abandi no guhisha amaso avugana n'umuntu.
2. *Kubura umutuzo.* Kugaragarira mu kudashobora kuyobora ijwi mu biganiro, kugaragara nk'urakaye umuntu ari kumwe n'abandi, kudahagarara uko bikwiye no kugira ubushobozi buke bwo kuzirikana ibyo umuntu yumvise.
3. *Intege nke mu kugira ibiranga imiterere y'umuntu bizwi.* Kutagira ubushobozi bwo guhagarara ku byemezo, bwo gushimisha abandi, bwo gutanga ibitekerezo ku buryo buboneye. Akamenyero ko guhunga ibibazo aho guhangana na byo ubihanze imboni. Kwemeranya n'abandi utabanje gusuzuma neza ibitekerezo byabo.
4. *Imigirire y'umuntu yo kumva afite agaciro gake mu bandi.* Akamenyero ko gushaka "kwemeza" abandi binyuze mu magambo umuntu avuga cyangwa ibikorwa akora, akabyifashisha nk'uburyo bwo guhisha ibyiyumvo yifitemo byo kumva afite agaciro gake ugereranyije n'abandi. Iyi migirire igaragarira kandi mu gukoresha "amagambo *akakaye*" kugira ngo *atangaze* abandi (akenshi atazi igisobanuro nyacyo cy'ayo magambo); kwigana abandi mu myambarire, mu mvugo no mu migirire. Kwigamba intsinzi y'ibyo umuntu yagezeho kandi ntayo. Rimwe na rimwe iyi mwitwarire ituma umuntu yagaragara cyangwa akiyumva asumba abandi.
5. *Gusesagura amafaranga.* Ingeso yo kugerageza kwigana abandi mu "bigezweho" kugira ngo umuntu atagaragara nk'uri munsi yabo ku rwego rw'imibereho; ingeso yo gukoresha amafaranga ari hejuru y'ayo umuntu yinjiza.

6. *Kutagira ukwibwiriza.* Kunanirwa "guhobera" amahirwe kugira ngo umuntu yiteze imbere; kugira ubwoba bwo gutanga ibitekerezo; kubura ukwiyizera mu bitekerezo umuntu agira; gutanga ibisubizo bidafututse abwira abamukuriye; gushidikanya ku myitwarire cyangwa ku mvugo; guca intege mu mugambo cyangwa mu bikorwa.
7. *Kubura ubushake bwo kwiha intego zisumbuyeho.* Kugira ubunebwe mu mitekerereze no mu bikorwa; kubura ubushobozi bwo guhagarara ku byo umuntu avuga cyangwa ashaka, gutinda gufata ibyemezo; guhindagura imyumvire agendeye ku bandi; ingeso yo kunegura abandi badahari no kubavuga imyato mu maso yabo; akamenyero ko kwakira inshuro yakubiswe nta kuzuyaza cyangwa se kuva mu byo umuntu yari atangiye mu gihe abangamiwe n'abandi akibitangira; ingeso yo kutizera abandi nta gihamya; kubura ubushobozi bwo kumvikana n'abandi mu migirire cyangwa mu mvugo; kutitegura kwakira ukunengwa kuvuye mu makosa y'umuntu.

Ubwoba bw'indwara.

Ubu bwoba bufitanye isano n'ibyo muntu akura ku bakurambere be ku mubiri no mu mibanire. Mu mwimerere wabwo, ubu bwoba bufitanye isano n'ibitera ubwoba bw'izabukuru hamwe n'ubwoba bw'urupfu; kubera ko butuma umuntu yegera ya "si iteye ubwoba bwinshi" muntu atarageramo, cyakora akaba yarayihaweho amakuru amubuza umutuzo. Hariho ikindi gitekerezo cyakwiriye ahantu henshi kivuga ko abantu bamwe badafite imyitwarire nyayo binjiye muri bizinesi yo "gucuruza inziramuze" bakora ibikorwa bikomeza gushyigikira ubwoba bw'indwara.

Muri rusange, muntu agira ubwoba bw'indwara kubera ishusho y'ubwoba bwinshi yatewe mu mutima we ku bijyanye n'ibizamubaho mu gihe urupfu ruzaba rumutwaye. Muntu atinya kandi urupfu kubera igihombo mu by'ubutunzi giterwa na rwo.

Hari umuganga w'ikirangirire watangaje ko hafi 75% by'abajya kwa muganga bakeneye ubufasha bwaho baba barwaye *hypochondria* (indwara itariho by'ukuri ahubwo ituruka gusa mu mitekerereze y'uyirwaye). Byaragaragajwe ko ubwoba bw'indwara, kabone n'ubwo bwaba nta kimenyetso na gito cyabwo kigaragara, akenshi buvamo ibimenyetso biboneka by'iyo ndwara umuntu atinya.

Umutima wa muntu ufite ingufu nyinshi kandi urakomeye cyane! Urubaka cyangwa ugasenya.

Bubakiye kuri iyi ngeso rusange y'ubwoba bw'indwara, abakora imiti bashoboye kwigwizaho ubutunzi bwinshi. Iyi myitwarire yo gufatira ku migirire ya muntu yo kwemera ibintu atabanje kubisesengura yafashe intera ndende mu myaka ishize ku buryo ikinyamakuru cyitwa *Collier's Magazine*[252] cyakoze umurimo utoroshye wo kurwanya abenshi mu bakora imiti bari barishoye muri iyo migirire.

Hagendewe ku bushakashatsingiro bwakozwe mu myaka ishize, hemejwe ko abantu bashobora "guterwa" kurwara binyujijwe mu ihame ry'Ukwitongera. Ubushakashatsi nk'ubu bwakorewe ku bantu batatu tuziranye, bajya gusura "abarwayi." Maze buri wese muri bo akabaza buri wese mu "barwayi" iki kibazo: "Wabaye iki? Urasa n'urwaye cyane?" Ubajije bwa mbere ahabwa igisubizo kirimo uburyo bugaragaza ko icyo cyari ikibazo cyo "gukinisha" uwo abajije. Icyo gisubizo cyaragiraga, kiti: "Oya! Meze neza!" Ubajije bwa kabiri na we asubizwa, atya: "Sinzi neza uko bimeze, cyakora ndumva merewe nabi." Naho uwabajije bwa gatatu yemerewe neza neza ko uwo abajije yumva rwose arwaye.

Niba ushidikanya, uzagerageze ibi ku muntu muziranye, bizatuma yumva atamerewe neza; cyakora ntuzabitindemo cyane. Bavuga ko hariho idini rifite abayoboke bashobora kwihimura ku muntu mu buryo bwo "kumutongera." Babyita, "kohereza umutongero" umuntu.

Hariho ibintu byinshi by'ukuri bigaragaraza ko rimwe na rimwe indwara itangirira mu ishusho y'igitekerezo gisenya. Igitekerezo nk'icyo gishobora kuva mu mutima w'umuntu kikajya mu w'uwundi, binyuze mu "kugitongerwa" cyangwa se gihanzwe n'umutima w'umuntu ubwe.

Umunsi umwe, umuntu wari waragize umugisha wo kuronka ubuhanga bwinshi, yaragize, ati: "Iyo umuntu ambajije uko numva meze, buri gihe numva namusubiza nkoresheje kumuterura nkamutimba hasi."

Abaganga bashyira abarwayi mu bindi "bihe" by'ubuzima kubera ko impinduka mu "buryo babona ibintu mu mutima wabo" iba ikenewe. Imbuto y'ubwoba bw'indwara iba muri buri mitekerereze ya muntu. Guhangayika, ubwoba, kubura imbaraga mu byo umuntu akora, gucika intege mu by'urukundo cyangwa se muri bizinesi bituma iyi mbuto izana imizi hanyuma igakura.

Gucika intege mu by'urukundo no muri bizinesi biza ku mwanya ubanza mu bitera ubwoba bw'indwara. Hariho umusore wigeze kwibasirwa no kubura urukundo bigeza ubwo ajyanwe mu bitaro. Nuko amara amezi menshi cyane ari hagati y'urupfu n'umupfumu. Umuganga "w'indwara zishingiye ku mitekerereze" wamukurikiranaga aza guhinduranya abaforomo bamwitagaho, nuko amushyira mu maboko y'umuforomo ufite isura nziza kandi ukiri muto. Nk'uko byari byateguwe mbere na Muganga, wa muforomo na we atangira kugaragariza urukundo umurwayi guhera ku munsi wa mbere agihabwa izo nshingano. Mu byumweru bitatu byakurikiyeho, umurwayi yarasezerewe, n'ubundi akirwaye, ariko ubundi bwoko bw'indwara!

Yashoboraga kongera gukunda. Umuti yahawe wari ikintu cyateguriwe gusa "guca intege" uburwayi yagaragazaga akigera kwa muganga. Nyuma y'aho, "umurwayi" na wa muforomo barashyingiranwe.

Ibimenyesto biranga ubwoba bw'indwara.

Ibimenyetso biranga ubu bwoba busa n'ubuganje ku isi hose ni ibi:

1. *Gukoresha igikorwa cy'ukwitongera mu buryo butari bwo.* Ingeso yo gukoresha mu buryo busenya ihame ry'ukwitongera, umuntu akabigira ashakisha cyangwa se yitegura ibimenyetso biranga indwara zitandukanye. "Gushimishwa" no kugira indwara umuntu "atekereza" ko afite ndetse agakunda kuyivugaho nk'iriho koko. Akamenyero ko kubahiriza ibivugwa cyangwa imyumvire bitangwa n'abandi nk'ibifite ubushobozi bwo gukiza indwara. Kuganiriza abandi ibikorwa ku burwayi runaka, impanuka cyangwa se ubundi burwayi ubwo ari bwo bwose. Kugerageza imirire, imyitozo ngororamubiri cyangwa uburyo bugabanya umubiri hatagendewe ku mabwiriza y'ababifitemo ubumenyi bwihariye. Gukoresha imiti yo mu rugo, itangwa n'abayikora cyangwa se iya magendu.
2. *"Hypochondria:" Indwara itariho ituruka gusa mu mitekerereze y'umuntu.* Akamenyero k'umuntu ko guhora avuga ku ndwara, ibitekerezo bye akabihoza ku ndwara ndetse akaba yiteguye iyo ndwara ku buryo bimutera guhorana ukwiheba n'agahinda. Nta n'umwe mu miti igaragarira amaso ushobora kuvura iyi ndwara. Iterwa no gutekereza ibisenya, bityo nta kindi cyayivura uretse gutekereza ibyubaka. Bivugwa ko iyi "ndwara itariho ituruka gusa mu mitekerereze y'umuntu" itera ibibazo bikomeye biri ku kigero kimwe n'ibiterwa n'indwara nyirizina umuntu aba afitiye ubwoba. Ibyiciro byinshi by'indwara bavuga ngo bishingiye ku "guhorana uburakari" bishobora kuba bituruka ku ndwara itariho ituruka gusa mu mitekerereze y'umuntu.
3. *Gukora imyitozo ngororamubiri idakwiye.* Akenshi ubwoba bw'indwara bubangamira imyitozo ngororamubiri nyayo; ibi bigatuma umuntu agira umubyibuho urenze, ndetse bikamutera kwirinda kugera "aho abandi bari."
4. *Kugabanyuka kw'ingufu z'umubiri.* Ubwoba bw'indwara bumunga ubudahangarwa "bavukanwa" bw'umubiri; hanyuma bugatanga inzira ku ndwara iyo ari yo yose umuntu ashobora gukubitana na yo. Akenshi ubwoba bw'indwara buba bufitanye isano n'ubwoba bw'ubukene; cyane cyane ku bijyanye na wa murwayi ufite ya "ndwara itariho ituruka gusa mu mitekerereze y'umuntu." Bene uyu ahorana ubwoba bw'amafaranga azishyura abaganga, ibitaro, n'ayandi. Bene uyu

muntu amara igihe kinini yitegura uburwayi, avuga ku rupfu, azigama amafaranga yo kumushyingura n'ibindi nk'ibyo.

5. *Kwiyitaho birenze urugero.* Akamenyero ko gutuma abandi baguhangayikira, ukoresheje kwirwaza nk'urwitwazo. (Abantu bakunze gukoresha ubu buryarya kugira ngo basibe akazi). Ingeso y'umuntu yo kwirwaza kugira ngo ahishe ubunebwe cyangwa ikaba urwitwazo rwo kubura ingufu zo kwiha intego zisumbuyeho.
6. *Gufata ibiribwa cyangwa ibinyobwa birenze urugero umubiri ukeneye.* Ingeso yo kwifashisha inzoga cyangwa se ibiyobyabwenge mu guhagarika ububabare bwo mu mubiri nko kuribwa n'umutwe n'ibindi aho gukora ku buryo hakumirwa ikibutera.

Akamenyero k'umuntu ko gusoma ibivugwa ku ndwara no guhangayikishwa n'uko ishobora kumufata. Akamenyero ko gusoma ibitangazwa ku miti mishyashya yakozwe.

Ubwoba bwo gutakaza urukundo.

Nta gushidikanya inkomoko y'ubu bwoba ni ingeso y'umugabo yo kugira abagore benshi yatumaga ajya "kwiba" umugore wa mugenzi we hamwe n'akamenyero ko kwishimishanya na we uko yabaga abishoboye.

Ishyari hamwe n'izindi ndwara zo "guhangayika" bikomoka ku bwoba bw'umuntu bwo gutakaza urukundo yabaga afitiwe n'undi muntu. Ubu bwoba ni bwo bugezayo umuntu cyane muri aya moko atandatu y'ubwoba. Byashoboka ko ari bwo busenya cyane umutima n'umubiri.

Byashoboka ko ubwoba bwo gutakaza urukundo bwabayeho kuva kera mu gihe muntu yari atangiye "kwifashisha amabuye mu gukora ibikoresho" ari na ho umugabo yatangiye "kwiba" umugore akoresheje ingufu za kinyamaswa. Ubwo "busambo" buracyariho ariko uburyo bukorwamo bwarahindutse. Aho gukoresha ingufu, muri iyi minsi hakoreshwa kwinginga, kwizeza imyenda myiza, imodoka nziza hamwe n'indi "mitego" ishoboka itari ingufu z'umubiri. Imico ya muntu iracyari ya yindi yari afite mu ntangiriro z'amateka cyakora muri iyi minsi ayigaragaza mu buryo butandukanye n'ubw'icyo gihe.

Ubusesenguzi bwimbitse bwagaragaje ko abagore bashobora kwibasirwa cyane n'ubwoba bwo gutakaza urukundo kurusha abagabo. Iyi mpamvu irumvikana cyane. Bagendeye ku byo banyuzemo, abagore bashoboye gusobanukirwa ko kamere y'abagabo "ishora" mu gutunga abagore benshi bityo bakaba atari abizerwa mu gihe habayeho abandi bagore babashaka.

Ibimenyetso biranga ubwoba bwo gutakaza urukundo.

Ibimenyetso byihariye biranga ubu bwoba ni ibi bikurikira:

1. *Ishyari.* Ingeso y'umuntu yo *gukekera imyitwarire* inshuti n'abandi

akunda nta mpamvu n'imwe ahereyeho. Akamenyero k'umuntu ko gushinja uwo bashakanye kumuca inyuma nta gihamya. Kugira amakenga muri rusange kuri buri wese, kutagira umwizerwa n'umwe.

2. *Kubona amakosa mu bandi.* Akamenyero k'umuntu ko kubona amakosa mu nshuti, abavandimwe, abo bakorana muri bizinesi n'abo akunda bishingiye ku kantu gato kamusembuye cyangwa se nta mpamvu iyo ari yo yose ihari.
3. *Gukina urusimbi.* Akamenyero k'umuntu ko gukina urusimbi, kwiba, kuriganya cyangwa se kujya mu mikino y'amahirwe kugira ngo abone amafaranga yo guha abo akunda yibwira ko urukundo rushobora kugurwa. Ingeso y'umuntu yo gukoresha amafaranga mu buryo burenze ubushobozi bwe; gufata imyenda kugira ngo ashobora guha impano abo akunda kandi ashaka ko bamubona mu buryo yungukiramo. Imiterere y'umuntu yo kubura ibitotsi, guhangayika, kubura ingufu zirinda ugucikintege, kugira intege nke mu "kwitegeka," kudashobora kwigenzura, kutigirira icyizere no guhora azinze umunya.

Ubwoba bw'izabukuru.

Ubu bwoba bukomoka ahantu habiri. Aha mbere ni imitekerereze yibwira ko izabukuru zishobora gukurura ubukene. Aha kabiri, ari na ho h'ingenzi, ni inyigisho zangiza kandi z'ikinyoma za kera zagiye zishingira mu buryo bwose ku "Kurimburwa kw'abanyabyaha" hamwe n'amashitani byagiye bitegurwa kinyaryenge mu buryo bugambiriwe kugira ngo bishyire muntu mu bucakara hifashishijwe ubwoba.

Mu kugira ubwoba bw'izabukuru, muntu ashingira ku mpamvu ebyiri: iya mbere ituruka ku myitwarire ya muntu yo kutizera mugenzi we, ushobora kuzegukana ubutunzi bwe bwose bwo munsi; iya kabiri na yo igaturuka ku ishusho iteye ubwoba muntu afite mu mutima we ku bijyanye n'ubundi buzima azabamo nyuma y'ubu bwo mu isi.

Kuba umuntu ashobora kurwara, akenshi bigashyika uko agenda yegereza izabukuru, na yo ni impamvu ituma agira ubwoba bw'izabukuru. Ubushake bw'imibonano mpuzabitsina na bwo bushobora kuba impamvu y'ubwoba bw'izabukuru kubera ko nta mugabo unyurwa n'ibitekerezo by'uko azatakaza ubushobozi bwe bw'imibonano mpuzabitsina.

Impamvu rusange itera ubwoba bw'izabukuru ifitanye isano n'ubukene bushoboka mu myaka y'ubusaza. Ijambo "inzu idakwiye" ntirinezeza. Rihungabanya umutima w'umuntu wese ushobora kuzagira ibyago byo kumara imyaka ya nyuma mu y'ubuzima bwe ari *ahantu hadakwiye mu ifamu.*

Ikindi kintu na cyo gituma habaho ubwoba bw'izabukuru ni uko muntu ashobora gutakaza ubwisanzure n'ubwigenge bwe, kubera ko izabukuru zishobora kuzana ukubura ubwisanzure ku mubiri no ku butunzi.

Ibimenyetso biranga ubwoba bw'izabukuru.

Ibimenyetso by'ingenzi biranga ubwoba bw'izabukuru ni ibi bikurikira:

Gutangira gucika intege no kugaragaza imyitwarire yo kumva nta gaciro umuntu afite mu gihe ari mu myaka y'ubukure mu bitekerezo, ni ukuvuga, yegereje 40; hanyuma agatangira kwibeshya ko "atagishinga" kubera imyaka. (Nyamara ukuri ni uko imyaka iri hagati ya 40 na 60 ari yo y'ingirakamaro cyane mu buzima bwa roho n'ubw'imitekerereze ya muntu).

Akamenyero k'umuntu ko kuvuga yicuza ko "amaze gusaza," agakora ibyo abishingira gusa kuko amaze kugeza ku myaka 40 cyangwa 50; aho guhindura iyo migirire ngo ahubwo yishimire ko yagejeje ku myaka y'ubunyangamugayo n'ubushishozi.

Akamenyero k'umuntu ko kutagira icyo yitongera, icyo ahanga mu bitekerezo no kutiyizera kubera ko yibeshya ko yashaje cyane ku buryo ataba "akijya muri ibyo." Akamenyero k'umugabo cyangwa umugore uri mu myaka ya za 40 ko kugira imyambarire igamije kumugaragaza nk'ukiri muto n'imvugo idasanzwe nk'iy'urubyiruko; bityo bigatuma inshuti n'abatamuzi bamuvuga.

Ubwoba bw'urupfu.

Kuri bamwe, ubu ni bwo bwoba buruta ubundi kandi impamvu bimeze gutyo na yo irumvikana. Akenshi, agahinda gaterwa no gutekereza ku rupfu gashobora kuba gafitanye isano n'inkubiri y'amadini. Abo twita ngo ni "Abatagiridini" ni bo usanga batinya urupfu buhoro kurusha "Abigishijwe." Kuva mu myaka myinshi cyane ya kera, muntu ahora abaza ibibazo na n'uyu munsi bitarasubizwa; ari byo "Inkomoko yanjye ni iyihe?," hamwe na "Amajyo yanjye ni ayahe?" "Nkomoka he?" "Nderekeza he?"

Mu myaka ya kera abantu batarajijuka, ab'inyaryenge bazi guhimba ibintu ntibazuyaje kugurisha ibisubizo kuri ibi bibazo.

Umwe mu bayobozi b'igice kimwe cy'idini agaterura, ati: "Muze mu ihema ryanjye, mwakire ukwizera kwanjye, mwemere inyigisho zanjye; hanyuma nzabaha urwandiko rw'inzira ruzabinjiza mu ijuru umunsi mwapfuye." Uwo muyobozi agakomeza, ati: "Nimuguma hanze y'ihema ryanjye, sekibi azabatwara maze abajugunye mu muriro utazima."

Gutekereza ku "gihano cy'iteka" bituma kwita ku buzima bitabaho hamwe no kubwishimira bidashoboka.

Nubwo bwose umuyobozi mu by'amadini atashobora gutanga inzira "ndakomwa" yerekeza mu ijuru; cyangwa se ngo arundurira ba banyabyago batayeretswe mu muriro; bigaragara ko kuwutekerezaho bitera ubwoba bwinshi busumira ugushushanya mu bwenge; bikamugaza ubushobozi bwo gushyira mu gaciro maze bigatera ubwoba bw'urupfu.

Ubwoba bw'urupfu ntibukigaragara cyane muri iyi minsi nk'uko byari bimeze mu gihe hatabagaho amashuri makuru na za Kaminuza. Abahanga muri siyansi bagaragaje amakuru y'ukuri mu isi, bityo uko kuri kuragenda kubohora abagabo n'abagore kubakura ku ngoyi y'ubwoba bw'urupfu. Ntibicyoroshye ko abasore n'inkumi biga kaminuza batangazwa n' "Umuriro w'iteka." Hifashishijwe amasomo y'ibinyabuzima, ubumenyi bw'imibumbe n'inyenyeri, ubumenyi bw'ubutaka hamwe n'andi masiyansi; ubwoba bwari bwarasumiye abantu mu bihe by'umwijima washyiraga igihu mu mitima y'abantu bwarashize.

Isi yose igizwe n'ibintu bibiri gusa, ari byo *ingufu* n'*ibifatika*. Mu isomo rya *Physics* [253]ryo ku rwego rw'ibanze, twiga ko yaba ari "*ingufu*" cyangwa se "*ibifatika*" (kandi ni byo bintu bibiri byonyine muntu azi) nta na kimwe "gihangwa" cyangwa ngo "gisenywe." Byombi, "ingufu" cyangwa "ibifatika" bishobora gufata indi shusho, ariko nta na rimwe bishobora gusenywa.

Ubuzima ni ingufu! Niba nabusobanura gutyo! Niba rero, ari ubuzima, ari "ibifatika" nta na kimwe gishobora *gusenywa*, ni ukuvuga ko ubuzima budashobora "gusenywa." Ubuzima, kimwe n'ibindi bintu bifite ishusho y'ingufu, bushobora kunyuzwa mu bice by'uruhererekane bitandukanye cyangwa bugahindurwa ukundi ariko ntibushobora *gusenywa*. Urupfu rero ni igice kimwe mu bigize urwo ruhererekane.

Niba urupfu atari uko guhindurwa cyangwa se urwo ruhererekane; ubwo ni ukuvuga ko nta kindi kintu kiza nyuma y'urupfu uretse ibitotsi by'igihe cyose kandi bituje; bityo rero, nta kintu na kimwe cyatera gutinya ibitotsi. Muri iyi mitekerereze, ushobora kwirukana bidasubirwaho ubwoba bw'urupfu.

Ibimenyetso biranga ubwoba bw'urupfu.

Ibimenyetso rusange biranga ubwoba bw'urupfu ni ibi bikurikira:

Akamenyero k'umuntu ko guhora atekereza gupfa aho kwifashisha ibyo ubuzima butanga byose. Iyi mitekerereze iterwa ahanini no kutagira intego mu buzima, cyangwa kutagira umurimo nyawo. Ubu bwoba bugaragara cyane mu bageze mu zabukuru nubwo rimwe na rimwe n'urubyiruko rugezwayo n'ubu bwoba. Umuti uruta iyindi ukiza ubwoba bw'urupfu, ni ukugira ugushaka guhebuje ko kugera ku bikorwa umuntu ashaka, hanyuma kukaba guherekejwe no guha abandi serivisi ibafitiye umumaro. Umuntu ufite imirimo arimo, ntagira umwanya wo gutekereza ku rupfu. Ubuzima bwe buba bunejeje, ku buryo nta mwanya wo guhangayikishwa n'urupfu abona. Rimwe na rimwe, ubwoba bw'urupfu buba bufitanye isano ya hafi n'ubwoba bw'ubukene; mu bijyanye n'uko urupfu rw'umuntu rushobora gukururira ubukene abo yakundaga asize. Nabwo kandi, hari igihe ubwoba bw'urupfu buturuka ku burwayi hamwe no kugira intege nke z'umubiri zibuturukaho. Iby'ingenzi mu biranga ubwoba bw'urupfu ni ibi: uburwayi, ubukene, kutagira umurimo nyawo, gucika intege mu bijyanye n'urukundo, kuba ahantu hakwangiza umubiri hamwe n'ubuhezanguni bushingiye ku madini.

Ingengamutuzo.

Imihangayiko ni imiterere y'umutima ishingiye ku bwoba. Igenda ikura buhoro buhoro kandi nticogora. Yiyongera umunsi ku munsi mu buryo bwihishe. Intambwe ku yindi, "ikinjira," kugeza ubwo imunga ubushobozi bw'umuntu bwo gutekereza mu buryo busanzwe; bwo kwigirira icyizere hamwe no kwibwiriza. Imihangayiko ni ikimenyetso cy'ubwoba burambye, bwatewe no kudashobora gufata icyemezo; bityo rero, ni imiterere y'umutima umuntu ashobora kugenga.

Umutima uhangayitse ntacyo umaze! Kudashobora gufata icyemezo bitera umutima uhangayitse. Abantu benshi ntibagira ububasha bwo "kwitegeka gufata ibyemezo" vuba na bwangu hamwe no kubikomeraho nyuma yo kubifata.

Ntabwo tuba tugihangayikishwa n'uko ibintu bimeze, iyo twamaze kugera ku cyemezo cyo gukurikira umurongo runaka. Umunsi umwe, nigeze kuganira n'umuntu wari ugiye kunyongwa mu ma saha abiri yari ari imbere. Uwo mugabo, wari waramaze gucirwa urubanza, ni we wari utuje cyane mu bantu umunani bari kumwe na we barutegereje. Uko gutuza kwe kwatumye mubaza uko yumvaga bimeze kuba yari agiye kunyongwa mu kanya. Nuko, hamwe n'inseko y'umutuzo mu maso, aransubiza, ati: "Ndumva meze neza. Ibaze nawe Muvandi, imihangayiko yanjye yose irashira mu kanya. Nta kindi nigeze nkura mu buzima uretse imihangayiko. Nabayeho mpangayikira ibiribwa n'imyambaro. Mu kanya, sinzongera kubikenera. Numvise merewe neza bitigeze bimbaho mbere, nkimenya ko ngiye gupfa. Kuva ubwo, nahise ntegura umutima wanjye, ngo wakire neza icyo kintu."

Ubwo yavugaga kandi arimo avota ibiryo byahaza nka batatu, abirya uko babimuzaniye, wareba ukabona atuje nk'aho nta cyago cyari kimutegereje. Gufata icyemezo byahaye uyu mugabo imbaraga zo kwakira ishyano rye! Gufata icyemezo rero kandi bishobora gufasha umuntu kutihanganira ibintu bidashimishije.

Ariya masura atandatu y'ubwoba yihinduramo imihangayiko binyuze mu kudashobora gufata icyemezo. Tura ubutazongera kuwikorera umutwaro w'ubwoba bw'urupfu, ufata icyemezo cyo kwakira urupfu nk'inzira udashobora kwirinda. Tsinda ubwoba bw'ubukene, ufata icyemezo cyo kwifashisha ubutunzi ubwo ari bwo bwose ushobora kuronka, nta mihangayiko. Tsinsura ubwoba bwo kunegurwa, ufata icyemezo cyo kudahangayikishwa n'ibyo abandi batekereza, bakora cyangwa se bavuga. Irukana ubwoba bw'izabukuru, ufata icyemezo cyo kwishimira ubusaza, ntubufate nk'inenge, ahubwo ubufate nk'imigisha ihebuje, izana n'ubunyangamugayo, ukwitsinda hamwe no gusobanukirwa kudafitwe n'urubyiruko. Wiyambure ubwoba bw'indwara, ufata icyemezo cyo kutazirikana ibimenyetso byayo. Hanyuma utsinde ubwoba bwo kubura urukundo, ufata icyemezo cyo gukomeza ubuzima nta rukundo, niba iki ari cyo gikwiye.

Ikuremo burundu ingeso yo guhangayika uko igaragara kose, ufata icyemezo muri rusange, cy'uko nta kintu na kimwe ubuzima butanga gikwiye igiciro cyo guhangayika. Nugera kuri iki cyemezo, uzaronka gutuza, gutimaza hamwe n'umutuzo w'ibitekerezo, ari na byo bizazana ibyishimo.

Umuntu ufite umutima wuzuye ubwoba, asenyagura amahirwe ye yo kugira ibikorwa by'ubwenge, kandi abahura na we bose akabatera iyo miterere y'umutima we, bityo agasenyura amahirwe yabo na bo.

Imbwa cyangwa ifarasi na yo ubwayo isobanukiwe kumenya igihe shebuja aba yabuze ubutwari; ikindi kandi, imbwa cyangwa ifarasi ikurura ubwoba buvuye kuri shebuja, bityo na yo ikitwara ityo. Mu nyamaswa nto zitagira ubwenge, dusangamo ubu bushobozi bwo gukurura no kwakira ubwoba.

Akaga ko gutekereza ibisenya.

Imvubura z'ubwoba ziva mu mutima w'umuntu umwe zikajya mu w'uwundi, mu buryo bwihuse nk'uko ijwi rya radiyo rigendamo riva ku nsakazamajwi rikagera ku nyakiramajwi.

Umuntu utangaza, mu magambo amuvuye mu kanwa, ibitekerezo bibi cyangwa bisenya, aba yiteguye kubibona "bimugarukiye" mu yindi shusho isenya. No kugira ibitekerezo bisenya byonyine, nta magambo avuzwe, na byo bituma habaho "ingaruka" mu buryo bwinshi. Mbere ya byose, hari ikintu gikomeye kigomba kuzirikanwa: umuntu "uvubura" ibitekerezo bisenya, na we aba yarangiritse kubera ko ubushobozi bwe bw' "ugushushanya mu bwenge guhanga" buba na bwo bwarangiritse. Icya kabiri, kugira amarangamutima asenya, bituma umuntu agira imico n'imyitwarire isenya, ari na yo ituma abandi bamugendera kure; ndetse akenshi bakazavamo abahanganye na we. Ikintu cya gatatu kibangamira umuntu wakira cyangwa akavubura ibitekerezo bisenya kigaragarira muri ibi: ibyo bitekerezo byangiza abandi bitaretse na nyirubwite, kuko byirunda mu rwego ndotero rw'umutima we; maze guhera ubwo, bikaba ikintu kimwe mu bigize kamere ye.

Umurimo wawe mu buzima wakabaye kugera ku ntsinzi. Kugira ngo uzagere kuri iyo ntsinzi, ukeneye amahoro y'umutima, kuronka ibintu nkenerwa bifatika byo mu buzima; hanyuma, hejuru y'ibyo byose, ukeneye kugera ku munezero. Ibi bintu byose byemeza ko habayeho intsinzi, bitangira bifite ishusho y'ibitekerezo.

Ushobora kugenga umutima wawe, ufite ububasha bwo "kuwugaburira" ibitekerezo ibyo ari byo byose uhisemo. Aya mahirwe ajyana kandi n'inshingano ufite zo kuwukoresha mu buryo bwubaka. Ni wowe uyoboye ibizakubaho mu isi, nk'uko ari nawe ufite ububasha bwo kugenga ibitekerezo byawe. Ushobora guhindura, guha icyerekezo cyangwa kugenga ibigukikije, ukagira ubuzima ushaka; cyangwa se, ushobora kutita ku mahirwe ufite yo gushyira ubuzima bwawe mu nzira inoze; bityo ukaba wakwigusha mu mutego w'inyanja ngari "y'ibintu unyuramo mu buzima," aho uzajugunywa hirya no hino nk'igisate cy'urubaho gitwawe n'imivumba yo mu nyanja.

Uruganda rwa *Sekibi.*

Uretse buriya bwoba butandatu, hariho n'irindi shyano rihangayikisha abantu. Iryo shyano ni nk'ubutaka burumbuka bushibukamo imbuto nyinshi z'ugutsindwa. Ni inyaryenge cyane ku buryo bigoye kurivumbura. Uyu muze ntitwawushyira mu byiciro by'ubwoba. Winjiye cyane mu muntu kandi wangiza kurusha ubwoba bwose uko ari butandatu. Mu kugenekereza izina nyaryo, reka twite iki cyago *kugira umutima witegeye ibiwutera gutekereza nabi.*

Buri gihe, abantu baronka ubutunzi bwinshi, birinda iki cyago. Naho uwakubiswe n'ubukene ntacyirinda. Abantu bagera ku ntsinzi ku byo barimo byose, bagomba kuba baratoje imitima yabo kudacibwa intege n'iki cyago. Niba urimo usoma iyi firozofiya kugira ngo uzashobore kurundarunda ubutunzi, urasabwa kwigenzura neza neza kugira ngo umenye niba ntaho waba witegeye ibigutera gutekereza nabi. Nudaha umwanya ukwiye iki gikorwa cyo gusesengura imigirire yawe yose, uzamburwa ibyo wemerewe biguha kugera ku ntego y' "ugushaka" kwawe.

Kora isesengura ryimbitse. Numara gusoma ibibazo byateguriwe kwifashishwa muri iri sesengura, umenye ko "*wigomba*" ibisubizo nyabyo. Hanyuma, utangire umurimo mu bushishozi buhagije nk'uko wakabigize ushakisha umwanzi uwo ari we wese *waba uzi ko ari mu gico*; maze uhangane n'ingeso zawe nk'uko wakabikoze urwanya umwanzi nyirizina.

Kwirinda ibisambo byo ku muhanda birashoboka kubera ko hariho amategeko ashyiraho ubufatanye bw'inzego mu kukurinda; nyamara kwirinda iki "cyago cya karindwi" biragoye; kubera ko gitera mu gihe umuntu atiteguye, waba usinziriye cyangwa se uri maso. Ikindi kandi intwaro yacyo ntigaragarira amaso kubera ko ari imiterere y'umutima wawe gusa. Iki cyago kandi ni kabutindi kubera ko gitera cyihinduranya mu buryo bwinshi bitewe n'ibyo umuntu yagiye anyuramo mu buzima. Rimwe na rimwe hari ubwo cyinjira mu mutima kinyuze mu magambo agenderewe y'abavandimwe. Ubundi kikaba cyavumbuka mu mutima w'umuntu ubwe. Buri gihe kigira ubukana nk'ubw'uburozi nubwo bwose kidashobora kwica vuba.

Uko wakwirinda ibigukururira ibiterekezo bisenya.

Kugira ngo ushobore kwirinda ibigukururira ibiterekezo bisenya, byaba ibikuvumbutsemo cyangwa se ibiturutse ku bikorwa bisenya by'abantu mwegeranye, jya uzirikana ko ufite *ububasha bwo kwitegeka*; maze buri gihe ubwifashishe, kugeza igihe buzubaka urukuta rw'ubudahangarwa rurinda umutima wawe ibiterekezo bisenya.

Zirikana kandi ko yaba wowe cyangwa undi muntu wese, mufite imyitwarire kamere y'ubunebwe n'ukutita-ku-bintu kandi mukaba mwitegeye "imitongero" itandukanye yihuza n'intege nke zanyu.

Zirikana kandi ko ufite kamere yo kugira intege nke imbere y'ubwoba butandatu bwavuzweho; bityo wubake imico igamije kukurinda buriya bwoba.

Zirikana ko akenshi ibigukururira ibiterekezo bisenya bikorera ku rwego ndotero rw'umutima wawe (*ruzirikana ibyo utazi*), bityo bikaba bigoye kubitahura; hanyuma ufunge umutima wawe ku bantu bose baguca intege mu buryo ubwo ari bwo bwose.

Sukura isanduku yawe y'imiti, ujungunye amacupa yose arimo ibinini, uhagarike kumva warwaye ibicurane, umutwe, kumva ufite uburibwe hamwe n'izindi ndwara uba wishyizemo mu mutwe wawe.

Ku bushake bwawe, shaka uko wakorana n'abantu bagufasha kwitekerereza no kwikorera ibikorwa byawe.

"Ntugategereze *ibibazo*" kuko bidakunze gusiba isango!

Nta gushidikanya, intege nke z'abantu zisumba izindi ni ingeso yo gutuma imitima yabo yigarurirwa n'ibitekerezo bisenya by'abandi. Iyi ngeso irangiza cyane kubera ko abantu benshi batarabukwa ko bahanzweho na yo. Ku bandi benshi bashobora kubivumbura, ntibita cyangwa banga gukora ibikorwa bikosora icyo kibazo kugeza ubwo ishyano rizamara kuba ndakumirwa mu migirire yabo ya buri munsi.

Mu kugerageza gufasha abashaka kwimenya by'ukuri, urutonde rw'ibibazo rukurikiyeho rwarateguwe. Soma ibyo bibazo, hanyuma ugende ubisubiza watura amagambo, ku buryo ushobora kumva ijwi ryawe. Ibi bizakorohereza kutabogama.

Ibibazo bizagufasha kwigenzura.

1. Mbese akenshi urijujuta kubera "kumva umeze nabi"? Niba ari ko bimeze biterwa n'iki?
2. Mbese akenshi ushwana n'abandi bantu mupfuye akantu gato?
3. Mbese akenshi ugwa mu makosa mu mirimo ukora? Niba ari ko bimeze biterwa n'iki?
4. Mbese akenshi uganira uca intege abandi cyangwa se ubasesereza?
5. Mbese haba hari abantu cyangwa umuntu wirinda gukorana na bo (na we)? Niba ari ko bimeze biterwa n'iki?
6. Mbese akenshi ntugubwa neza n'ibyo wariye? Niba ari ko bimeze biterwa n'iki?
7. Mbese ubona nta gaciro k'ubuzima bwawe nta n'icyizere cy'ahazaza?
8. Mbese ukunda umurimo ukora? Niba atari ko bimeze biterwa n'iki?
9. Mbese akenshi uhora wibwira, uti: "Nyabusa *njyewe!*" Niba ari ko bimeze biterwa n'iki?
10. Mbese ujya ugirira ishyari abakurenze?

11. Ni iki uha umwanya munini wawe, gutekereza ku ntsinzi wegukanye cyangwa ku nshuro wakubiswe?
12. Mbese uko ukura ni ko ubura ukwiyizera?
13. Mbese haba hari ikintu cy'ingirakamaro wigira buri gihe mu makosa yose?
14. Mbese wemerera abavandimwe cyangwa abo muziranye kugutera guhangayika? Niba ari ko bimeze, ubiterwa n'iki?
15. Mbese hari igihe wumva "utarwambaye," ubundi ukumva washegeshwe?
16. Ni nde muntu uguha icyerekezo nyoboramutima kurusha abandi? Kuki ari we wahisemo?
17. Mbese waba wihanganira ibigutera gutekereza nabi cyangwa se urucantege ushobora kwirinda?
18. Mbese hari igihe utita ku buryo ugaragara mu bandi? Niba ari ko biri, biba ryari? Biterwa n'iki?
19. Mbese waba warafashe umuco wo "kuroha ibiguhangayikisha mu ruzi" wita ku mirimo yawe bityo ntugire umwanya wo guteshwa umutwe na byo?
20. Mbese ushobora kwiyita "Ntantege" utagira ubushake niba ureka abandi bakaba ari bo bagutekerereza?
21. Mbese uteshwa gusukura imbere muri wowe kugeza ubwo uburozi bwikoze mu mubiri wawe bugutera imico mibi, ugasigara uvoma hafi?
22. Imihangayiko wakwirinda igutesha umutwe ingana ite? Kuki ushobora kuyihanganira?
23. Mbese ujya wiyahuza "inzoga z'ibikatu," ibiyobyabwenge cyangwa se itabi kugira ngo *utuze muri wowe*? Niba ari ko biri, kuki ahubwo utagerageza uburyo bw'ububasha bwo kwitegeka?
24. Mbese haba hari umuntu "uguhoza ku nkeke"? Niba biriho biterwa n'iki?
25. Waba ufite intego iboneye iruta izindi mu buzima bwawe? Niba ari ko bimeze ni iyihe? Ni iyihe gahunda ugenderaho kugira ngo uzayigereho?
26. Waba ujya wibasirwa na bumwe mu bwoba butandatu? Niba ari ko biri, ni ubuhe?
27. Mbese ufite uburyo bwo kwirinda ibigutera gutekereza ibitaboneye bituturutse ku bandi bantu?
28. Mbese ujya wifashisha ku bwende ihame ry'ukwitongera kugira ngo uhe umutima wawe imitekerereze iboneye?
29. Ni iki uha agaciro kenshi hagati y'ubutunzi bw'ibintu n'amahirwe yo kugenga ibitekerezo byawe?
30. Mbese ujya uhindura mu buryo bworoshye ibitekerezo byawe ukagendera ku by'abandi?
31. Mbese muri iyi minsi ubona hari ikintu wungutse cy'agaciro

cyiyongera ku bumenyi bwawe cyangwa ku miterere y'umutima wawe?

32. Mbese uhangana ushikamye n'ibibazo bitagushimishije cyangwa se izo nshingano urazihunza?
33. Mbese ujya usesengura amakosa yose n'inshuro wakubiswe zose kugira ngo ukuremo amasomo? Cyangwa se witwara nk'aho izo atari inshingano zawe?
34. Ni izihe ngeso eshatu wiyiziho? Ni iki ukora kugira ngo uzikosore?
35. Mbese ushishikariza abandi kugusangiza ibibahangayikisha kugira ngo nawe ubahangayikire?
36. Ugendeye ku byo unyuramo buri munsi, waba uhitamo amasomo cyangwa ibiguhindura bigufasha mu gukomeza guhuguka?
37. Mbese ni ihame ko kuba ahantu kwawe byaba bikururira abandi gutekereza ibitaboneye?
38. Ni iyihe mico cyangwa ingeso z'abandi bantu zikubangamira cyane?
39. Mbese wishakamo ibitekerezo cyangwa wemera kugengwa n'ibitekerezo by'abandi?
40. Waba warashoboye kwiga uburyo bwo gutegura umutima wawe bwagufasha kwikingira ibitekerezo biguca intege by'abandi?
41. Mbese umurimo ukora uyobora umutima wawe mu kwizera n'ibyiringiro?
42. Mbese waba uzi ko ufite ingufu za roho zifite ububasha bwagufasha gutuma umutima wawe uca ukubiri n'ubwoba ubwo ari bwo bwose?
43. Mbese idini ryawe rituma umutima wawe uhora witegeye ibyubaka?
44. Mbese wumva ari inshingano zawe *gusangira* n'abandi ibibahangayikishije? Niba ari uko bimeze, biterwa n'iki?
45. Niba wemera ko "ibisa bisabirana" ni irihe somo "wasobanukiwe" ku migirire yawe ubwo wasesenguraga inshuti ugenda wiyegereza?
46. Ni irihe sano, niba ririho, ubona hagati y'abantu mugendana cyane n'ibura ry'ibyishimo iryo ari ryo ryose waba uhura na ryo?
47. Mbese byashoboka ko hari umuntu waba wita inshuti yawe, nyamara mu by'ukuri, waba ari umwanzi gica, kubera ibitekerezo bibi yinjiza mu mutima wawe?
48. Ni ayahe mahame ugenderaho wemeza ugufasha cyangwa ukwangiriza?
49. Mbese inkoramutima mukorana zifite imitekerereze iri hejuru cyangwa munsi y'iyawe?
50. Mu masaha 24, ni igihe kingana gute ukoresha :
    i. Ku murimo ushinzwe?
    ii. Ku kuryama?
    iii. Ku mikino no kuruhuka?
    iv. Ku kwiyungura ubundi bumenyi?

    v. Nta kintu na kimwe ukora?

51. Ni nde mu bakuzi:
    i. Ugushishikaza kenshi?
    ii. Ugusaba gushishoza kenshi?
    iii. Uguca intege kenshi?
52. Ni ikihe kintu kiguhangayikisha kurusha ibindi? Kuki ushobora kucyihanganira?
53. Iyo abandi bakugiriye inama utabasabye, mbese urayakira nta kuyibazaho cyangwa usesengura ikibibateye?
54. Ni iki wumva ushaka kuruta ibindi byose? Mbese witeguye kukironka? Mbese witeguye kureka ibindi byose ushaka bigaha umwanya iki cyonyine? Ni igihe kingana gute buri munsi ukoresha mu *kugera* kuri icyo kintu ushaka?
55. Mbese ukunda guhindagura ibitekerezo? Niba ari ko bimeze biterwa n'iki?
56. Mbese muri rusange usoza ikivi wateruye cyose?
57. Mbese utangazwa mu buryo bworoshye na bizinesi z'abandi, inzego z'imirimo zabo, impamyabumenyi za kaminuza zabo cyangwa se ubutunzi bwabo?
58. Mbese, mu buryo bworoshye, ugendera ku byo abandi bagutekerezaho cyangwa bakuvugaho?
59. Mbese wita ku bantu ugendeye ku rwego rwabo mu muryango w'abantu cyangwa se ku butunzi bwabo?
60. Ni nde ufata nk'umuntu w'ikirangirire mu bakiriho? Ni mu ruhe rwego uyu muntu ubona agusumbye?
61. Ni igihe kingana gite wakoresheje usesengura kandi usubiza ibi bibazo? (Nibura umunsi wose ni ngombwa kugira ngo usesengure kandi usubize ibibazo byose bigize uru rutonde).

Niba washoboye gusubiza ibi bibazo byose utabogamye, uriyizi cyane kurusha uko undi muntu wese yaba akuzi. Sesengura ibi bibazo witonze. Fata amezi menshi ubisubiramo buri cyumweru, maze urebe ukuntu uzatungurwa n'ubumenyi bwinshi uzunguka "ku miterere yawe ubwawe" buturutse gusa ku gusubiza ibibazo utabogamye. Niba utiyizeye ku bisubizo bimwe na bimwe, wifashishe inama z'abantu bamwe na bamwe bakuzi neza, cyane cyane ba bandi badafite impamvu n'imwe yatuma bagutaka bakubeshya; maze bakubere indorerwamo. Iyo migirire izakunezeza.

Ikintu kimwe cyonyine ufiteho ububasha.

Hari ikintu kimwe rukumbi wowe ubwawe wigengaho, icyo kintu nta kindi uretse *ibitekerezo byawe.* Gifite umwanya w'ibanze mu bintu bisobanutse cyane kandi nyunguranama ku muntu! Kigaragaza *ubusamana bw'umuntu.* Aya mahirwe y'ubusamana ni na bwo burenganzira bwawe bwonyine wakwifashisha mu kugenga icyerekezo cy'ubuzima bwawe. Nudashobora kugenga umutima wawe, umenye ko nta kindi kintu na kimwe uzashobora kugenga. Bibayeho ko hari ubutunzi bwawe utitaho, buzabe ari ubutunzi bw'ibintu byo mu isi. *Naho umutima wawe ni urupangu rutuyemo roho yawe.* Rurinde kandi urwubahirize mu buryo bw'ubufatagatifu buva ku "*Mana.*" Wahawe ububasha bwo kwitegeka kugira ngo ubigereho.

Ikibabaje ni uko nta tegeko rihana abantu bangiza, baba babigendereye cyangwa batabizi, imitima y'abandi, bayuzuzamo ibitekerezo bisenya. Ubu buryo bwo gusenya bwakabaye buhanwa n'amategeko akomeye cyane kubera ko bushobora kwangiza, kandi akenshi ni ko bimera, akenshi bwangiza amahirwe y'umuntu yo kuronka ibintu bifatika kandi birengerwa n'amategeko. Abantu bafite ibitekerezo bisenya mu mitima yabo bagerageje kumvisha Thomas A. Edison ko atazashobora kubaka imashini yafata kandi igasubiramo amajwi y'umuntu; "ku mpamvu z'uko" bavugaga ko "nta muntu wundi wigeze akora imashini nk'iyo." Edison yirinze kubumva. Yari azi neza ko umutima we ushobora gukora ikintu icyo ari cyo cyose "*umutima we*" ushobora guhanga kandi ukacyemera; kandi ubwo bumenyi ni bwo bwazamuye hejuru umuhanga Edison ava muri rubanda rusanzwe.

Abantu bafite ibitekerezo bisenya mu mitima yabo babwiye F. W. Woolworth ko azakena nakomeza kugira amaduka acuruza ku giciro cy'amasenti 5 cyangwa 10. We ntiyabitayeho. Yari azi ko ashobora gukora ikintu icyo ari cyo cyose aramutse ashyigikije gahunda ze ukwizera. Mu gukoresha uburenganzira bwe bwo kudaha "ikaze" ibitekerezo bibi by'abandi bantu, yashoboye gukusanya ubutunzi bwa miriyoni zirenga 100.

Abemeragake bameze nka *Tomasi* barayavuze ubwo Henry Ford yageragezaga bwa mbere, ku mihanda ya Detroit, imodoka yakoze. Bamwe barateruye, bati: "Kiriya kintu ntikizakora." Abandi baravuze ngo nta wuzatanga amafaranga ye kuri kiriya kimashini kidafite isura. Na ho Ford we yaravuze, ati: "Isi nzayizengurutsa imodoka zizewe!" Kandi koko yarabikoze! Bifitiye inyungu abashaka ubutunzi bwagutse, kujya bazirikana ko muri rusange, itandukaniro riri hagati ya Henry Ford n'abandi bakozi benshi ari iri: Ford yari afite umutima kandi ni we wawugengaga; abandi bafite imitima ariko ntibagerageza kuyigenga.

Kugenga umutima bigerwaho mu kugendera ku mabwiriza umuntu yiha no kubigira umuco. Muri rusange, ugenga umutima wawe cyangwa wo ukakugenga. Nta kuvanga kurimo. Uburyo nyabwo kandi bwizewe kurusha ubundi, bwo kugenga umutima w'umuntu, ni umuco wo kuwuha icyo uhugiraho kijyanye n'intego iboneye ikurikiwe na gahunda nyayo yo kuyishyira mu bikorwa. Jya ufata umwanya, usesengure ubuzima bw'umuntu uwo ari we wese ugera ku ntsinzi y'akataraboneka; uzasanga agenga umutima we; ikindi kandi, uzasanga koko awerekeza ku kuzuza intego ziboneye. Hatabayeho kugenga umutima muri ubu buryo, nta ntsinzi ishoboka.

Impamvu 55 zizwi cyane z'umusaza "IYO ..."

Abantu batagera ku ntsinzi bafite ikintu kimwe kidasanzwe kibaranga. Usanga bazi *impamvu zose zitera ugutsindwa,* kandi bakagira urwitwazo ndakuka bemera, bifashisha mu gusobonura kutagera ku ntsinzi kwabo.

Zimwe muri izi mpamvu "bitwaza" zishingira ku bwenge, naho izindi, zumvikanishwa hagendewe ku bintu bibaho. Uko bimeze kose, urwitwazo ntirugenderwaho mu ntego yerekeza ku ifaranga. Abantu baba bashaka kumenya ikintu kimwe rukumbi — mbese wageze ku ntsinzi?

Umuhanga mu gusesengura imyitwarire ya muntu, yakoze urutonde rw'impamvu abantu bakunze "kwitwaza." Ubwo uraba urusoma, usesengure mu buryo bwimbitse imyitwarire yawe, maze urebe impamvu zaba ari "akarima" kawe. Uzirikane kandi ko firozofiya itangazwa muri iki gitabo, itesha agaciro buri yose muri izi mpamvu z'urwitwazo.

1. Iyo ntagira umugore n'umuryango ...
2. Iyo ngira ingufu zihagije zo kwiyegereza ibintu ...
3. Iyo ngira amafaranga ...
4. Iyo mba narize uko bikwiye ...
5. Iyo mba nararonse akazi ...
6. Iyo ngira inziramuze ...
7. Iyo ngira igihe ...
8. Iyo ibihe biba bimeze neza kurushaho ...
9. Iyo abandi bantu banyumva ...
10. Iyo imiterere y'uko ibintu byari bimeze hafi yanjye iza kuba itandukanye ...
11. Iyo nshobora kongera kugira ubuzima nk'ubwo narimo ...
12. Iyo ndaterwa ubwoba n'ibyo "bo" bari kuzavuga ...
13. Iyo mba narahawe amahirwe ...
14. Iyo ngira amahirwe muri iki gihe ...
15. Iyo abandi bantu "batamparabika" ...
16. Iyo hatagira ikiba kikampagarika ...
17. Iyo mba nkiri muto ...
18. Iyo nshobora gusa gukora icyo nshaka ...
19. Iyo mvuka mu muryango ukize ...
20. Iyo menyana "n'abantu nyabo" ...
21. Iyo ngira ubuhanga bufitwe n'abantu bamwe na bamwe ...
22. Iyo ntinyuka guhagarara ku bitekerezo byanjye ...

23. Iyo mfata amahirwe nagize mu bihe byashize ...
24. Iyo abantu batantera ubwoba ...
25. Iyo ntagomba kwita ku rugo no gusigarana abana ...
26. Iyo nshobora kwizigamira amafaranga ...
27. Iyo shefu ashimishwa n'umurimo nakoraga ...
28. Iyo ngira umuntu umfasha ...
29. Iyo umuryango wanjye unyumva ...
30. Iyo ntura mu mugi munini ...
31. Iyo nshobora gutangira ...
32. Iyo ngira ubwisanzure ...
33. Iyo ngira imyitwarire nk'iy'abantu bamwe na bamwe ...
34. Iyo ntaba mbyibushye ...
35. Iyo ubuhanga bwanjye buba buzwi ...
36. Iyo nshobora kubona "amahirwe" ...
37. Iyo nshobora kuva mu mwenda ...
38. Iyo ndatsindwa ...
39. Iyo menya uko bikorwa ...
40. Iyo abandi batambangamira ...
41. Iyo ntagira imihangayiko myinshi cyane ...
42. Iyo nshakana n'umuntu nyawe ...
43. Iyo abantu bataba injiji ...
44. Iyo umuryango wanjye udasesagura bikabije ...
45. Iyo mba niyizeye ...
46. Iyo "imana" zitandwanya ...
47. Iyo mba ntaravutse mu bihe bibi ...
48. Iyo bitaba ukuri ko "ibigomba kuba bizaba" ...
49. Iyo ntagomba gukora ubutitsa ...
50. Iyo ndahomba amafaranga yanjye ...
51. Iyo mba mfite abaturanyi batari abo mfite ...
52. Iyo ntagira "amateka" nihariye ...
53. Iyo ngira bizinesi yanjye nigengaho ...
54. Iyo abandi bantu banyumva ...
55. IYO, ... kandi iyi ni "IYO" iruta izindi zose ... *Iyo* ngira ubutwari bwo "kwireba" uko ndi by'ukuri, *nagombaga kubona ikitagenda mu migirire yanjye, hanyuma nkagikosora.* Bityo nashoboraga kugira amahirwe yo kwigira ku makosa yanjye, nkagira isomo nkura mu byo abandi banyuzemo; kubera ko nzi ko hari ikitagenda mu migirire yanjye; cyangwa se nkaba nakabaye ndi aho nagombaga kuba ndi, iyo mba narafashe igihe kinini ngasesengura intege nke zanjye, ngasigarana igihe gito nubaka impamvu z'urwitwazo mu guhisha izo ntege nke.

Kugaragaza impamvu z'urwitwazo umuntu asobanura uko yatsinzwe ni ikintu abantu bakunda. Iyo ngeso ni iya kera kuva inyokomuntu yabaho; kandi *ikoma mu nkokora intsinzi!* Kuki abantu "bizirika" ku mpamvu z'urwitwazo zabo? Igisubizo kirasanzwe! Bahagarara kuri izo mpamvu kuko ari bo "baziremye!" Urwitwazo rw'umuntu ni *umwana w'ibitekerezo* bye. Ni kamere ya muntu isanzwe rero yo kurengera ikintu kivuye mu bitekerezo bye. Kugaragaza impamvu z'urwitwazo ni ingeso yashinze imizi cyane mu migirire ya muntu. Biragorana kurandura ingeso, cyane cyane iyo zisobanura ukuri kw'ikintu dukora. Umuhanga Plato[254] yazirikanaga uku kuri mu mutima we ubwo yatangazaga, ati: "Intsinzi ya mbere kandi isumba zose ni ukuganza kamere yacu. Turebye ibintu byose, dusanga gutsindwa na kamere yacu, ari cyo giteye isoni n'ishozi."

Undi mufirozofe na we yari afite igitekerezo nk'icyo mu mutima we ubwo yagiraga, ati: "Byarantangaje cyane ubwo navumburaga ko ububi nabonaga mu bandi, bwari gusa gusa ishusho ingarukiye y'uko nteye."

Elbert Hubbard na we yaragize, ati: "Buri gihe sinigeze niyumvisha impamvu abantu bemera guta igihe kinini bibeshya mu gushaka impamvu z'urwitwazo zo guhisha intege nke zabo. Icyo gihe gikoreshejwe mu bundi buryo, cyaba gihagije kugira ngo hakurweho izo ntege nke; bityo ntihagire urwitwazo rukenerwa."

Mu gusezeranaho, ndifuza kukwibutsa ibi: "Ubuzima ni *Igisoro*; kandi uwo mukina ni *Igihe.* Nujijiganya mbere y'uko utangira, cyangwa se ntubyiteho ngo utambukane ibakwe, ingufu ngenabyemezo zawe zizakurwa mu mukino n'*igihe.* Uhanganye n'umukinnyi utazihanganira kujijinganya!"

Hambere, washoboraga kugira igisobanuro gifite ishingiro cy'impamvu ubuzima butaguha icyo wabusabye; guhera ubu, urwo rwitwazo ruvuyeho, kubera ko wahawe Urufunguzo "rukora ku nzugi nyinshi" rugufungurira umuryango w'ahari ubutunzi bwinshi bw'isi.

Urwo Rufunguzo ntirurebeka n'amaso ariko rufite ingufu nyinshi. Urwo rufunguzo ni umwihariko wo *guhanga mu mutima wawe,* ugushaka guhebuje guhangarije ubutunzi ushaka. Nta kigoranye mu kwifashisha urwo Rufunguzo ariko hari ikiguzi ugomba gutanga uramutse utarukoresheje. Icyo kiguzi ni ugutsindwa. Uzaronka ibihembo byinshi niwifashisha urwo Rufunguzo. Ibyo bihembo ni ibyishimo bya buri *wese utsinda kamere ye maze agasaba ubuzima ashikamye ko bumuha icyo ashaka cyose.*

Ibyo bihembo ni mahwi n'imbaraga uzashyira mu byo ukora! Mbese wiyemeje gutangira no kubyizera?

Nk'uko umuhanga w'ibihe byose Emmerson yabivuze, "Niba Hari Ibyo Duhuriyeho, Tuzahura." Mu gusoza, nanjye natira iki gitekerezo cye, maze nkagira, nti: "Niba Hari Ibyo Duhuriyeho, Twahuye, binyuze muri iki gitabo."

INSHAMAKE KU BUZIMA BW'UMWANDITSI NAPOLEON HILL

NAPOLEON HILL yatangiye kwandika akiri muto. Nuko ubwo yakoreraga kimwe mu bitangazamakuru byo muri Amerika, aza guhabwa inshingano zo kwandika inkuru zicukumbuye ku "*baherwe*" igihugu cyari gifite muri icyo gihe. Abo bakire barimo Andrew Carnegie, Thomas Edison, Alexander Graham Bell, Henry Ford n'abandi. Muri iyo mirimo, ni ho yahuye na Andrew Carnegie, maze uwo musaza amuha inshingano zo kuzakora inyigo igaragaza uko abantu bagera ku ntsinzi iyo ari yo yose mu buzima. Ubwo hari mu mwaka wa 1908.

Napoleon Hill ni umwanditsi w'icyamamare muri Amerika no ku isi yose, akaba mu ba mbere baciye inzira y'abanditsi b'ibitabo "nyunguranama." Yanditse ibitabo byinshi birimo *Think and Grow Rich* yahinduwe mu ndimi zirenga 100 harimo n'Ikinyarwanda; *You can Work Your Own Miracles* (Ushobora gukora ibitangaza byawe ubwawe), *The Master Key To Riches* (Urufunguzo rukora hose rwinjiza mu bukire); *Grow Rich With Peace of Mind* (Kira ufite amahoro y'umutima wawe), n'ibindi nka *Success Through a Positive Mental Attitude* yavuzweho mu ntangiriro y'iki gitabo, yanditse afatanyije na W. Clement Stone.

Hill yavutse ku wa 26 Ukwakira 1883, yitaba Imana ku wa 8 Ugushyingo 1970, maze igitabo cye *Think and Grow Rich: A Black Choice* (Tekereza Ukire: Amahitamo yawe Mwirabura) gisozwa na Dennis Kimbro bafatanyaga, gitangazwa ku wa 20 Kanama 1991. Iki kikaba gifite ishusho ya "Think and Grow Rich" ariko kikagaragaza cyane bamwe mu Banyamerika b'Abirabura bageze ku ntsinzi bifashishije amahame atangazwa mu gitabo "*Tekereza Ukire.*"

INSHAMAKE KU BUZIMA BW'UMWANDITSI INNOCENT HITIMANA

INNOCENT HITIMANA ni umurezi ukora inyandiko zifasha urubyiruko mu guhindura imyumvire. Ubwo bushobozi n'ubumenyi akabikura mu bunararibonye bwo nzego zitandukanye, harimo kuba umukozi w'Umuryango w'Abibumbye (Loni), hamwe n'indi miryango n'Ibigo bidashamikiye kuri za Leta nka Right To Play, Save the Children International, Hope and Homes for Children, VSO International na SOS Kinderdorf aho yabaye umukozi mu nzego zitandukanye.

Nk'umwarimu w'Indimi wazize akiga n'uko bazigisha muri Kaminuza y'u Rwanda, Ishuri Rikuru ry'Uburezi, Hitimana yakoze ubushakashatsi ku "*Burezi Burera Umubiri n'Umutima*" (Holistic Education) kandi yifashishije amahame yabwo mu masomo ye ya Kaminuza ya Mount Kenya University ajyanye n'Uko Imishinga Ishyirwa mu Bikorwa (Project Management), bimwongerera imbaraga mu bumenyi butandukanye mu bikenerwa mu gutegurira abana n'urubyiruko kugira indangagaciro zihamye mu kwiteza imbere.

Nyuma yo guhindura igitabo "*Think and Grow Rich*" *mu Kinyarwanda* mu mwaka wa 2021, akacyita "Tekereza Ukire", yanditse kandi "*Learn and Grow Richer*" yatangaje mu mwaka wa 2025.

IGENEKEREZA-MIVUGIRE RY'AMAZINA YAKORESHEJWE

1 Napolewoni Hili

2 Anduru Kanegi

3 Sikotilandi

4 Ikigo cyo muri Leta Zunze Ubumwe z'Amerika Gitunganya Ibyuma, cyashinzwe mu myaka ya 1900 kikayoborwa na Charles Scwab kugeza 1930

5 Calesi Shwabu

6 Afa Nashi

7 Sinsinati

8 Situwati Ositini Wiya

9 Dalasi

10 Tegizasi

11 Lasale

12 Jeyi Ji Capulini

13 Wuduro Wilisoni

14 Edwini Si Bonizi

15 Heniri Fodi

16 Wiliyamu Wirigili Juniya

17 Joni Wanameyika

18 Jemusi Jeyi Hili

19 Joji Esi Paaka

20 I Emu Statla

21 Henri Eli Duharti

22 Sayiresi Eyici Keyi Katisi

23 Joji Istimani

24 Fido Rusiveliti

25 Joni Dabuliyu Davisi

26 Elibati Habadi

27 Wiliba Rayiti

28 Wiliyamu Jeningizi Burayiyani

29 Dogiteri Dimitisi Sta Jodani

30 Jeyi Odigeni Aama

31 Calesi Emu Swabu

32 Harisi Efu Wiliyamuzi

33 Dogiteri Franki Gansalesi

34 Daniyeli Wiliyamuzi

35 Kingi Jileti

36 Ralufu Eyi Wikisi

37 Jaji Danieli Ti Rayiti

38 Joni Di Rokefela

39 Tomasi Eyi Edisoni

40 Franki Eyi Vandalipu

41 Efu Dabuliyu Wuluwofu

42 Koloneli Robati Eyi Dola

43 Edwadi Eyi Fileni

44 Edwini Si Bonizi

45 Afa Burisbeyini

46 Wuduro Wilisoni

47 Wiliyamzi Howadi Tafu

48 Lufa Babanki

49 Edwadi Dabuliyu Boke

50 Franki Eyi Munseyi

51 Eliberiti Eyici Geri

52 Dogiteri Alekisanda Garahamu Beli

53 Joni Eici Patasoni

54 Juliyasi Rosiniwoldu

55 Sitiyuwati Ositini Wiya

56 Dogiteri Furanki Kereyini

57 Joji Emu Alekisanda

58 Jeyi Ji Capulini

59 Nyakubahwa Jeningizi Randolufu

60 Afa Nashi

61 Kalarensi Darowu

62 Santarafurika

63 Dabuliyu Kelementi Sitoni

64 Robati Heyinileyini

65 Edwini Si Bonizi

66 Oranji

67 Niyu Jezi

68 Ara Yu Dabi

69 Wiliyamuzibaaga

70 Marilandi

71 Kolorado

72 isôoko

73 Hapa

74 Heniri Fodi

75 Vi-eyiti

76 Bloc-moteur (Igifaransa): Engine block (Icyongereza) : icyuma gikomeye cyane gifungiyemo moteri y'imodoka harimo na za sirendere zayo.

77 Henili

78 Salemu

79 Wesite Vajiniya

80 Eduwini Si Borunizi

81 Oranji

82 Niyu Jezi

83 Shikago

84 Umuhanda witwa "Siteyiti"

85 Maasholu Filidi

86 dushaakâ

87 baâmwe

88 baâshoboye

89 twôongera

90 Wilani

91 Amangazini y'itabi muri Amerika muri za 1930

92 Rayiti

93 Makoni

94 Umwanya mugari ukikije isi hamwe n'ibiwuberamo byose

95 Joni Buniyani

96 *"Intambwe y'Uwemera"*

97 Owu Heniri

98 Kalambasi

99 Ohayiyo

100 Calesi Dikenizi

101 Davidi Kopafilidi

102 Heleni Kela

103 Robati Banizi

104 Bitoveni

105 Militoni

106 Emasoni

107 Niyu Yooke

108 Shumani-Heyinki

109 Viyena Koti Opera: Inzu y'umuziki y'i Viyena

110 Bw'umwuka

111 Ubumenyi Butagira Iherezo: "Ingufu" zibumbatiye gahunda zose n'ibyerekezo byose bya Muntu n'iby'Ibintu byose biri mu Isanzure. Ni "intangiriro" y'ibishobora kubaho byose; bityo bukagirana "isano" na byo.

112 Uburyo uruhande (urwego) ndotero rw'umutima wa Muntu, rwiyegurira kandi rukegukana igitekerezo umuntu yatangije mu mutima binyuze mu kugisubiraho no "kucyiyumvisha" kenshi kandi bikozwe mu buryo buteguye neza. Uru rwego ruhora ruzirikana ibyo umuntu we atamenya ko azi cyangwa akora mu gihe yaba yifashishije ibyumvisho 5.

113 Urwego rw'umutima ruyoboye amarangamutima, imbamutima n'ibyiyumvo by'umuntu, ibyo akora, avuga, atekereza; kandi ruhabwa gusa amabwiriza cyangwa icyerekezo n'umuntu *wabyitoje* mu buryo twise "Ukwitongera."

114 imyêendâ

115 Aburahamu Linkolunu

116 Ana Rutileji

117 Mahatima Gandi

118 Ikigo cya Leta Zunze Ubumwe z'Amerika Gitunganya Ibyuma

119 Joni Loweli

120 Yunivasiti Kalabu: Inzu y'Ihuriro ry*'Abasirimu* yubatswe mu 1899, igizwe n'ibice 3 by'ingenzi: aho gusomera, ahabikwa ibitabo hinjirwa gusa n'abanyamuryango hamwe n'aho gufatira amafunguro.

121 Jeyi Eduwadi Simonzi

122 Calesi Stiwati Smifi

123 Pitsibaga

124 Sitilimanzi

125 Harimanzi

126 Vandabilitsi

127 Joni Piyepo Mogani